பழமையின் சுவடுகள்

தமிழகத்தின் 100 வரலாற்று இடங்கள்

சீனிவாசன்

notionpress.com

INDIA • SINGAPORE • MALAYSIA

ISBN
Paperback 979-8-90451-919-3
Hardcase 979-8-90540-286-9

அர்ப்பணம்

என் வாழ்வின் முதல் வழிகாட்டிகளாக இருந்த **என் அம்மா பார்வதி அவர்களுக்கு** இந்த நூலை நான் மனமார்ந்த அன்புடன் சமர்ப்பிக்கிறேன்.

என்னை உருவாக்கிய மதிப்புகளையும் கல்வியின் முக்கியத்துவத்தையும் விதைத்து, என்னை வழிநடத்தி, அறிவின் பாதையை நோக்கி அழைத்துச் சென்ற **என் உடன் பணியாற்றும் ஆசிரியர்கள் மற்றும் அனைத்து தமிழக பள்ளியின் வரலாற்று ஆசிரியர்களுக்கும்** இந்த நூல் சமர்ப்பணம்.

அறிவைப் பெற்றுக்கொள்ளும் ஆர்வத்தையும் உண்மையை அறியும் தாகத்தையும் என்னுள் வளர்த்தவர்களுக்கும், இந்த மண்ணில் வாழும் தமிழகத்தில் ஆறாம் வகுப்பு முதல் பனிரெண்டாம் வகுப்பு வரை பயிலும் பள்ளி மாணவர்கள் **அனைவருக்கும்** இந்த நூல் அர்ப்பணிக்கப்படுகிறது.

தமிழக மக்களின் வாழ்க்கை முறைகள், பழக்கவழக்கங்கள், மரபுகள் மற்றும் பண்பாடு — இவை அனைத்தும் வரலாற்றை புத்தகங்களில் மட்டும் அல்லாமல், நிஜ வாழ்வில் உயிரோடு தாங்கி நிற்கும் சான்றுகளாக

உள்ள இந்தப் படைப்பு முழுமையாக **தமிழகத்தின் நித்திய மண்ணுக்கே.** அர்ப்பணிக்கப்படுவது.

இந்த மண் பேசாது; ஆனால் அதன் கற்கால கருவிகள் மற்றும் பாறை ஓவியங்கள் பேசுகின்றன. அதன் பாதைகள் நினைவுகளை சுமக்கின்றன. அதன் பாரம்பரியம் தலைமுறைகளை இணைக்கிறது. நாம் யார் என்பதை உணரச் செய்கிறது இந்த மண். நம் வேர்களை நினைவூட்டுகிறது. அதனால் தான் ல்நூ தந்இ —, தமிழ்மண்ணின் அமைதியான உலகில் வாழும் ஒவ்வொரு தமிழனுக்கும் வரலாற்றுக் குரலுக்கு ஒரு சிறிய நன்றி உணர்வாக அமையட்டும்..

நன்றிகள்

இந்த நூல் உருவான பயணம் ஒருவரின் தனிப்பட்ட முயற்சியாக மட்டுமே அமையவில்லை; பலரின் ஒத்துழைப்பும் ஊக்கமும் இணைந்த ஒரு கூட்டு முயற்சியாக இது நிறைவேறியுள்ளது. இந்தப் பயணத்தில் என்னுடன் இணைந்து நின்ற அனைவருக்கும் என் இதயம் கனிந்த நன்றிகளை உரித்தாக்குகிறேன்.

முதன்மையாக, எனது வாழ்வின் அடித்தளத்தை அமைத்தும் கல்வியின் மதிப்பை உணர்த்தியும் வளர்த்த **என் பெற்றோருக்கு** நான் என்றென்றும் நன்றி செலுத்துகிறேன். அவர்களின் நம்பிக்கையும் உறுதுணையும் இல்லையெனில், இந்த முயற்சி இவ்வளவு தூரம் வர முடியாது.

எனக்கு பயிற்றுவித்த ஆசிரியர்கள் மற்றும் என்னுடன் பணியாற்றும் வரலாற்று ஆசிரியர்கள் மற்றும் வழிகாட்டிகள் — அறிவைத் தேடும் ஆர்வத்தையும் சிந்திக்கும் திறனையும் வளர்த்தவர்களுக்கு என் மனமார்ந்த நன்றிகள். அவர்கள் விதைத்த அறிவின் விதைகள் இந்த நூலாக மலர்ந்துள்ளன.

இந்த நூலுக்குத் தேவையான தகவல்களை வழங்கிய தொல்லியல் ஆய்வுகள், ஆராய்ச்சி நூல்கள், வரலாற்று வலைதளங்கள் மற்றும் நூலக ஆதாரங்களுக்கு நான்

நன்றியுடன்கடமைப்பட்டுள்ளேன். மேலும், என்நண்பர்கள் மற்றும் சக பணியாளர்கள் வழங்கிய ஆலோசனைகள், திருத்தங்கள் மற்றும் ஊக்கமும் இந்தப் படைப்பை மேலும் செம்மைப்படுத்தியது.

இந்த நூலை வாசிக்கும் உங்களுக்கும் என் நன்றிகள் — உங்கள் ஆர்வமே இப்படைப்புகளுக்கு உயிர் கொடுக்கிறது.

இந்நூல் ஒருவரின் படைப்பு மட்டும் அல்ல; பலரின் பங்களிப்பால் உருவான நினைவுச் சின்னம்.

முன்னுரை

தமிழ்நாடு உலகின் தொன்மைச் சிறப்பை இன்னும் உயிரோடு தாங்கி நிற்கும் அரிய கலாச்சார மண்ணாகும். இங்கு வரலாறு என்பது கடந்த காலத்தில் மட்டும் முடங்கிப் போன ஒன்று அல்ல; அது மண்ணிலும், நினைவுச் சின்னங்களிலும், மக்களின் வாழ்விலும் இன்று வரை உயிருடன் திகழ்கிறது. "பழமையின் சுவடுகள் — தமிழகத்தின் 100 வரலாற்று இடங்கள்" என்ற இந்நூல், அந்த நிலைத்த பாரம்பரியத்தை தெளிவாகவும் சிந்திக்கத் தூண்டும் வகையிலும் வெளிப்படுத்தும் ஒரு சிறந்த முயற்சியாகும்.

முன் வரலாற்றுக் கால மனித வாழ்விடங்களிலிருந்து பிரமாண்டமான கற்காலக் கருவிகள், செப்பேடுகள், குடைவரைக் கோவில்கள், கல்வெட்டுகள், கோட்டைகள் மற்றும் அகழாய்விடங்கள் வரை பரந்து விரியும் நூறு முக்கிய தளங்களை இந்நூல் வாசகர்களுக்கு அறிமுகப்படுத்துகிறது. இத்தளங்கள் வெறும் இடங்களாக மட்டுமல்லாமல், மனித அறிவு, நம்பிக்கை, ஆட்சித் திறன் மற்றும் கலைநயம் ஆகியவற்றை வெளிப்படுத்தும் உயிர்ப்புள்ள வரலாற்றுச் சான்றுகளாக அமைகின்றன. தொல்லியல் ஆதாரங்களையும்

எளிய விளக்க முறையையும் இணைத்து, ஆசிரியர் வரலாற்றை அனைவரும் எளிதில் புரிந்துகொள்ளக்கூடிய வகையில் வழங்குகிறார்.

இந்த நூலின் முக்கிய தனிச்சிறப்பு, கடந்த காலத்தையும் நிகழ்காலத்தையும் இணைக்கும் அதன் திறனிலேயே உள்ளது. பாரம்பரியம் என்பது வெறும் ரசிப்பதற்கான ஒன்று அல்ல; அதை உணர்ந்து காப்பது நமது பொறுப்பு என்பதை இது நினைவூட்டுகிறது. வேகமாக மாறிவரும் இக்காலத்தில், இத்தகைய படைப்புகள் நம் பண்பாட்டு விழிப்புணர்வையும் அடையாள உணர்வையும் மேலும் வலுப்படுத்துகின்றன.

மாணவர்கள், ஆசிரியர்கள், ஆராய்ச்சியாளர்கள் மற்றும் வரலாற்றை நேசிக்கும் அனைவருக்கும் இந்நூல் பயனுள்ள வழிகாட்டியாக இருக்கும். இது பாரம்பரியமும் வரலாற்று ஆய்வும் சார்ந்த துறைக்கு வழங்கப்பட்ட ஒரு பாராட்டத்தக்க பங்களிப்பாகும்.

என்னுரை

“பழமையின் சுவடுகள் — தமிழகத்தின் 100 வரலாற்று இடங்கள்” என்ற இந்நூல், வரலாற்றை ஒரு சாதாரண பதிவாக அல்லாமல், மனித வாழ்க்கையின் ஆழமான பிரதிபலிப்பாக எடுத்துக்காட்டுகிறது. தமிழகத்தின் மண் முழுவதும் பரவியுள்ள கற்கள், குகைகள், குடைவரைக் கோவில்கள், கல்வெட்டுகள் ஆகியவை நம் முன்னோர்களின் அறிவு, திறமை மற்றும் வாழ்வியலை வெளிப்படுத்தும் மௌனச் சான்றுகளாக உள்ளன. இந்த மண்ணின் ஒவ்வொரு பகுதியிலும் ஒரு கதை மறைந்து கிடக்கிறது; அந்தக் கதைகளை உணர்ந்து பதிவு செய்ய வேண்டும் என்ற எண்ணமே இந்த நூலின் உருவாக்கத்திற்குக் காரணமாகும்.

இந்த நூல் ஒரு சாதாரண ஆய்வு அல்ல; அது ஒரு அனுபவப் பயணம். வாய்ப்பு கிடைத்த பல இடங்களை நேரில் பார்வையிட்டு, அங்குள்ள சான்றுகளை உணர்ந்து, அவற்றின் பின்னணி அர்த்தங்களை ஆராய்ந்துள்ளேன். பாறைகளில் பொறிக்கப்பட்ட எழுத்துகள், அகழாய்வில் கிடைத்த பொருட்கள், சிற்பங்களின் நுட்பம் ஆகியவை அனைத்தும் ஒன்றிணைந்து தமிழர் நாகரிகத்தின் உயிரோட்டத்தை வெளிப்படுத்துகின்றன. இந்த

அனுபவங்கள் என்னுடைய சிந்தனையை விரிவாக்கி, வரலாற்றை உயிருடன் காணச் செய்துள்ளன.

தமிழகம் தொன்மையும் நவீனமும் இணைந்து நிற்கும் தனிச்சிறப்புடைய மண்ணாகும். இங்கு பழமையான மரபுகளும், தற்போதைய வளர்ச்சியும் ஒன்றோடொன்று பின்னிப் பிணைந்துள்ளன. இந்த நிலத்தில் தலைமுறைகள் கடந்து வந்த பண்பாட்டு அடையாளங்கள் எவ்வளவு ஆழமாக பதிந்துள்ளன என்பதை இந்த நூல் வெளிக்கொணர்கிறது. வரலாறு என்பது வெறும் கடந்தகாலச் சம்பவங்களின் தொகுப்பு அல்ல; அது இன்றும் நம்முள் உயிரோடு வாழும் நினைவாகும் என்பதை இந்நூல் வலியுறுத்துகிறது.

ஒவ்வொரு வரலாற்று இடத்திலும் மனித வாழ்க்கையின் பல்வேறு அம்சங்கள் வெளிப்படுகின்றன. உழைப்பு, கலை, தொழில் நுட்பம், ஆன்மீக சிந்தனை, தியாகம் போன்ற பல கூறுகள் இவற்றில் ஒன்றிணைந்துள்ளன. இந்த மனிதநேய ஒளியே தமிழர் நாகரிகத்தின் நீடித்த அடையாளமாகும். இதை புதிய தலைமுறைக்கு எடுத்துச் செல்ல வேண்டும் என்பதே ஆசிரியரின் முக்கிய நோக்கமாகும்.

மேலும், இந்த நூல் உருவாக பல ஆராய்ச்சியாளர்கள், பழமையியல் நிபுணர்கள் மற்றும் உள்ளூர் மக்களின் பங்களிப்பு குறிப்பிடத்தக்கது. அவர்களின் அனுபவங்களும் வழிகாட்டுதல்களும் இந்த நூலுக்கு உண்மைத்தன்மையையும் ஆழத்தையும் வழங்குகின்றன.

“மண்ணை அறிந்தால் மரபை உணரலாம்; மரபை உணர்ந்தால் அடையாளம் நிலைபெறும்” என்ற சிந்தனையை மையமாகக் கொண்டு, இந்த நூல் வரலாற்றை உயிர்ப்பிக்கும் முயற்சியாக அமைந்துள்ளது. தமிழகத்தின் பெருமைமிகு நாகரிகத்தை உணர்ந்து காக்க வேண்டும் என்ற விழிப்புணர்வை இது உருவாக்குகிறது. இது வாசகர்களின் மனதில் நிலைத்துச் சென்று, அவர்களை தங்கள் வேர்களை உணரத் தூண்டும் ஒரு முக்கியமான படைப்பாக விளங்குவதே சான்றாகும்.

பொருளடக்கம்

I

கற்கால கருவிகள்

கற்காலக் கருவிகள் மனித வரலாற்றின் ஆரம்பத்தைப் பதிவு செய்யும் முக்கிய சான்றுகளாகும். மனிதனின் முதல் தொழில்நுட்ப சிந்தனையும் வாழ்வியல் முன்னேற்றமும் கற்களிலேயே பிரதிபலிக்கின்றன. தமிழ்நாடு, இந்தியாவின் தொன்மைமிக்க நாகரிக மையங்களில் ஒன்றாக இருந்து, மனிதன் இயற்கையுடன் போராடி வாழ்ந்த காலத்தின் சுவடுகளை இக்கருவிகள் மூலம் வெளிக்கொணர்கிறது.

கற்காலம் மனித அறிவின் வளர்ச்சியை வெளிப்படுத்தும் பல கட்டங்களாகப் பிரிக்கப்படுகிறது. கீழ்பழங்கற்காலம் *(கி.மு. 10 லட்சம்–1 லட்சம்)* காலத்தில் பெரிய கற்களால் செய்யப்பட்ட கைகோடாரி போன்ற கருவிகள் பயன்படுத்தப்பட்டன. இடைப்பழங்கற்காலம் *(கி.மு. 1 லட்சம்–40,000)* காலத்தில் சிறிய செதுக்குக் கருவிகள் உருவாக்கப்பட்டன. மேல்பழங்கற்காலம் *(கி.மு. 40,000–10,000)* காலத்தில் நுண்ணிய கற்களால் செய்யப்பட்ட மைக்ரோலித் கருவிகள் தோன்றின. இதன் பின்னர் இடைக்கற்காலம் மற்றும் புதிய கற்காலம்

ஆகியவற்றில் மனித வாழ்க்கையில் வேளாண்மை, குடியிருப்பு மற்றும் தொழில்நுட்ப வளர்ச்சி ஏற்பட்டது.

தமிழ்நாட்டில் பல்லாவரம், அதிரம்பாக்கம், குடியம், பரிக்குளம், சாத்தனூர் போன்ற இடங்களில் கற்காலக் கருவிகள் கண்டுபிடிக்கப்பட்டுள்ளன. இவை மனிதன் இயற்கையுடன் இணைந்து வாழ்ந்த திறனையும், தொழில்நுட்ப வளர்ச்சியின் ஆரம்ப நிலைகளையும் வெளிப்படுத்துகின்றன. கைகோடாரி, செதுக்கு கருவிகள், நுண்ணிய கற்கள் போன்றவை மனிதனின் தேவைகளுக்கேற்ப வடிவமைக்கப்பட்ட கருவிகளாகும்.

கற்கால மனிதன் குகைகளில் வாழ்ந்து, தீயைப் பயன்படுத்த கற்றுக்கொண்டு, வேட்டை மற்றும் பின்னர் வேளாண்மை வாழ்க்கையைத் தொடங்கினான். அவன் உணவாக விலங்குகளையும் தாவரங்களையும் பயன்படுத்தியதுடன், குழுவாக வாழும் சமூக அமைப்பையும் உருவாக்கினான். கல் வடிவமைப்பு மற்றும் கைவினைத் திறன் ஆகியவை நாகரிக வளர்ச்சியின் அடித்தளமாக அமைந்தன.

தமிழ்நாட்டில் தொல்லியல் ஆய்வுகளை தமிழ்நாடு தொல்லியல் துறை, இந்திய தொல்லியல் ஆய்வு, மற்றும் பல ஆராய்ச்சி மையங்கள் மேற்கொண்டு வருகின்றன. ராபர்ட் ப்ரூஸ் ஃபூட் போன்ற ஆய்வாளர்களின் பங்களிப்புகள், தமிழ்நாட்டின் தொன்மையை உலகிற்கு அறிமுகப்படுத்தின.

மொத்தத்தில், கற்காலக் கருவிகள் மனித பரிணாம வளர்ச்சியையும் தமிழ்நாட்டின் தொன்மையையும் ஒரே நேரத்தில் வெளிப்படுத்துகின்றன. இவை மனிதனின் முதல் தொழில்நுட்ப முயற்சிகளையும் அறிவியல் சிந்தனையின் ஆரம்பத்தையும் காட்டும் முக்கிய சான்றுகளாகும். தமிழ்நாடு, மனித வரலாற்றின் தொன்மை அடித்தளத்தை தாங்கியுள்ள முக்கியப் பகுதி என்பதை இவை உறுதிப்படுத்துகின்றன.

வாருங்கள் ஒவ்வொரு தளங்களாக பார்க்கலாம்.

1

அதிரம்பாக்கம்

அத்திரம்பாக்கம் என்பது தொல்பழங்கால மனிதர்கள் வாழ்ந்த ஒரு முக்கியமான இடமாகும். பல லட்சக்கணக்கான ஆண்டுகளுக்கு முன்பு, இங்கு வாழ்ந்த மக்கள் கற்கருவிகளை பயன்படுத்தி வேட்டையாடி, உணவைச் சேகரித்து வாழ்ந்தனர். அவர்கள் விவசாயம் செய்வதையும், மாடுகளை வளர்ப்பதையும், மண், செங்கல், சுண்ணாம்பு போன்றவற்றைப் பயன்படுத்துவதையும் அறிந்திருக்கவில்லை.

இந்தப் பழமையான மக்களின் சான்றுகள் இன்றும் மண்ணுக்குள் புதைந்து கிடைக்கின்றன. இதனால், அத்திரம்பாக்கம் உலகின் முக்கியமான தொல்பழங்காலத் தளங்களில் ஒன்றாகக் கருதப்படுகிறது. இது சென்னை நகரத்திலிருந்து வடக்கே சுமார் 60 கிலோமீட்டர் தொலைவில் அமைந்துள்ளது. இப்பகுதியில் தற்போது கொசஸ்தலையாறு பாய்கிறது.

இங்கு கற்கருவிகள் தயாரிக்க ஏற்ற கற்கள் அதிகமாகக் கிடைக்கின்றன. 19ஆம் நூற்றாண்டில் ராபர்ட் புரூஸ் ஃபூட்

மற்றும் வில்லியம் கிங் ஆகிய ஆய்வாளர்களால் இந்த இடம் கண்டுபிடிக்கப்பட்டது. பின்னர் கே.டி. பானர்ஜி மற்றும் சாந்தி பப்பு போன்ற அறிஞர்கள் இங்கு அகழாய்வுகளை மேற்கொண்டனர்.

அகழாய்வு என்பது பழமையான இடங்களை முறையாக தோண்டி, கிடைக்கும் பொருட்களை பதிவு செய்து, சேகரித்து ஆய்வு செய்வதாகும். சாந்தி பப்பு மேற்கொண்ட ஆய்வுகளின் அடிப்படையில், இந்த இடம் சுமார் 15 இலட்சம் ஆண்டுகளுக்கும் மேலான பழமையானது என்று கண்டறியப்பட்டுள்ளது.

இங்கு நடைபெற்ற அகழாய்வுகளில் கீழைப் பழங்கற்காலம், இடைப் பழங்கற்காலம், மேலைப் பழங்கற்காலம் மற்றும் இடைக்கற்காலம் (நுண்கற்கருவிக் காலம்) ஆகிய காலங்களுக்கு உட்பட்ட சான்றுகள் கண்டுபிடிக்கப்பட்டுள்ளன.

இந்தப் பகுதியில், ஆற்றுப்படுகை அருகே கிடைக்கும் குவார்ட்சைட் எனப்படும் உருமாறிய கற்களை மக்கள் கற்கருவிகள் செய்ய பயன்படுத்தினர். அவை கிடைக்காத இடங்களில் மணற்கல் மற்றும் கிரானைட் போன்ற கற்களையும் பயன்படுத்தினர்.

அவர்கள் தயாரித்த முக்கிய கருவி ‘கைக்கோடரி’ என அழைக்கப்படுகிறது. இதற்கு ‘அச்சூலியன் கருவி’ என்றும் பெயர் உண்டு. இந்த கருவிகள் வெட்டுவதற்கும், நிலத்தில் குழி தோண்டுவதற்கும் பயன்படுத்தப்பட்டன.

இந்தக் கருவிகள் கற்களை நுட்பமாக செதுக்கி உருவாக்கப்பட்டவை. மேலும், ‘கிளீவர்’ போன்ற கூர்மையான வெட்டுக் கருவிகளையும், பின்னர் பல்வேறு பிற கருவிகளையும் அவர்கள் பயன்படுத்தினர்.

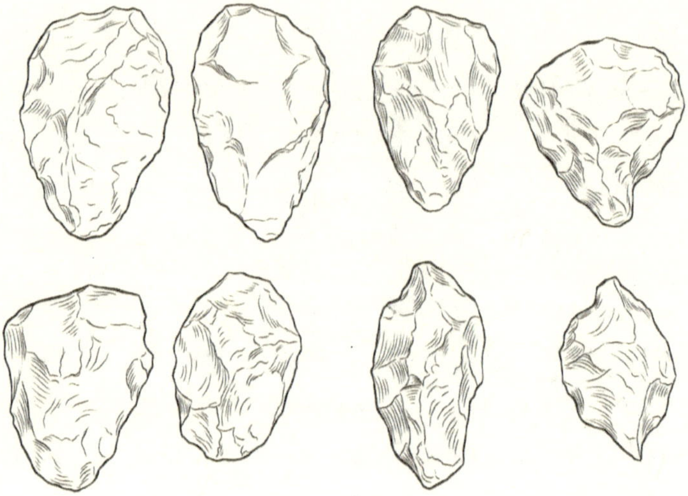

2

குடியம்

இந்த இடம் இந்தியாவில் மிகவும் முக்கியமான பழங்கற்கால மனிதர்களின் வாழ்விடங்களில் ஒன்றாகக் கருதப்படுகிறது. இது ஒரு குகையை மையமாகக் கொண்ட பகுதி ஆகும். அந்தக் குகையில் பழங்கற்கால மனிதர்கள் வாழ்ந்ததற்கான பல தொல்லியல் சான்றுகள் கண்டுபிடிக்கப்பட்டுள்ளன. இத்தகைய குகை வாழ்விடங்கள் இந்தியாவில் மிகவும் அரிதாகவே காணப்படுகின்றன.

இந்த இடம் சென்னைக்கு வடமேற்கே சுமார் 60 கிலோமீட்டர் தொலைவில் அமைந்துள்ளது. இது திருவள்ளூர் மாவட்டத்தில், பூண்டி நீர்த்தேக்கத்திற்கு அருகில் உள்ளது. இந்த இடத்தை ராபர்ட் புரூஸ் பூட் மற்றும் வில்லியம் கிங் ஆகியோர் கண்டுபிடித்து ஆய்வு செய்தனர். பின்னர் 1962-63 மற்றும் 1963-64 ஆண்டுகளில் இந்திய அரசின் தொல்லியல் துறையால் இங்கு அகழாய்வு நடத்தப்பட்டது.

இந்த அகழாய்வுகளில் பழங்கற்கால மனிதர்கள் இங்கு வாழ்ந்ததற்கான பல சான்றுகள் வெளிச்சத்துக்கு வந்துள்ளன. இயற்கை சீற்றங்களிலிருந்து தங்களை பாதுகாத்துக்கொள்ள, மனிதர்கள் இயற்கையாக உருவான குகைகளைப் பயன்படுத்தினர் என்பதற்கான தெளிவான சான்றாக இந்த இடம் விளங்குகிறது.

இங்கு பழங்கற்கால மனிதர்கள் பயன்படுத்திய கற்கருவிகளும் கண்டுபிடிக்கப்பட்டுள்ளன. குறிப்பாக, அச்சூலியன் காலத்திற்கு பிந்தைய இடைப் பழங்கற்கால கருவிகள், பின்னர் நுண்கருவி தொழில்நுட்பமாக மாறியதற்கான அடையாளங்களும் இங்கு காணப்படுகின்றன.

இந்தப் பகுதியில் மொத்தம் 16 பாறை மறைவிடங்கள் உள்ளன. அவற்றில் இரண்டில் மட்டும் பழங்கற்கால சான்றுகள் தெளிவாகக் கண்டறியப்பட்டுள்ளன.

அவற்றில் மிகப்பெரியது “மனச்சம்மன்” குகை ஆகும். இந்தக் குகை சுமார் 100 அடி உயரமுடையது. இதில் ஒரே நேரத்தில் சுமார் 100 பேர் தங்கக்கூடிய பரப்பளவு உள்ளது. இன்றும் அந்தப் பகுதி மக்கள் பௌர்ணமி நாளில் இக்குகையில் உள்ள மனச்சம்மனை வழிபடுகின்றனர்.

1962-63 மற்றும் 1963-64 ஆண்டுகளில் நடைபெற்ற அகழாய்வுகள் மூலம், கற்கருவி தயாரிப்பு தொழில்நுட்பம் காலப்போக்கில் எவ்வாறு மேம்பட்டது என்பதும் தெளிவாக அறியப்பட்டுள்ளது. இங்கு கைக்கோடாரிகள், கிழிப்பான்கள், வெட்டிகள் மற்றும் சுரண்டிகள் போன்ற பல்வேறு கருவிகள் கண்டுபிடிக்கப்பட்டுள்ளன.

3

சாத்தனூர்

சாத்தனூர் கல்மரம் பெரம்பலூர் மாவட்டத்தின் ஆலத்தூர் ஊராட்சி ஒன்றியத்தில் உள்ள சாத்தனூர் கிராமத்தில் அமைந்துள்ளது. இந்த ஊர் தேசிய கல்மரப் பூங்காவால் பிரபலமானது. இது பெரம்பலூர் நகரத்திலிருந்து சுமார் 23 கிலோமீட்டர் தொலைவில் உள்ளது. இந்த முக்கியமான இடத்தை இந்திய புவியியல் ஆய்வு மையத்தைச் சேர்ந்த புகழ்பெற்ற புவியியலாளர் டாக்டர் எம். எஸ். கிருஷ்ணன் அவர்கள் 1940 ஆம் ஆண்டு கண்டுபிடித்தார்.

இந்த கல்மரம் சுமார் 120 மில்லியன் ஆண்டுகள் பழமையானதாகக் கருதப்படுகிறது. இது அந்தப் பகுதி ஒருகாலத்தில் கடலால் மூடப்பட்டிருந்தது என்பதற்கான முக்கிய சான்றாகும். புவியியல் ஆய்வுகளின்படி, இன்று சாத்தனூருக்கு கிழக்கே சுமார் 100 கிலோமீட்டர் தொலைவில் உள்ள கடல், சுமார் 12 கோடி ஆண்டுகளுக்கு முன்பு இப்பகுதிக்கு மிக அருகில், மேற்கே 8 முதல் 10 கிலோமீட்டர் வரையிலும் பரவியிருந்ததாகத் தெரிகிறது.

க்ரிடேஷியஸ் (*Cretaceous*) காலத்தில், இன்றைய கடலில் காணப்படும் உயிரினங்களைப் போல பலவிதமான உயிரினங்கள் அக்காலத்தில் வாழ்ந்தன. அவை இறந்தபின், ஆறுகளால் கொண்டு வரப்பட்ட மணல் மற்றும் களிமண் அடுக்குகளின் கீழ் புதையுண்டு கடலடியில் தேங்கின.

அதேபோல், கடலோர பகுதிகளில் வளர்ந்த மரங்களும் வெள்ளப்பெருக்கால் அடித்து செல்லப்பட்டு கடலுக்குள் மூழ்கின. காலப்போக்கில் அவை மணல் அடுக்குகளால் மூடப்பட்டு கல்லுருவாக (*fossil*) மாறின.

இங்கு காணப்படும் பெரிய கல்மரம் சுமார் 10 கோடி ஆண்டுகளுக்கு முற்பட்டதாகவும், திருச்சிராப்பள்ளி பகுதியின்பாறைஅமைப்புகளுடன்தொடர்புடையதாகவும் கருதப்படுகிறது. இந்த மரம் பூக்கும் தாவரங்களான "ஆஞ்சியோஸ்பெர்ம்ஸ்" தோன்றுவதற்கு முன்பு இருந்த "கோனிபர்ஸ்" வகையைச் சேர்ந்ததாகும்.

இங்கு காணப்படும் கல்மரம் சுமார் 18 மீட்டர் நீளமுடையது. இதுபோன்ற கல்லுருவான மரங்கள் வரகூர், அனைப்பாடி, அலுந்தளிப்பூர், சாரதாமங்கலம் போன்ற அருகிலுள்ள பகுதிகளிலும், குறிப்பாக நீரோடை பகுதிகளில் சில மீட்டர் நீளத்தில் காணப்படுகின்றன.

இந்த கல்மரத்தைப் பற்றிய முதல் அறிவியல் தகவலை 1940 ஆம் ஆண்டு டாக்டர் எம். எஸ். கிருஷ்ணன் அவர்கள் வெளியிட்டார்.

4

பரிக்குளம்

பரிக்குளத்தில் நடைபெற்ற அகழாய்வுகளில், கற்கருவிகள் தயாரிக்கப்பட்ட ஒரு தொழில்நிலையம்இருந்தது கண்டறியப்பட்டுள்ளது. இங்கு கிடைத்த கருவிகள் சுமார் இரண்டு லட்சம் ஆண்டுகள் பழமையானவை என அறியப்பட்டுள்ளது. மேலும், குதிரையின் பற்களும் கண்டுபிடிக்கப்பட்டுள்ளன. இதனால், அந்தக் காலத்தில் இப்பகுதியில் குதிரைகளும் வாழ்ந்ததாக கருதப்படுகிறது.

பரிக்குளம் திருவள்ளூர் மாவட்டத்தில், பூண்டிக்கு தென்மேற்கே சுமார் 10 கிலோமீட்டர் தொலைவில் அமைந்துள்ளது. இப்பகுதியின் தெற்கில் காணப்படும் செம்மண் சரளைக்கல் படிவு (Laterite Gravel Deposit), சுமார் 5 இலட்சம் ஆண்டுகளுக்கு முன் பிளைஸ்டோசின் காலத்தில் உருவானது. இங்கு நான்கு விதமான மண் அடுக்குகள் தெளிவாகக் காணப்படுகின்றன: சிதைந்த சரளைக்கல், சிறு கற்களுடன் கூடிய சரளைக்கல், பெரிய கற்களுடன் கூடிய சரளைக்கல் மற்றும் கெட்டியான களிமண் (ஸ்ரீபெரும்புதூர் அல்லது ஆவடி ஷேல்).

அகழாய்வில், அபிவில்லியன் மற்றும் அச்சூலியன் பண்பாட்டைச் சேர்ந்த இரண்டு வகையான பழைய கற்கால கருவிகள் கண்டுபிடிக்கப்பட்டுள்ளன. அபிவில்லியன் கைக்கோடாரிகள் பிரான்ஸ் நாட்டின் அபிவில்லி பகுதியின் பெயரால் அழைக்கப்படுகின்றன. இவை குறைந்த வேலைப்பாடுடன், சில்லுகள் ஆழமாகப் பெயர்க்கப்பட்ட எளிய வடிவில் காணப்படுகின்றன. அச்சூலியன் கைக்கோடாரிகள் அதிக வேலைப்பாடுகளுடன், அழகான இலை வடிவில் உருவாக்கப்பட்டுள்ளன.

இந்த வகை கருவிகள் முதலில் பிரான்ஸ் நாட்டின் அச்சூல் பகுதியில் 1836ஆம் ஆண்டு பௌச்சர் என்பவரால் கண்டறியப்பட்டன. பரிக்குளம் அகழாய்வில் மொத்தம் 243 கற்கருவிகள் சேகரிக்கப்பட்டு, அவை வகைப்படுத்தப்பட்டு பட்டியலிடப்பட்டுள்ளன. நீண்ட காலம் மண்ணில் இருந்ததால், அவற்றின் மேற்பரப்பில் மாற்றங்கள் ஏற்பட்டுள்ளன. இக்கருவிகள் வரலாற்று முக்கியத்துவம் வாய்ந்தவை.

மேலும், கைக்கோடாரி, இதய வடிவ கைக்கோடாரி, முக்கோண கைக்கோடாரி, வெட்டுக்கத்தி *(Cleaver)*, சுரண்டி *(Scraper)*, சிறிய வெட்டுக் கருவி, கூர்முனைக் கருவி *(Point)*, வட்ட வடிவ கருவி *(Ovate)*, கல் சுத்தி போன்ற பல்வேறு கருவிகள் இங்கு கண்டுபிடிக்கப்பட்டுள்ளன.

இந்தக் கருவிகளில் அதிக அளவில் சில்லுகள் பெயர்த்து உருவாக்கப்பட்டுள்ளதால், பரிக்குளம் பழங்காலத்தில்

கற்கருவிகள் தயாரிக்கும் முக்கிய தொழில்நிலையமாக இருந்திருக்க வேண்டும் என்று கருதப்படுகிறது.

இந்தஅகழாய்வுதமிழ்நாடுஅரசுதொல்லியல்துறையால் 2005–2006ஆம் ஆண்டுகளில் மேற்கொள்ளப்பட்டது. தொல்லியல் அறிஞர் சாந்தி பப்பு அவர்கள், இப்பகுதியின் பழங்கற்கால வரலாறு சுமார் 5 இலட்சம் ஆண்டுகளுக்கு முன் செல்லும் எனக் கூறியுள்ளார்.

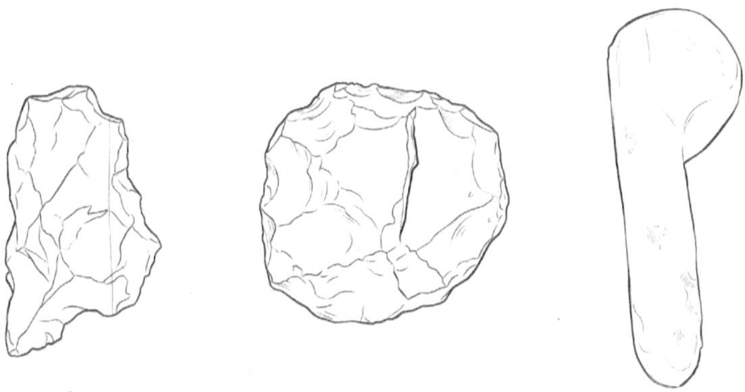

5

பல்லாவரம்

புகழ்பெற்ற நிலவியல் ஆய்வாளரான ராபர்ட் புரூஸ் பூட் *1863* ஆம் ஆண்டு சென்னைக்கு அருகிலுள்ள பல்லாவரத்தில் சில கற்கருவிகளை கண்டுபிடித்து, அவை கற்கால மக்களின் ஆயுதங்கள் எனக் கூறினார். இதைத் தொடர்ந்து இந்திய ஆய்வாளர்களும் பல இடங்களில் களஆய்வுகள் மேற்கொண்டு தங்களது கண்டுபிடிப்புகளை வெளியிட்டனர். ராபர்ட் புரூஸ் பூட், பர்கிட், எச். டி. சங்காலியா, வி.டி. கிருஷ்ணசாமி போன்ற பலர் இந்த ஆய்வுகளில் ஈடுபட்டனர். இக்கண்டுபிடிப்புகள் அனைத்தும் பழைய கற்காலத்தைச் சேர்ந்தவை என்பதும் தெளிவானது.

குடியம் குகைப் பகுதியில் சுமார் *30* இடங்களில் கல்லாயுதங்கள் கண்டுபிடிக்கப்பட்டுள்ளன. அங்கு அகழாய்வுகளும்மேற்கொள்ளப்பட்டுள்ளன.தமிழ்நாட்டில் கற்கருவிகள் தயாரிக்கும் தொழிற்பட்டறைகளும், மனிதர்கள் வாழ்ந்த இடங்களும் இருந்தமை இதன் மூலம் உறுதிப்படுத்தப்பட்டுள்ளது. இவை சுமார் இரண்டு லட்சம் ஆண்டுகள் பழமையானவை.

1863 ஆம் ஆண்டு மே 31 அன்று, பல்லாவரத்தில் ராபர்ட் புரூஸ் பூட் அகழாய்வு மேற்கொண்டார். மண்ணியல் நிபுணராக இருந்த அவர், தனது துறையுடன் தொடர்புடைய ஆய்வாக இதை செய்தார். அப்போது வேட்டையாடவும், பிற வேலைகளுக்கும் பயன்படுத்தப்பட்ட கைக்கோடரியை கண்டுபிடித்தார். இது தெற்காசியாவில் முதன்முதலாக கண்டுபிடிக்கப்பட்ட கைக்கோடரி எனக் கருதப்படுகிறது. அவருக்கு அவரது நண்பர் வில்லியம் கிங் துணையாக இருந்தார்.

சென்னை, மைசூர், ஐதராபாத், பரோடா போன்ற பகுதிகளில் அவர் சேகரித்த தொல்பொருட்கள் 1904 ஆம் ஆண்டு சென்னை அருங்காட்சியகத்தால் வாங்கப்பட்டு, தனி காட்சியறையில் வைக்கப்பட்டன.

பல புதிய தகவல்களை வெளிக்கொணர்ந்து, தொல்லியல் துறையில் பல சிக்கல்களுக்கு தீர்வு கண்டதால், ராபர்ட் புரூஸ் பூட் "இந்திய தொல்பழங்காலத்தின் தந்தை" என அழைக்கப்பட்டார். அவர் 1912 ஆம் ஆண்டு டிசம்பர் 29 அன்று மரணமடைந்தார். இந்திய நாகரிக வரலாறு பல லட்சம் ஆண்டுகளுக்கு முன் தொடங்கியது என்பதை உலகிற்கு முதன்முதலாக எடுத்துக்காட்டிய பெருமை இவருக்கே உரியது.

சமீப காலங்களில் இப்பகுதியில் மீண்டும் அகழாய்வுகள் மேற்கொள்ளப்பட்டன. அவற்றில் சில இடங்களில் உடைந்த நிலையில் முதுமக்கள் தாழிகள் கண்டுபிடிக்கப்பட்டன. அம்பேத்கர் விளையாட்டு திடல் பகுதியில் மேற்கொண்ட

ஆய்வில், சுடுமணால் செய்யப்பட்ட ஒரு பழங்கால முதுமக்கள் தாழி கண்டுபிடிக்கப்பட்டது. அது சுமார் ஒன்றரை அடி அகலமும், 6 அடி நீளமும் கொண்டதாக இருந்தது. அதன் அடிப்பகுதியில் 1 அடி உயரத்தில் 12 கால்கள் போன்ற அமைப்புகள் மணலால் செய்யப்பட்டிருந்தன.

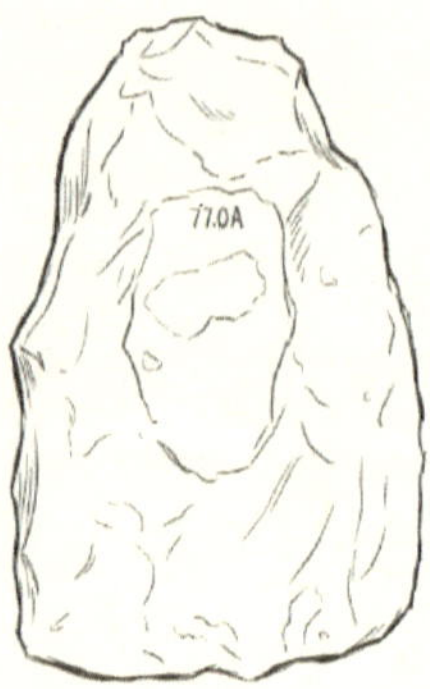

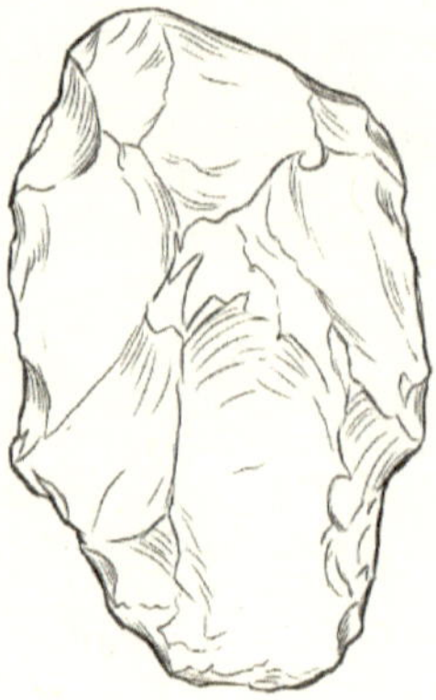

II

கற்திட்டைகள், நினைவுத்தூண்கள்

பெருங்கற்காலம் என்பது பெரிய கற்களைக் கொண்டு அமைப்புக்களை மக்கள் உருவாக்கிய காலப் பகுதியைக் குறிக்கும். இத்தகைய அமைப்புக்கள் பெரும்பாலும் இறந்தவர்களுடைய புதை குழிகளின் மேல் அமைக்கப்பட்டன. இவ்வாறான அமைப்புக்கள் உலகம் முழுவதிலும் பல்வேறு இனங்களைச் சார்ந்த மக்களால், பல்வேறு காலகட்டங்களில் கட்டப்பட்டன. இவ்வாறான பெருங்கல் நினைவுச் சின்னங்களை அமைத்த காலம் புதிய கற்காலத்திலும், செம்புக்காலம், வெண்கலக்காலம் உள்ளிட்ட அதனைத் தொடர்ந்து வந்த காலப் பகுதிகளிலும் மக்கள் அமைத்தனர். இதனால் இக்காலத்தைப் பெருங்கற்காலம் எனலாம் எனச் சிலர் கருதுகின்றனர்.

இக்காலத்தைச் சேர்ந்த பெருங்கல் அமைப்புக்கள் கற்பதுக்கை *(cist)*, கற்கிடை *(dolmen)*, கற்குவை *(cairn)*, பரல் உயர் பதுக்கை *(cairn circle)*, தொப்பிக்கல் *(hood stone)*, குடைக்கல் *(umbrella stone)*, நெடுநிலை நடுகல் *(menhir)* எனப் பல வகைகளாக உள்ளன.

தமிழகத்தில் பெருங்கற்காலம் கி.மு. 1000 - 300 வரை நிலவியது. இக்காலத்திலேயே வேளாண்மையும், நிலத்திற்கான போர்களும் பெரிதும் நடந்தன. பெருங்கற்கால ஈமச்சின்னங்களைப் பற்றிய குறிப்புகள் சங்க இலக்கியங்கள் முழுவதும் விரவிக் கிடக்கின்றன. அவற்றுள் ஒன்றான குறிப்பிடத்தக்க ஈமச்சின்னமான நடுகல் பற்றிய பாடல்கள் எண்ணிக்கையில் அதிகம் காணப்படுகின்றன. பெருங்கற்கால ஈமச்சின்ன வகைகளுள் ஒன்றான நடுகல் தொடர்ந்து கி.பி.18 ஆம் நூற்றாண்டு வரை தொடர்ந்து மக்களால் கடைபிடிக்கப்பட்டு வந்தது என்பது குறிப்பிடத்தக்கது. போரில் இறந்தால் அவ்வீரர்களுக்கு நடுகல் நட்டு வணங்கி வழிபட்டனர். சங்க இலக்கியங்களில் கூறப்பட்டுள்ள நடுகல் பற்றிய செய்திகள் அனைத்தும் போரில் வீரமரணம் அடைந்த வீரர்கள் நினைவைப் போற்றி வணங்குவதற்காக நடப்பட்டக் கற்களைப் பற்றியதாகவே உள்ளன.

6

கங்கலேரி

கிருஷ்ணகிரி மாவட்டத்தில் கங்கலேரி எனும் இடத்தில் மிகவும் பழமையானதும் பிரம்மாண்டமானதும் ஆன கற்திட்டைகள் இடுதுளையுடன் காணப்படுகின்றன. இவற்றின் மேற்பலகைக் கற்கள் சுமார் ஐந்து டன்னுக்கும் அதிக எடையுடையவை.

கற்திட்டைகள் என்பது இறந்தவர்களின் உடலை தாழியிலோ அல்லது எலும்புகளை பேழையில் வைத்து புதைத்து, அதன் சுற்றிலும் நான்கு பக்கங்களிலும் சுவர் அமைத்து, மேலே ஒரு பெரிய கல் பலகையை வைத்து மூடும் அமைப்பாகும். இந்த அமைப்பில் நான்கு சுவர்களில் ஒரு பக்கத்தில் மட்டும் வட்ட வடிவிலான துளை இருக்கும். அந்த துளை "இடுதுளை" என்று அழைக்கப்படுகிறது.

கங்கலேரி பகுதியில் இப்படியான கற்திட்டைகள் அதிகமாக இருந்துள்ளன. ஒருகாலத்தில் இங்கு அதிககற்திட்டைகள் கொண்ட ஒரு இடுகாடு இருந்ததாகக் கூறப்படுகிறது. ஆனால் தற்போது அவற்றில் பெரும்பாலானவை சேதமடைந்து அழிந்துவிட்டன.

இப்போது உள்ள கற்திட்டைகளில் இரண்டு மட்டுமே எஞ்சியுள்ளன. அவற்றில் ஒன்றே நல்ல நிலையில் உள்ளது; மற்றொன்று சிதைந்த நிலையில் காணப்படுகிறது.

7

குமரிக்கல்பாளையம்

திருப்பூர் மாவட்டம் குன்னத்தூர் அருகே உள்ள குமரிக்கல்பாளையம் என்ற சிறிய கிராமம், சமீபகாலங்களில் வரலாற்று முக்கியத்துவம் வாய்ந்த இடமாக மாறியுள்ளது. இங்கு இந்தியாவிலேயே மிக உயரமான நடுகல் ஒன்று கண்டுபிடிக்கப்பட்டுள்ளது என்பது பெருமைக்குரிய செய்தியாகும்.

இந்த நடுகல் சுமார் 2,300 ஆண்டுகள் பழமையானது என்று ஆய்வாளர்கள் கருதுகின்றனர். 30 அடி உயரமும், 6 அடி அகலமும் கொண்ட இந்த கல், சுமார் 10 டன் எடையுடையதாக மதிப்பிடப்பட்டுள்ளது. அதன் பிரம்மாண்டமான தோற்றம், அந்த கால மக்களின் திறமை மற்றும் தொழில்நுட்ப அறிவை வெளிப்படுத்துகிறது.

பண்டைய காலங்களில், போரில் வீரமரணம் அடைந்தவர்களை நினைவுகூரும் வகையில் இத்தகைய நடுகற்கள் நிறுவப்பட்டன. குமரிக்கல்பாளையத்தில் கண்டுபிடிக்கப்பட்ட இந்த நடுகலும் அதே நோக்கத்திற்காக அமைக்கப்பட்டதாக நம்பப்படுகிறது. இது பெருங்கற்கால

ஈமச்சின்னங்களில் ஒன்றான "நெடுங்கல்" வகையைச் சேர்ந்ததாகும்.

திருப்பூர் மாவட்டத்தின் ஊத்துக்குளி வட்டத்தில் அமைந்துள்ள இந்த இடம், வரலாறு மற்றும் தொல்லியல் ஆர்வலர்களுக்கு முக்கியமான தளமாக உருவெடுத்து வருகிறது. 2016 ஆம் ஆண்டு இந்த நடுகல் கண்டறியப்பட்டதன் மூலம், அந்தப் பகுதியின் பண்டைய பண்பாட்டு மரபுகள் மீண்டும் வெளிச்சத்துக்கு வந்துள்ளன.

இந்த கண்டுபிடிப்பு, நம் முன்னோர்களின் வீரத்தையும் வாழ்க்கை முறையையும் புரிந்துகொள்ள உதவும் முக்கிய ஆதாரமாக திகழ்கிறது.

8

சானூர்

காஞ்சிபுரம் மாவட்டத்தில் அமைந்துள்ள சானூர், பெருங்கற்காலம் மற்றும் ஆரம்ப வரலாற்றுக் காலத்தைச் சேர்ந்த முக்கியமான தொல்லியல் தளமாகும். செங்கற்பட்டிலிருந்து திருச்சி செல்லும் நெடுஞ்சாலையில் சுமார் 25 கிலோமீட்டர் தொலைவில் அமைந்துள்ள இந்த பகுதி, சிறிய மலைகளால் சூழப்பட்ட இயற்கைச் சூழலை கொண்டுள்ளது.

சானூரின் சிறப்பு என்னவெனில், இங்கு நூற்றுக்கணக்கான ஈமச்சின்னங்கள் காணப்படுகின்றன. இது ஒருகாலத்தில் மிகப்பெரிய ஈமக்காடாக இருந்திருக்கலாம் என்பதை உணர்த்துகிறது. இந்திய அரசின் தொல்லியல் ஆய்வுத்துறை இங்கு பல அகழாய்வுகளை மேற்கொண்டு, முக்கியமான வரலாற்றுத் தகவல்களை வெளிக்கொணர்ந்துள்ளது. இதன் அடிப்படையில், சானூர் ஒரு பாதுகாக்கப்பட்ட மரபுச் சின்னத் தளமாக அறிவிக்கப்பட்டுள்ளது.

இப்பகுதியில் பெருங்கற்காலத்தைச் சேர்ந்த கல்வட்டங்கள் மற்றும் கற்திட்டைகள் அதிகமாக காணப்படுகின்றன. குறிப்பாக, கற்பதுக்கைகள் மிகவும் வித்தியாசமான அமைப்பில் உள்ளன. இவை பெரிய பாறைகள் கொண்டு நாற்புறமும் சுவர் போல் அமைக்கப்பட்டு, ஒரு அறையைப் போல வடிவமைக்கப்பட்டுள்ளன. மேலே மூடுகற்கள் வைத்து மூடப்பட்டுள்ள இந்த அமைப்புகளின் உள்ளே சுடுமண் ஈமப் பேழைகள் காணப்படுகின்றன.

அகழாய்வுகளில் இருந்து மனித எலும்புகள், இரும்பு ஆயுதங்கள் மற்றும் பலவிதமான பொருட்கள் கிடைத்துள்ளன. அம்பு முனை, ஈட்டி முனை, கத்தி, அரிவாள், தூண்டில் போன்ற இரும்பு பொருட்கள் அக்கால மக்களின் வாழ்க்கை முறையை வெளிப்படுத்துகின்றன. மேலும், சங்கால் செய்யப்பட்ட காதணிகள், மணிகள், கல்மணிகள் மற்றும் பலவிதமான பானைகள் கண்டெடுக்கப்பட்டுள்ளன. கருப்பு-சிவப்பு நிற பானைகள் மற்றும் அவற்றில் காணப்படும் குறியீடுகள் அக்கால எழுத்து அல்லது குறியீட்டு முறைகளை எடுத்துக்காட்டுகின்றன.

இந்தத் தொல்பொருட்கள் மூலம் சானூரில் வாழ்ந்த மக்கள் கால்நடைகளை வளர்த்ததோடு, குதிரையையும் பயன்படுத்தியுள்ளனர் என்பது தெரியவருகிறது. அவர்கள் சமூக மற்றும் பொருளாதார ரீதியாக முன்னேற்றம் அடைந்திருந்தனர் என்பதையும் இந்த ஆய்வுகள் காட்டுகின்றன.

மேலும், இங்கு கிடைத்த தொல்பொருட்களின் அடிப்படையில், சானூரில் மக்கள் கி.மு. 3ஆம் நூற்றாண்டளவில் வாழ்ந்துள்ளனர் என்று அறியப்படுகிறது. இதனால், சானூர் தமிழகத்தின் பழமையான வரலாற்றை அறிய உதவும் முக்கியமான தொல்லியல் தளமாக விளங்குகிறது.

9

சிங்காரிபாளையம்

திருப்பூர் மாவட்டம் தாராபுரம் வட்டத்தில் உள்ள சிங்காரிபாளையம் என்ற கிராமம், சமீபத்தில் தொல்லியல் முக்கியத்துவம் வாய்ந்த இடமாக கவனம் பெற்றுள்ளது. இங்கு சங்கிலிகருப்பண்ணசாமி கோயில் அருகில் பெருங்கற்காலத்தைச் சேர்ந்த நெடுங்கல் ஒன்று கண்டறியப்பட்டுள்ளது.

நெடுங்கல் என்பது பெருங்கற்கால ஈமச்சின்னங்களுள் ஒன்றாகும். பழங்காலத்தில், ஒரு குடியின் தலைவன் அல்லது வீரன் போரில் வீரமரணம் அடைந்தால், அவரை நினைவுகூரும் வகையில் இத்தகைய உயரமான கற்கள் நிறுவப்பட்டன. இவை நீண்ட மற்றும் உயரமான அமைப்பைக் கொண்டதால் “நெடுங்கல்” என அழைக்கப்படுகின்றன.

கொங்குநாடு பகுதிகளில் இவ்வகையான நெடுங்கற்கள் பரவலாகக் காணப்படுகின்றன. சிங்காரிபாளையத்தில் கண்டுபிடிக்கப்பட்ட இந்த நெடுங்கலும் அந்த மரபின் ஓர் எடுத்துக்காட்டாகும்.

இது அந்தப் பகுதியின் பழமையான சமூக அமைப்பு மற்றும் வீர மரபுகளை வெளிப்படுத்துகிறது.

இப்பகுதியில் முன்பு இருந்த கல்வட்டங்கள் தற்போது சிதைந்து காணப்படுகின்றன. இருந்தாலும், இந்த நெடுங்கல் இன்று வரை மக்களின் நம்பிக்கையில் இடம்பிடித்துள்ளது. தற்போது இது "சங்கிலி கருப்பண்ணசாமி" என்ற பெயரில் வழிபாட்டுத் தலமாகவும் மாறியுள்ளது என்பது குறிப்பிடத்தக்கது.

இந்த இடம் குண்டடம் அருகில் அமைந்துள்ளதால், உள்ளூர் மக்களிடையே இது ஒரு பாரம்பரிய மற்றும் ஆன்மீக முக்கியத்துவம் கொண்ட இடமாக விளங்குகிறது. மேலும், இந்த நெடுங்கல் தொடர்பான தகவல்கள் மற்றும் ஒளிப்படங்கள் தமிழ் இணையக் கல்விக் கழகத்தின் மூலம் பதிவு செய்யப்பட்டுள்ளன.

இந்த கண்டுபிடிப்பு, நம் முன்னோர்களின் வீரத்தையும் அவர்களின் வாழ்க்கை முறையையும் புரிந்துகொள்ள உதவும் முக்கியமான ஆதாரமாக திகழ்கிறது.

10

நரசிங்கம்பட்டி

மதுரை–திருச்சி தேசிய நெடுஞ்சாலையில், மேலூர் செல்லும் வழியில் அமைந்துள்ள நரசிங்கம்பட்டி கிராமம், இயற்கை அழகும் வரலாற்றுப் பெருமையும் இணைந்த ஒரு முக்கியமான இடமாகும். மதுரையிலிருந்து சுமார் *15* கிலோமீட்டர் தொலைவில், அரிட்டாபட்டி மற்றும் மீனாட்சிபுரம் கிராமங்களுக்கு இடையில் அமைந்துள்ள இந்த கிராமம், வனத்துறையால் பாதுகாக்கப்படும் பெருமாள் மலையின் அடிவாரத்தில் அமைந்துள்ளது.

நரசிங்கம்பட்டிக்கு “பழையூர்” என்ற பெயர் இருந்ததாக ஊர்மக்கள் கூறுகின்றனர். இந்த பெயரே, இவ்வூரின் தொன்மையான வரலாற்றை நினைவூட்டுகிறது. இக்கிராமத்தின் அருகில் உள்ள அடர்ந்த புதர்ப்பகுதியில் ஒரு பழமையான ஈமக்காடு காணப்படுகிறது. இது பெருங்கற்காலத்தைச் சேர்ந்த கல்லறைப் பகுதி எனக் கருதப்படுகிறது.

இந்த ஈமக்காட்டில் கல்வட்டங்கள் மற்றும் நீளமான நடுகற்கள் அதிகமாக காணப்படுகின்றன. இறந்தவர்களை அடக்கம் செய்ததைச் சுட்டிக்காட்டும் வகையில், கற்களை

அடுக்கி அமைத்த கல்லறைகளும் இங்கு காணப்படுகின்றன. இவை அக்கால மனிதர்களின் இறப்பு மரபுகளையும் நம்பிக்கைகளையும் வெளிப்படுத்துகின்றன.

இந்த இடம் சுமார் 5,000 ஆண்டுகள் பழமையானது என்று ஆய்வாளர்கள் கருதுகின்றனர். மேலும், இது முதுமக்கள் தாழி பயன்படுத்தும் காலத்திற்கு முந்தைய நாகரிகத்தைச் சேர்ந்ததாகவும் குறிப்பிடப்படுகிறது. இதனால், இந்த பகுதி மிகப் பழமையான மனித வாழ்வின் சான்றாக விளங்குகிறது.

தொல்லியலாளர்களின்கருத்துப்படி, இங்குகாணப்படும் கல்லறைகள் கி.மு. 10,000 முதல் கி.மு. 300 வரையிலான காலத்தைச் சேர்ந்தவை. இது நரசிங்கம்பட்டியின் வரலாற்று முக்கியத்துவத்தை மேலும் உயர்த்துகிறது.

நரசிங்கம்பட்டி கிராமம் தமிழகத்தின் தொன்மையான பண்பாட்டையும் மனித வாழ்வின் பழைய அடையாளங்களையும் வெளிப்படுத்தும் முக்கியமான தொல்லியல் தளமாக திகழ்கிறது.

11

பாண்டவன் திட்டு

தருமபுரி மாவட்டத்தில் உள்ள பாண்டவன் திட்டு, சமீபத்தில் தொல்லியல் முக்கியத்துவம் வாய்ந்த இடமாக வெளிச்சத்துக்கு வந்துள்ளது. இந்த பகுதி, பெருங்கற்காலத்தைச் சேர்ந்த கல்வட்டங்கள் மற்றும் கற்திட்டைகள் காணப்படும் ஒரு முக்கிய தளமாகும்.

தகடூர் சமூக வரலாற்று ஆய்வு மையத்தின் முனைவர் தி. சுப்ரமண்யன் தலைமையில், திரு. சுகவன முருகன், திரு. வி. ராஜன் மற்றும் திரு. அர்சுணன் ஆகிய ஆய்வாளர்கள் இணைந்து மேட்டூர் அணையின் நீர்பிடிப்பு பகுதிகளில் ஆய்வு மேற்கொண்டனர். அந்த ஆய்வின்போது, தருமபுரி பகுதியில் பல முக்கியமான தொல்லியல் சின்னங்கள் கண்டுபிடிக்கப்பட்டன.

இந்த ஆய்வின் மூலம், சுமார் *3000* ஆண்டுகள் பழமையான கல்வட்டங்கள் மற்றும் கற்திட்டைகள் வெளிச்சத்துக்கு வந்தன. அவற்றில், பாண்டவன் திட்டு பகுதியில் கண்டுபிடிக்கப்பட்ட கற்திட்டை மிகவும் முக்கியமானதாகும். இது தமிழகத்தின் பெருங்கற்கால

நினைவுச் சின்னங்களில் குறிப்பிடத்தக்க இடத்தைப் பெறக்கூடியதாகக் கருதப்படுகிறது.

இந்த கற்திட்டையின் மிகப்பெரிய தனிச்சிறப்பு அதன் அளவிலும் அமைப்பிலும் இருக்கிறது. இதன் மூடுகல் மட்டும் சுமார் 80 டன் எடையுள்ளதாக மதிப்பிடப்பட்டுள்ளது. இது அக்கால மனிதர்களின் கட்டுமான திறமை மற்றும் தொழில்நுட்ப அறிவை வெளிப்படுத்துகிறது.

இந்த கற்திட்டையின் இடுதுளை கிழக்குப் பக்கம் அமைந்துள்ளது. அதன் அரைவட்ட வடிவமைப்பு, இதன் தொன்மையை மேலும் உறுதிப்படுத்துகிறது. இத்தகைய அம்சங்கள், பாண்டவன் திட்டின் வரலாற்று முக்கியத்துவத்தை உயர்த்துகின்றன.

பாண்டவன் திட்டு பெருங்கற்கால மனிதர்களின் வாழ்க்கை முறையும் மரபுகளும் குறித்து அறிய உதவும் ஒரு முக்கியமான தொல்லியல் தளமாக விளங்குகிறது.

12

மல்லசந்திரம்

கிருஷ்ணகிரி மாவட்டத்தின் ஓசூர் வட்டத்தில் அமைந்துள்ள மல்லசந்திரம் என்பது, பெருங்கற்கால வரலாற்றை வெளிப்படுத்தும் முக்கியமான தொல்லியல் தளமாகும். இது தருமபுரியிலிருந்து சுமார் 55 கிலோமீட்டரும், கிருஷ்ணகிரியிலிருந்து 15 கிலோமீட்டரும் தொலைவில் அமைந்துள்ளது. பெங்களூர் சாலையில் பீர்பள்ளி வழியாக இவ்வூரை எளிதில் அடையலாம்.

மல்லசந்திரம் அருகிலுள்ள மலைப்பகுதியில் இருநூற்றுக்கும் மேற்பட்ட கல்திட்டைகள் மற்றும் பல்வேறு ஈமச்சின்னங்கள் காணப்படுகின்றன. இவை "பாண்டவர் கோயில்" என்று உள்ளூர் மக்களால் அழைக்கப்படுகின்றன. மலை மீது அமைந்துள்ள இந்தச் சின்னங்கள், அந்தப் பகுதியின் இயற்கை அழகையும் வரலாற்றுப் பெருமையையும் ஒருங்கே வெளிப்படுத்துகின்றன.

இங்கு காணப்படும் கல்திட்டைகள் பெரிய அளவிலும், வித்தியாசமான வடிவமைப்புகளுடனும் காணப்படுகின்றன. இவற்றைச் சுற்றி வட்டமாக

கற்பலகைகள் அமைக்கப்பட்டுள்ளன. அவற்றின் மேற்பகுதி அரைவட்ட வடிவில் செதுக்கப்பட்டிருப்பது இவ்விடத்தின் தனிச்சிறப்பாகும். இத்தகைய அமைப்புகள் மிகவும் அரிதாகவே காணப்படுகின்றன.

இந்த ஈமச்சின்னங்கள் பெருங்கற்காலத்தைச் சேர்ந்தவை என்று ஆய்வாளர்கள் கருதுகின்றனர். இவை சுமார் பொ.ஆ.மு. 1000 முதல் 500 வரை காலத்தைச் சேர்ந்ததாக மதிப்பிடப்படுகிறது. கல்திட்டைகள் பொதுவாக 1 மீட்டர் முதல் 2.6 மீட்டர் உயரம் வரை காணப்படுகின்றன. நான்கு பக்கங்களிலும் கற்பலகைகள் வைத்து, மேலே ஒரு பெரிய மூடுகல் வைத்து இவை அமைக்கப்பட்டுள்ளன.

சில கல்திட்டைகளில் இடுதுளைகள் காணப்படுகின்றன. மேலும், சில கற்பலகைகளில் ஓவியங்களும் காணப்படுகின்றன. இந்த ஓவியங்களில் யானை வேட்டை, புலி வேட்டை, நடனக் காட்சிகள் மற்றும் சில குறியீடுகள் போன்றவை இடம்பெற்றுள்ளன. சில ஓவியங்கள் யானையை அடக்கும் காட்சிகளைக் காட்டுகின்றன; இது சங்க இலக்கியங்களில் குறிப்பிடப்படும் "களிறு அடக்கல்" என்ற கருத்தை நினைவூட்டுகிறது.

இங்கு உள்ள பாறைகள் தட்டையாக உடையும் தன்மையுடையவை என்பதால், அவை கல்திட்டைகள் அமைப்பதற்கு ஏற்றதாக இருந்தன. மலை உச்சியில் உள்ள "மோறல் பாறை" பகுதியில் முன்பு நூற்றுக்கணக்கான

கல்திட்டைகள் இருந்ததாக கூறப்படுகிறது. தற்போது பல சின்னங்கள் சிதிலமடைந்தாலும், இன்னும் 30-க்கும் மேற்பட்ட கல்திட்டைகள் நல்ல நிலையில் காணப்படுகின்றன.

உள்ளூர் மக்களின் நம்பிக்கைப்படி, பாண்டவர்கள் வனவாசத்தின் போது இங்கு தங்கி இருந்ததாக கூறப்படுகிறது. இது இப்பகுதியின் பண்பாட்டு நினைவுகளையும் மக்கள் மரபுகளையும் வெளிப்படுத்துகிறது.

மல்லசந்திரம் தமிழகத்தின் சிறந்த பாதுகாக்கப்பட்ட பெருங்கற்கால ஈமச்சின்னங்களை கொண்ட ஒரு முக்கியமான தொல்லியல் தளமாக திகழ்கிறது. இது நம் முன்னோர்களின் வாழ்க்கை முறையும் கலாசாரமும் குறித்து அறிய உதவும் அரிய இடமாகும்.

13

மாவடப்பு

திருப்பூர் மாவட்டத்தில் உடுமலைப்பேட்டை அருகிலுள்ள மாவடப்பு, குழிப்பட்டி, கோடந்தூர் போன்ற மலைவாழ் கிராமங்கள், தொன்மையான வரலாற்றுச் சின்னங்களைக் கொண்ட பகுதிகளாகத் திகழ்கின்றன. இங்கு காணப்படும் கல்திட்டைகள், ஆயிரக்கணக்கான ஆண்டுகளுக்கு முற்பட்ட பெருங்கற்கால ஈமச்சின்னங்களாகும் என்று வரலாற்று ஆய்வாளர்கள் கருதுகின்றனர்.

இந்த கல்திட்டைகள் பலகை வடிவிலான பெரிய பாறைக் கற்களைப் பயன்படுத்தி அமைக்கப்பட்டுள்ளன. அவை சிறிய வீடுகளைப் போன்ற தோற்றத்தைக் கொண்டுள்ளன. பெரும்பாலும் மலை உச்சியில் உள்ள சமதளப்பரப்புகளில் இவை அமைக்கப்பட்டிருப்பது குறிப்பிடத்தக்கது. இவ்வமைப்புகள் அங்கு வாழ்ந்த பழங்கால இனக்குழுக்களின் வாழ்க்கை முறையையும் மரபுகளையும் அறிய உதவுகின்றன.

கல்திட்டைகள்பொதுவாகநான்குபக்கங்களிலும்பெரிய கற்பலகைகளை நிறுத்தி, அதன் மேல் ஒரு பெரிய கல்லை

மூடுகல்லாக வைத்து உருவாக்கப்பட்டுள்ளன. குறிப்பாக, கிழக்குப் பக்க கற்பலகையில் வட்ட வடிவிலோ அல்லது *'U'* வடிவிலோ இடுதுளைகள் அமைக்கப்பட்டுள்ளன. இது அந்தக் கால மனிதர்களின் நம்பிக்கைகள் மற்றும் மரபுகளுடன் தொடர்புடையதாக இருக்கலாம்.

உடுமலைப்பேட்டை அருகிலுள்ள மாவடப்பு கிராமத்தில் இப்படிப்பட்ட கல்திட்டைகள் தெளிவாகக் கண்டறியப்பட்டுள்ளன.

இக்கல்திட்டைகள் அமைப்பின் அடிப்படையில் மூன்று வகைகளாகப் பிரிக்கப்படுகின்றன. முதல் வகையில், மூன்று பக்கங்களிலும் கற்பலகைகள் அமைத்து, மேலே மூடுகல் வைக்கப்பட்டு, கிழக்கு பக்கம் திறந்தவாறு விடப்படுகிறது. இரண்டாவது வகையில், மூன்று பக்கங்களிலும் கற்கள் அமைக்கப்பட்டு, பக்கவாட்டில் சிறிய கற்கள் துணையாக வைக்கப்பட்டு, நுழைவாயில் போன்ற அமைப்பு உருவாக்கப்படுகிறது. மூன்றாவது வகையில், நான்கு பக்கங்களும் முழுமையாக கற்பலகைகளால் மூடப்பட்டு, மேலே மூடுகல் வைக்கப்படுகிறது; இதில் கிழக்குப் பக்கத்தில் மட்டும் வட்ட வடிவ துளை காணப்படுகிறது.

சில கல்திட்டைகள் ஒன்றோடொன்று இணைந்து குழுவாகவும் காணப்படுகின்றன; சில தனித்தனியாகவும் அமைந்துள்ளன. இத்தகைய அமைப்புகள், அக்கால மக்களின் சமூக அமைப்பு மற்றும் இறப்பு மரபுகளைப் பற்றிய முக்கியமான தகவல்களை வழங்குகின்றன.

14

வேம்பூர்

தேனி மாவட்டம் ஆண்டிப்பட்டி வட்டத்தில் அமைந்துள்ள வேம்பூர் கிராமம், சமீபத்தில் தொல்லியல் முக்கியத்துவம் வாய்ந்த இடமாக வெளிப்பட்டுள்ளது. இங்கு பெருங்கற்காலத்தைச் சேர்ந்த குத்துக்கற்கள் கண்டறியப்பட்டுள்ளன. இந்த கண்டுபிடிப்பு, அந்தப் பகுதியின் தொன்மையான பண்பாட்டு மரபுகளை வெளிக்கொணர்கிறது.

குத்துக்கல் என்பது பெருங்கற்கால ஈமச்சின்னங்களுள் ஒன்றாகும். பழங்காலத்தில், இறந்தவர்களின் நினைவாக அவர்களது உறவினர்கள் இத்தகைய கற்களை நிறுவி வழிபட்டனர். குறிப்பாக, வீரத்துடன் வாழ்ந்தவர்கள் அல்லது சமூகத்தில் சிறப்பு சாதனைகள் புரிந்தவர்கள் நினைவாக குத்துக்கற்கள் எடுக்கப்பட்டன என்பது குறிப்பிடத்தக்கது.

இந்த குத்துக்கற்கள் பொதுவாக செங்குத்தாக நிறுத்தப்பட்ட நீளமான கற்களாக இருக்கும். சுமார் *12* முதல் *15* அடி உயரம் கொண்ட இக்கற்கள்,

அடிப்பகுதியில் பருத்தும், மேல்பகுதியில் சற்றுச் சுருங்கிய வடிவத்திலும் காணப்படுகின்றன. அகலம் பொதுவாக 2 அடி அளவில் இருக்கும். இவ்வகையான கற்கள் பெரிய பலகைக் கல் போன்ற தோற்றத்தைக் கொண்டவை.

குத்துக்கல்லின் வளர்ச்சி நிலையே "நடுகல்" என அழைக்கப்படுகிறது. அதைவிட நீளமாகவும் உயரமாகவும் காணப்படும் கற்கள் "நெடுங்கல்" எனப்படுகின்றன. இதனால், குத்துக்கல், நடுகல், நெடுங்கல் ஆகியவை ஒரே மரபின் வளர்ச்சிக் கட்டங்களாகக் கருதப்படுகின்றன.

தமிழ்நாட்டின் பல பகுதிகளில் இத்தகைய குத்துக்கற்கள் காணப்பட்டாலும், வேம்பூரில் கண்டுபிடிக்கப்பட்ட இந்த குத்துக்கல் அந்தப் பகுதியின் வரலாற்று முக்கியத்துவத்தை உயர்த்துகிறது. 2017ஆம் ஆண்டு இந்தக் கண்டுபிடிப்பு பதிவு செய்யப்பட்டதாகவும், தமிழ் இணையக் கல்விக் கழகத்தின் மூலம் இதற்கான தகவல்கள் வெளிவந்துள்ளதாகவும் குறிப்பிடப்படுகிறது.

வேம்பூரில் கண்டுபிடிக்கப்பட்ட குத்துக்கல், நம் முன்னோர்களின் வாழ்க்கை முறையையும், மரபுகளையும், வீரத்தை மதிக்கும் பண்பையும் வெளிப்படுத்தும் ஒரு முக்கியமான தொல்லியல் சின்னமாகும்

III

நடுகற்கள்

நடுகற்கள் என்பது, தங்கள் ஊரையோ நாட்டையோ காப்பதற்காக உயிர்நீத்த வீரர்களின் நினைவாக எழுப்பப்பட்ட கற்கள் ஆகும் இவை தமிழர் பண்பாட்டில் மிகப் பழமையான மரபாகும்; சங்க காலம் முதலே இத்தகைய நினைவுக் கற்கள் அமைக்கும் வழக்கம் நிலவி வந்தது. ஆங்கிலத்தில் இவை *Hero Stones* அல்லது வீரக்கல் என அழைக்கப்படுகின்றன.

மனிதன் காடுகளில் வாழ்ந்த ஆதிகாலத்திலிருந்தே இயற்கையை வணங்கியும், மரணத்தைப் பற்றிய பயத்துடனும் வாழ்ந்து வந்தான். “இறந்தவர் எங்கு செல்கிறார்?” என்ற கேள்வி அவனை சிந்திக்க வைத்தது. அதன் விளைவாக, இறந்தவர்களை நினைவுகூரும் ஈமச்சின்னங்களை அமைக்கும் பழக்கம் உருவானது. கற்திட்டைகள் போன்ற பெருங்கல் அமைப்புகள் இதன் ஆரம்ப வடிவங்களாகும். அவற்றின் உள்ளே காணப்படும் வேட்டை காட்சிகள், மனிதர்–விலங்கு உருவங்கள் போன்ற

பாறை ஓவியங்கள், பின்னர் உருவான நடுகற்களின் முன்னோடிகளாகக் கருதப்படுகின்றன.

சங்க இலக்கியங்களில் நடுகற்கள் பற்றிய குறிப்புகள் இருந்தாலும், அக்காலத்திலிருந்த பல கற்கள் காலப்போக்கில் அழிந்து போயுள்ளன. இருப்பினும், விலங்குகளுடன் போரிட்டு உயிர்நீத்த வீரர்களுக்காக உருவாக்கப்பட்ட ஓவியங்களும் கற்களும் தொன்மையான மரபை வெளிப்படுத்துகின்றன.

பெருங்கற்காலம் முதல் உலகின் பல பகுதிகளிலும் நினைவுக் கற்கள் அமைக்கப்பட்டாலும், போரில் உயிர்நீத்தவர்களுக்கு மட்டும் சிறப்பாக "வீரக்கல்" (நடுகல்) எழுப்புவது தமிழர் மரபின் தனித்துவமான அம்சமாகும். மனிதர்களுக்கு மட்டுமல்லாமல், சில சமயங்களில் விலங்குகளுக்கும், கோழிக்கும் கூட—நடுகல் எடுக்கப்பட்டதாகச் சான்றுகள் கூறுகின்றன. குறிப்பாக ஆநிரைப் போர்களில் உயிர்நீத்தவர்களுக்கு பல்லவர், பாணர், கங்கர் காலங்களில் பல நடுகற்கள் நிறுவப்பட்டுள்ளன.

நடுகற்கள் பல்வேறு வகைகளில் காணப்படுகின்றன. அவற்றின் வடிவம், பொறித்த உருவங்கள் மற்றும் பயன்பாட்டின் அடிப்படையில் பின்வருமாறு வகைப்படுத்தலாம்:

- நினைவுக் கற்கள்
- வீரக்கல் *(Hero stone)*
- நவகண்டம்

- அரிகண்டம்
- சதிகல்
- புலிக்குத்திப்பட்டான் கல்
- யானைகுத்திப்பட்டான் கல்
- காட்டுப்பன்றி குத்திப்பட்டான் கல்
- கோழிக்கற்கள்
- ஏறுதழுவல் வீரக்கல்

இந்த வகைகள், அக்கால சமூகத்தின் வாழ்வியல், போரியல், நம்பிக்கைகள் ஆகியவற்றை வெளிப்படுத்துகின்றன.

மொத்தத்தில், நடுகற்கள் வெறும் நினைவுச் சின்னங்கள் அல்ல; அவை வீரத்தை மதித்த தமிழர் சமூகம், தியாகத்தை போற்றிய பண்பாடு, மற்றும் மரணத்திற்குப் பிந்தைய நினைவுகளைப் பாதுகாக்கும் மனித உணர்வுகளை வெளிப்படுத்தும் அரிய வரலாற்றுச் சாட்சிகளாகும்.

15

வெள்ளாளங்கோட்டை

நடுகல் என்பது தமிழர் பண்பாட்டில் முக்கியமான நினைவுச் சின்னமாகும். போரில் வீரமரணம் அடைந்தவர்களை நினைவுகூரும் வகையில், அவர்களின் உறவினர்கள் அல்லது சமூகத்தினரால் இத்தகைய கற்கள் நிறுவப்பட்டன. இதனால், நடுகல் ஒரு வகையான "வெற்றித்தூண்" என்றும் கருதப்படுகிறது.

தூத்துக்குடி மாவட்டம் வெள்ளாளங்கோட்டை பகுதியில், கயத்தார் – கழுகுமலைச் சாலையில், கயத்தாரிலிருந்து சுமார் 8 கிலோமீட்டர் தொலைவில், கி.பி. 8ஆம் நூற்றாண்டைச் சேர்ந்த ஒரு நடுகல் காணப்படுகிறது. இந்த நடுகல், அந்தப் பகுதியின் பழமையான வரலாற்றை வெளிப்படுத்தும் முக்கிய சான்றாகும்.

உள்ளூர் மக்கள் இந்தக் கல்லை "கடுவக்கல்" என்று அழைக்கின்றனர். "கடுவன்" என்ற சொல் ஆண் குரங்கு அல்லது சில சமயங்களில் பூனை என்பதைக் குறிக்கப் பயன்படுத்தப்படுவதால், கல்லில் காணப்படும் உருவத்தை அவர்கள் அப்படியே புரிந்துகொண்டுள்ளனர். ஆனால்,

கல்வெட்டில் பொறிக்கப்பட்டுள்ள எழுத்துகள் மூலம், அந்த உருவம் உண்மையில் புலி என்பதை அறிய முடிகிறது.

இந்த நடுகலை பாண்டிச்சேரி பல்கலைக்கழகத்தின் வரலாற்றுத்துறை ஆசிரியர் ஜி. பால்துரை கண்டறிந்து வெளியுலகிற்கு அறிமுகப்படுத்தினார். தமிழ்நாட்டில் இரும்புக்காலத்திலிருந்தே நடுகல் மரபு இருந்து வந்ததாகவும், இது தொன்மையான வீர மரபை காட்டுவதாகவும் கல்வெட்டியல் ஆய்வாளர்கள் கூறுகின்றனர்.

இந்த நடுகலில் வட்டெழுத்தில் கல்வெட்டு பொறிக்கப்பட்டுள்ளது. கல்லின் நடுவில் ஒரு புலி உருவமும், அதன் இருபுறமும் தந்தை மற்றும் மகன் புலியுடன் போரிடும் காட்சியும் செதுக்கப்பட்டுள்ளன. இந்தச் சிற்பம், அந்தக் காலத்தில் மனிதர்கள் காட்டுவிலங்குகளுடன் போராடிய வாழ்க்கை முறையை வெளிப்படுத்துகிறது.

கல்வெட்டில் குறிப்பிடப்பட்டுள்ள தகவலின்படி, பெருவாலியூரைச் சேர்ந்த கண்ணன் சேந்தன் மற்றும் அவரது மகன் கண்ணன் கோவன் ஆகியோர் புலியுடன் போரிட்டு வீரமரணம் அடைந்தனர். “கலாய்” என்ற சொல் போராட்டத்தை குறிக்கிறது; “பட்டான்” என்பது போரில் உயிரிழந்ததைச் சுட்டிக்காட்டுகிறது.

வெள்ளாளங்கோட்டையில் காணப்படும் இந்த நடுகல், தமிழர் வீர மரபையும், பழங்கால வாழ்க்கை முறையையும், கல்வெட்டு மரபையும் விளக்கும் அரிய வரலாற்றுச் சின்னமாக திகழ்கிறது.

16

புலிமான் கோம்பை

தேனி மாவட்டம் ஆண்டிப்பட்டி வட்டத்தில் அமைந்துள்ள புலிமான்கோம்பை என்ற சிற்றூர், வைகை ஆற்றின் தென்கரையில் அமைந்துள்ள வரலாற்றுப் பெருமை மிக்க இடமாகும். 2006ஆம் ஆண்டு தமிழ்ப் பல்கலைக்கழகத்தின் கல்வெட்டியல் மற்றும் தொல்லியல் துறையினர் மேற்கொண்ட கள ஆய்வின் போது, இங்கு சுமார் இரண்டாயிரம் ஆண்டுகள் பழமையான மூன்று நடுகற்கள் கண்டுபிடிக்கப்பட்டன.

நடுகற்கள் என்பது ஊரையும் நாட்டையும் காக்கும் போரில் உயிரிழந்த வீரர்களுக்காக அமைக்கப்படும் நினைவுக் கற்களாகும். இந்த மரபு சங்ககாலம் தொட்டே தமிழர் வாழ்க்கையில் நிலைத்து வந்துள்ளது..

புலிமான்கோம்பையில் கண்டுபிடிக்கப்பட்ட நடுகற்களின் சிறப்பு என்னவெனில், அவற்றில் சங்ககாலத் தமிழ் (தமிழி) எழுத்துக்கள் பொறிக்கப்பட்டுள்ளன. சங்க இலக்கியங்களில் குறிப்பிடப்படும் "எழுத்துடை நடுகல்" என்ற கருத்து உண்மையானது என்பதை இந்த கண்டுபிடிப்பு

உறுதிப்படுத்துகிறது. இதற்கு முன், அந்த குறிப்புகள் வெறும் இலக்கிய விவரிப்பாகவே கருதப்பட்டன.

இந்த நடுகற்கள் இந்தியாவில் இதுவரை கண்டுபிடிக்கப்பட்டவற்றில் மிகவும் பழமையானவையாகக் கருதப்படுகின்றன. மேலும், தமிழகத்தில் கிடைத்த சங்ககால தமிழ் கல்வெட்டுகளில் இவை மிகப் பழமையான எழுத்தமைப்பைக் கொண்டதாகும். இக்கல்வெட்டுகளில் முழுமையாக தமிழ்ச் சொற்களே பயன்படுத்தப்பட்டுள்ளன; பிற மொழி கலப்பு காணப்படவில்லை என்பது குறிப்பிடத்தக்கது.

இந்த நடுகற்கள் சங்க இலக்கியங்களில் குறிப்பிடப்படும் "ஆகோள்" (நிரை கவர்தல் அல்லது கால்நடைகளைப் பறித்தல்) போன்ற நிகழ்வுகளை எடுத்துரைக்கும் முதன்மையான சான்றுகளாகவும் விளங்குகின்றன.

எழுத்து அமைப்பின் அடிப்படையில், இக்கல்வெட்டுகளில் இரண்டு கற்கள் கி.மு. 4ஆம் நூற்றாண்டைச் சேர்ந்தவை என்றும், மற்றொன்று கி.மு. 3ஆம் நூற்றாண்டைச் சேர்ந்தது என்றும் ஆய்வாளர்கள் கணித்துள்ளனர். இதனால், புலிமான்கோம்பை தமிழகத்தின் தொன்மையான வரலாற்றை வெளிப்படுத்தும் மிக முக்கியமான தொல்லியல் தளமாக விளங்குகிறது.

புலிமான்கோம்பையில் கண்டுபிடிக்கப்பட்ட நடுகற்கள், தமிழர் வீர மரபையும், சங்ககால மொழியையும், சமூக வாழ்க்கையையும் புரிந்துகொள்ள உதவும் அரிய வரலாற்றுச் சின்னங்களாக திகழ்கின்றன.

17

தாதப்பட்டி

திண்டுக்கல் மாவட்டம் நிலக்கோட்டை வட்டத்தில் உள்ள ஒரு விவசாய நிலத்தில் கண்டுபிடிக்கப்பட்ட துண்டுக் கல்வெட்டு, தமிழரின் தொன்மையான வரலாற்றை வெளிப்படுத்தும் முக்கியமான சான்றாகும். இந்தக் கண்டுபிடிப்பு, சங்ககால நடுகல் மரபு குறித்து புதிய புரிதலை அளிக்கிறது.

சங்கத் தமிழ் இலக்கியங்களில் "எழுத்துடை நடுகல்" என்ற குறிப்புகள் இடம் பெற்றுள்ளன. இதுவரை, அந்தக் குறிப்புகள் ஓவியங்களைக் குறிக்கின்றன என்ற கருத்து நிலவியது. ஆனால், நிலக்கோட்டையில் கண்டுபிடிக்கப்பட்ட இந்த கல்வெட்டு, அந்த கருத்தை மாற்றி, உண்மையில் நடுகற்களில் எழுத்துகள் பொறிக்கப்பட்டிருந்ததை உறுதிப்படுத்துகிறது.

இதற்கு முன்பு, கி.பி. 6ஆம் நூற்றாண்டைச் சேர்ந்த இருளப்பட்டி நடுகல் கல்வெட்டே மிகவும் பழமையானதாக கருதப்பட்டது. ஆனால் இந்த புதிய கண்டுபிடிப்பு, அதைவிடப் பழமையான நடுகற்கள் இருந்ததை வெளிக்கொணர்கிறது.

இந்தக் கல்வெட்டு சுமார் 180 செ.மீ உயரமும், 60 செ.மீ அகலமும் கொண்டதாகும். கல்லின் தொடக்கப்பகுதி உடைந்துள்ளதால், முழுமையான எழுத்துக்களைப் படிக்க முடியவில்லை. இருந்தாலும், "...ன் அடியோன் பாகற்பாளிய் கல்" என்ற வாசகம் தெளிவாக காணப்படுகிறது.

இந்த வாசகத்தின் பொருளைப் பார்த்தால், ஒரு தலைவனின் சேவகராக இருந்த பாகல் என்ற நபருக்காக இந்தக் கல் அமைக்கப்பட்டிருக்கலாம் என்று அறியப்படுகிறது. "அடியோன்" என்ற சொல், அடிமை அல்லது சேவகர் என்பதைக் குறிக்கலாம் என ஆய்வாளர்கள் கருதுகின்றனர். இதனைத் தொல்காப்பியத்தில் உள்ள "அடியோர் பாங்கினும் வினைவலர் பாங்கினும்" என்ற குறிப்பின் அடிப்படையில் விளக்குகின்றனர்.

நிலக்கோட்டையில் கண்டுபிடிக்கப்பட்ட இந்த நடுகல் கல்வெட்டு, சங்ககால தமிழ் இலக்கியங்களின் உண்மைத் தன்மையை உறுதிப்படுத்துவதோடு, தமிழர் சமூக அமைப்பு மற்றும் மரபுகளைப் புரிந்துகொள்ள உதவும் முக்கியமான தொல்லியல் ஆதாரமாக திகழ்கிறது

18

பொற்பனைக்கோட்டை

புதுக்கோட்டைக்கு கிழக்கே சுமார் 6 கிலோமீட்டர் தொலைவில் அமைந்துள்ள பொற்பனைக்கோட்டை, தொன்மையான வரலாற்றுச் சின்னங்களைக் கொண்ட முக்கியமான இடமாகும். இப்போது பெரும்பாலும் சிதிலமடைந்த நிலையில் காணப்படும் இந்த செங்கல் கோட்டை, 13ஆம் நூற்றாண்டில் முத்தரையர் மன்னரால் கட்டப்பட்டது என்று கூறப்படுகிறது. "பொன் பரப்பினான்பட்டி" என்ற பழைய பெயர், காலப்போக்கில் "பொற்பனைக்கோட்டை" என மாறியதாகவும் உள்ளூர் மரபுகள் தெரிவிக்கின்றன.

இந்த கோட்டையின் முக்கியத்துவம் 2012ஆம் ஆண்டு மேலும் வெளிப்பட்டது. அப்போது, கோட்டைக்குள் உள்ள குளக்கரையில் முக்கோண வடிவில் அமைந்த பழந்தமிழ் கல்வெட்டுடன் கூடிய ஒரு நடுகல் கண்டுபிடிக்கப்பட்டது. சுமார் 2 அடி நீளமும், 2 அடி உயரமும், 10 செ.மீ தடிமனும் கொண்ட இந்தக் கல், தற்போது தஞ்சை தமிழ்ப் பல்கலைக்கழகத்தின் தொல்லியல் மற்றும் கல்வெட்டியல் துறையில் பாதுகாக்கப்படுகிறது.

இந்த நடுகலில் பொறிக்கப்பட்டுள்ள தமிழி கல்வெட்டு, கால்நடைகளை காக்க முயன்றபோது போராடி உயிரிழந்த ஒரு வீரனை நினைவுகூரும் வகையில் அமைந்துள்ளது. இது சங்ககால வீர மரபையும் சமூக வாழ்க்கையையும் வெளிப்படுத்தும் முக்கியமான சான்றாகும்.

கோட்டைக்கு வெளியே உள்ள பாறைப் பகுதியில் வட்டமாகவும் நீளமாகவும் அமைந்த சுடுமண் வார்ப்புக் குழாய்கள் மற்றும் இரும்பு உருக்கு கலன்கள் கண்டுபிடிக்கப்பட்டுள்ளன. இவை சுமார் 2,500 ஆண்டுகளுக்கு முன்பு இரும்பு உருக்கப் பயன்படுத்தப்பட்டிருக்கலாம் என்று ஆய்வாளர்கள் கருதுகின்றனர். இது அந்தக் காலத்தில் தொழில்நுட்ப முன்னேற்றம் இருந்ததை காட்டுகிறது.

பொற்பனைக்கோட்டையின் வடக்குப் பகுதியில் “கொத்தளம்” எனப்படும் சங்ககால சுவர் அமைப்பு இன்றும் காணப்படுகிறது. இந்த அமைப்பு தமிழ்நாட்டில் மிகவும் அரிதாகக் காணப்படும் ஒன்று என்பதால், இவ்விடத்தின் முக்கியத்துவம் மேலும் உயர்கிறது.

கோட்டைக்குள் பழைய அரண்மனை இருந்ததற்கான சுவடுகளும் காணப்படுகின்றன. அதற்கருகில் “பொய்கைக்குளம்” எனப்படும் நீர்நிலையும் உள்ளது. மேலும், இரண்டாயிரம் ஆண்டுகளுக்கு முன்பு ஆயுதங்கள் தயாரிக்கப்பட்டதாகக் கருதப்படும் இரும்பு உருக்கு ஆலையும், பாறையில் செதுக்கப்பட்ட “சென்னாக்குழி” எனப்படும் அமைப்பும் இங்கு காணப்படுகின்றன.

பொற்பனைக்கோட்டை சங்ககாலம் முதல் நடுநிலை காலம் வரை தமிழகத்தின் வரலாறு, தொழில்நுட்பம் மற்றும் வீர மரபுகளை வெளிப்படுத்தும் ஒரு முக்கியமான தொல்லியல் தளமாக திகழ்கிறது.

19

செங்கம்

திருவண்ணாமலை மாவட்டம் செங்கத்தைச் சுற்றியுள்ள பகுதிகளில் கண்டெடுக்கப்பட்ட பல்லவர் மற்றும் சோழர் காலத்து நடுகற்கள், கி.பி. 6-ஆம் நூற்றாண்டு முதல் 17-ஆம் நூற்றாண்டு வரை நிலவிய வீர மரபு, பண்பாடு, போர்முறை மற்றும் அக்கால மக்களின் சமூக வாழ்வை வெளிப்படுத்தும் முக்கியமான தொல்லியல் சான்றுகளாக திகழ்கின்றன. 1972ஆம் ஆண்டு தமிழ்நாடு அரசு தொல்லியல் துறையால் தொகுக்கப்பட்ட இந்த நடுகற்கள், போரில் உயிர்நீத்த வீரர்களை தெய்வமாகக் கருதி வழிபட்ட மரபை வெளிப்படுத்துகின்றன.

இந்நடுகற்கள் கி.பி. 6-ஆம் நூற்றாண்டின் பல்லவர் காலத்திலிருந்து சோழர், கங்கர், நொளம்பர், பாண்டியர் மற்றும் விஜயநகரர் காலம் வரை நீண்ட வரலாற்றைப் பெற்றவை.

பல்லவர் ஆட்சி: கண்டெடுக்கப்பட்ட நடுகற்களில் பெரும்பாலானவை பல்லவர் காலத்தைச் சேர்ந்தவை.

சுமார் 86 நடுகற்கள் பல்லவர் ஆட்சிக்காலத்தைச் சார்ந்ததாகக் கருதப்படுகின்றன.

ஊரை காப்பது, பெண்களின் மரியாதையை பாதுகாப்பது, கால்நடைகளை மீட்பது போன்ற சம்பவங்களில் வீரமரணம் அடைந்தவர்களுக்கு நினைவாக நடுகற்கள் நிறுவப்பட்டன.

நடுகற்களில் வீரர்கள் வாள், கேடயம் போன்ற ஆயுதங்களுடன் செதுக்கப்பட்டுள்ளனர். சில சிற்பங்களில் வீரர்களின் உடலில் அம்புகள் பாய்ந்த காட்சிகளும் காணப்படுகின்றன. அவர்களின் வீரச்செயல்கள் மற்றும் மறுமை உலகிற்குச் செல்வது போன்ற காட்சிகளும் கல்வெட்டுகளுடன் பொறிக்கப்பட்டுள்ளன.

சிம்ம விஷ்ணு, மகேந்திரவர்மன் முதல் கம்பவர்மன் வரை பல பல்லவ மன்னர்களின் பெயர்களும் ஆட்சி ஆண்டுகளும் இக்கல்வெட்டுகளில் காணப்படுகின்றன. ரோஜா முத்தையா ஆராய்ச்சி நூலகம் (RMRL) மற்றும் தமிழ் இணையக் கல்விக்கழக நூலகம் ஆகியவை செங்கம் நடுகற்கள் குறித்த விரிவான ஆவணங்களை வெளியிட்டுள்ளன.

செங்கம் பகுதியில் கி.பி. 6-ஆம் நூற்றாண்டைச் சேர்ந்த பல்லவ மன்னன்சிம்ம விஷ்ணுவின்காலத்திலிருந்து17-ஆம் நூற்றாண்டுவரைபலநடுகற்கள்கண்டுபிடிக்கப்பட்டுள்ளன. சில இடங்களில் இவை இன்னும் வழிபாட்டில் உள்ளன. அவை அமைந்துள்ள இடங்கள் “வேடியப்பன் கோயில்”

என அழைக்கப்படுகின்றன. சில நடுகற்கள் பராமரிப்பின்றி உடைந்த நிலையிலும் காணப்படுகின்றன.

உள்ளூர் மக்களின் ஒத்துழைப்புடன், திருவண்ணாமலை மாவட்ட வரலாற்று ஆய்வு மையம் எடத்தனூர், ராதாபுரம், தண்டராம்பட்டு, கீழ் ராவந்தவாடி, தேசூர், வீரணம் மற்றும் செ.கூடலூர் உள்ளிட்ட ஏழு கிராமங்களில் சேதமடைந்த நடுகற்களை மீட்டு புனரமைத்துள்ளது.

திருவண்ணாமலை மற்றும் செங்கம் பகுதிகளில் வட்டெழுத்தில் பொறிக்கப்பட்ட பல வரலாற்று நடுகற்கள் காணப்படுகின்றன. கி.பி. 6-ஆம் நூற்றாண்டின் சிம்ம விஷ்ணு பல்லவரின் காலத்திலிருந்து 11-ஆம் நூற்றாண்டு வரை இந்நடுகற்கள் உருவாக்கப்பட்டுள்ளன. சில இடங்களில் அவை வழிபாட்டின்றி கிடக்கின்றன; சில இடங்களில் உடைந்த நிலையில் காணப்படுகின்றன.

திருவண்ணாமலையிலிருந்து செங்கம் செல்லும் சாலையில்சுமார்7கிலோமீட்டர்தொலைவில்அமைந்துள்ள பெரிய கோளப்பாடி கிராமத்தில் முதலில் நான்கு நடுகற்கள் பார்வையிடப்பட்டன. இவை கி.பி. 601ஆம் ஆண்டு முதலாம் மகேந்திரவர்மன் காலத்தில் வட்டெழுத்தில் பொறிக்கப்பட்டவை. பின்னர் மேல் புஞ்சை கிராமத்தில் 7-ஆம்நூற்றாண்டைச்சேர்ந்தநடுகல்ஆய்வுசெய்யப்பட்டது. அந்தக் கல்வெட்டில் “மாந்தவர்மர்” என்ற பட்டம் உள்ளூர் தலைவருக்கு வழங்கப்பட்டதாகவும், சங்கமங்கலம் பகுதியில் சிரிகங்கரைசர் மற்றும் கொங்கரைசர் என்ற இரு சிற்றரசர்களுக்கிடையே நடைபெற்ற போரில் உயிரிழந்த

வீரருக்காக இந்த நடுகல் அமைக்கப்பட்டதாகவும் குறிப்பிடப்பட்டுள்ளது.

நரசிங்கநல்லூர் அருகே உள்ள படி அக்கிரகாரம் கிராமத்திற்குச் செல்ல சேயாற்றை கடந்து அங்கு ஒன்றுக்கொன்று அருகில் இரண்டு நடுகற்கள் வைக்கப்பட்டிருந்தன. அவை கி.பி. 587ஆம் ஆண்டு சிம்ம விஷ்ணு பல்லவரின் 33ஆம் ஆட்சியாண்டைச் சேர்ந்தவை.

தொரப்பாடி கிராமத்தில் காணப்பட்ட இரண்டு நடுகற்களில் ஒன்று கி.பி. 642ஆம் ஆண்டு முதலாம் நரசிம்ம பல்லவரின் 12ஆம் ஆட்சியாண்டில் நிறுவப்பட்டது. மேல்செங்கம் அரசு வனப்பகுதிக்குள் உள்ள நீலகிரி மரத் தோப்பில் கண்டெடுக்கப்பட்ட மற்றொரு நடுகல், இராசசிம்ம பல்லவன் காலத்தைச் சேர்ந்ததாகும்.

இந்த நடுகற்கள் உள்ளூர் செல்வங்களை பாதுகாத்த வீரர்களின் நினைவாக நிறுவப்பட்டன. நந்திவர்மன் காலத்தில் தமிழ் எழுத்துக்கள் அதிகமாக கல்வெட்டுகளில் பயன்படுத்தப்படத் தொடங்கின. அரசுப் புலவர்கள் ஆட்சிச் செய்திகள் மற்றும் நிர்வாக விவரங்களை கல்வெட்டுகளில் பதிவு செய்ய ஆரம்பித்தனர்.

“வீரதுக்க காணம்” என்ற சொற்றொடர் கொண்ட கல்வெட்டு, வீரர்களின் நினைவாக நடுகற்கள் நிறுவப்பட்டதைக் காட்டுகிறது. பல்லவ மன்னர்கள் பிராமணர்களை காடு சார்ந்த பகுதிகளில் குடியேற்றிக் “பிரமதேயம்” எனப்படும் குடியிருப்புகளை உருவாக்கினர்.

கி.பி. 6 முதல் 9-ஆம் நூற்றாண்டுகளுக்கிடையில் தமிழ்ச் சமூகம் எவ்வாறு வளர்ச்சி பெற்றது என்பதை அறிய இந்நடுகற்கள் முக்கிய ஆதாரங்களாக உள்ளன. 8-ஆம் நூற்றாண்டிற்குப் பின்னர் சாதாரண மக்களின் வாழ்க்கை முறை, அவர்கள் பயன்படுத்திய ஆயுதங்கள், வரிவிதிப்பு, வேளாண்மை மற்றும் சமூக அமைப்புகள் பற்றிய தகவல்களையும் இவை வெளிப்படுத்துகின்றன. இன்றும் அந்தப் பகுதிகளில் நடைபெறும் வழிபாட்டு முறைகளைப் பார்ப்பதன் மூலம் பழமையான மரபுகளின் தொடர்ச்சியை உணர முடிகிறது.

IV

பாறை ஓவியங்கள்

பாறை ஓவியங்கள் என்பது மனிதன் தனது சிந்தனைகளையும் அனுபவங்களையும் கலை வடிவில் பதிவு செய்த மிகப் பழமையான சான்றுகளாகும். உலகின் பல பகுதிகளில் இயற்கையாக உருவான குகைகளிலும் பாறை ஒதுக்குகளிலும் இத்தகைய ஓவியங்கள் கண்டுபிடிக்கப்பட்டுள்ளன. . இக்கலை மரபை இரண்டு வகைகளாகப் பார்க்கலாம்: ஓவியங்கள் மற்றும் கற்செதுக்குகள்.

இந்தியாவின் பல மாநிலங்களிலும் பாறை ஓவியங்கள் பரவலாகக் காணப்படுகின்றன. குறிப்பாக மத்தியப் பிரதேசத்தின் மலைப்பகுதிகளில் இவை அதிக அளவில் உள்ளன. அதைப் போலவே, தமிழகத்தில் குறிஞ்சி மற்றும் முல்லை நிலப் பகுதிகளில் அமைந்த மலைகளில் புதிய கற்காலம், பெருங்கற்காலம் மற்றும் வரலாற்றுக் காலத்தைச் சேர்ந்த ஓவியங்கள் காணப்படுகின்றன.

தமிழகப் பாறை ஓவியங்களில் பெரும்பாலும் சிவப்பு மற்றும் வெள்ளை நிறங்களே பயன்படுத்தப்பட்டுள்ளன.

சில இடங்களில் கருப்பு மற்றும் மஞ்சள் நிறங்களும் காணப்படுகின்றன. ஓவியங்கள் பெரும்பாலும் ஒரே நிறத்தில் வரையப்பட்டிருந்தாலும், சில இடங்களில் இரண்டு நிறங்களின் கலவையுடன் வரையப்பட்டிருப்பதும் காணப்படுகிறது. பொதுவாக, பழமையான ஓவியங்கள் சிவப்பு நிறத்தில் இருப்பதையும், பின்னர் வெள்ளை நிறம் அதிகமாக பயன்படுத்தப்பட்டதையும் ஆய்வாளர்கள் குறிப்பிடுகின்றனர்.

இந்த நிறங்கள் இயற்கை மூலப்பொருட்களிலிருந்து பெறப்பட்டவை. வெள்ளை நிறம் சுண்ணாம்பு கல் அல்லது வெள்ளை மண் மூலம் தயாரிக்கப்பட்டது; சிவப்பு நிறம் பல்வேறு சிவப்பு மண்கள் மூலம் கிடைத்தது. தமிழகத்தின் கீழ்வாலை, செத்தவரை, அழகர் கோவில் போன்ற இடங்களில் சிவப்பு ஓவியங்கள் காணப்படுகின்றன. ஒரமணகுண்டா, மல்லசந்திரம் போன்ற இடங்களில் வெள்ளை ஓவியங்கள் மட்டுமே உள்ளன. சில இடங்களில் இரண்டு நிறங்களும் சேர்ந்து காணப்படுகின்றன.

பாறை ஓவியங்களில் காணப்படும் காட்சிகள் மிகவும் உயிர்ப்புடன் இருக்கும். மாடுகள், மான்கள், குரங்குகள், குதிரைகள், யானைகள் போன்ற விலங்குகள், வேட்டைக் காட்சிகள், சண்டைக் காட்சிகள், சடங்கு நிகழ்வுகள் போன்றவை அடிக்கடி வரையப்பட்டுள்ளன. அதோடு, பல்வேறு குறியீடுகள் மற்றும் வடிவியல் வடிவங்களும் காணப்படுகின்றன.

மனித உருவங்கள் பெரும்பாலும் எளிய “குச்சி வடிவில்” வரையப்பட்டுள்ளன. கை, கால், உடல் போன்ற அடிப்படை அம்சங்களை மட்டும் கொண்டு உருவாக்கப்பட்ட இவ்வுருவங்கள், வில்-அம்பு, கேடயம் போன்ற ஆயுதங்களை தாங்கியபடி காணப்படுகின்றன. இதனால், அவை வேட்டையாடும் மனிதர்களையோ அல்லது போர்வீரர்களையோ குறிக்கக்கூடும் என கருதப்படுகிறது.

சில ஓவியங்களில் “எக்ஸ்-ரே” பாணி காணப்படுகிறது. இதில் விலங்குகளின் உட்புற உறுப்புகள் வரைந்திருக்கின்றன. இது அக்கால மனிதர்கள் விலங்குகளின் உடலமைப்பை நன்கு அறிந்திருந்ததை காட்டுகிறது. சில ஓவியங்களில் கர்ப்பமான விலங்குகளின் வயிற்றில் உள்ள குட்டிகளையும் காட்டியிருப்பது மிகவும் ஆச்சர்யமானது.

சில இடங்களில், ஓவியங்கள் ஒன்றின் மீது ஒன்று வரையப்பட்டுள்ளன. இது அவை வெவ்வேறு காலகட்டங்களில் வரையப்பட்டதைச் சுட்டிக்காட்டுகிறது. மயிலாடும்பாறை, கரிக்கையூர் போன்ற இடங்களில் இத்தகைய பல அடுக்குகள் கொண்ட ஓவியங்கள் காணப்படுகின்றன.

வேட்டைக் காட்சிகள் இவ்வோவியங்களில் மிக அதிகமாக இடம்பெறுகின்றன—யானை வேட்டை, புலி வேட்டை, மான் வேட்டை, காட்டுப்பன்றி வேட்டை போன்றவை. ஆனால், மாடுகளை வேட்டையாடும்

காட்சிகள் மிகக் குறைவு. இதனால் மனிதர்களுக்கும் மாடுகளுக்கும் இடையேயான உறவு சமூகமானதாக இருந்திருக்கலாம் என கருதப்படுகிறது.

பாறை ஓவியங்களில் காணப்படும் சில குறியீடுகள், பெருங்கற்கால பானை ஓடுகளில் காணப்படும் குறியீடுகளோடு ஒத்ததாக உள்ளன. இதனால் அந்த கால மக்களின் சிந்தனை மற்றும் குறியீட்டு முறை பற்றிய தகவல்கள் கிடைக்கின்றன.

இவ்வோவியங்களுக்கு துல்லியமான கால நிர்ணயம் இன்னும் முழுமையாக செய்யப்படவில்லை. ஆனால் அவை காணப்படும் இடங்களின் அருகில் புதிய கற்காலம் மற்றும் பெருங்கற்கால எச்சங்கள் இருப்பதால், அவை அந்தக் காலங்களைச் சேர்ந்ததாக கருதப்படுகின்றன.

பாறை ஓவியங்கள் வெறும் கலைப்படைப்புகள் அல்ல; அவை பண்டைய மனிதர்களின் வாழ்க்கை முறை, உணவு பழக்கம், வேட்டை, சமூக உறவுகள், நம்பிக்கைகள் ஆகியவற்றை பிரதிபலிக்கும் உயிரோட்டமிக்க வரலாற்றுக் கண்ணாடிகளாக திகழ்கின்றன.

20

கரிக்கையூர்

நீலகிரி மாவட்டம் கோத்தகிரி வட்டத்தில் அமைந்துள்ள கரிக்கையூர் அருகிலுள்ள "பொறிவரை" பாறை ஒதுக்கு, தென்னிந்தியாவின் முக்கியமான பாறை ஓவியத் தளங்களில் ஒன்றாகும். சுமார் 500 அடி நீளமும் 150 அடி உயரமும் கொண்ட இந்தப் பெரிய பாறை, தொல்பழங்கால மனிதர்களின் கலை மற்றும் வாழ்க்கை முறையை வெளிப்படுத்தும் அரிய சான்றாக விளங்குகிறது.

பாறை ஓவியங்கள் பொதுவாக குகைகள், பாறை ஒதுக்குகள் மற்றும் கற்திட்டைகள் போன்ற இடங்களில் வரையப்பட்டுள்ளன. இத்தகைய இடங்கள், பழங்கால மனிதர்களுக்கு தற்காலிக வாழ்விடங்களாகவும், ஓய்வெடுக்கும் இடங்களாகவும், தேன் சேகரிக்கும் இடங்களாகவும் இருந்திருக்கலாம். இன்றும் அந்தப் பகுதியிலுள்ள மக்கள் மரக்கொடி அல்லது மூங்கில் உதவியுடன் உயரமான பாறைகளில் ஏறி தேன் சேகரித்து வருகின்றனர்.

பொறிவரையில் சுமார் 300-க்கும் மேற்பட்ட ஓவியங்கள் காணப்படுகின்றன. இவை 1 அடி முதல் 20 அடி உயரம் வரை பல்வேறு அளவுகளில் வரையப்பட்டுள்ளன. இந்த ஓவியங்கள் சிவப்பு மற்றும் வெள்ளை நிறங்களில் உருவாக்கப்பட்டுள்ளன. வெவ்வேறு காலகட்டங்களில் பல்வேறு ஓவியர்களால் வரையப்பட்டதால், சில ஓவியங்கள் மங்கியவையாகவும், சில இடங்களில் ஒன்றின் மேல் ஒன்று வரையப்பட்டவையாகவும் காணப்படுகின்றன.

இந்த ஓவியங்களில் விலங்குகளும் மனிதர்களும் முக்கிய இடம் பெறுகின்றனர். மாடு, மான், யானை, புலி, குரங்கு, நாய், பாம்பு போன்ற பல்வேறு விலங்குகள் இதில் சித்தரிக்கப்பட்டுள்ளன. குறிப்பாக மாடுகள் மற்றும் மான்கள் அதிக அளவில் காணப்படுகின்றன. மேலும், மனிதர்கள் மற்றும் விலங்குகளுக்கிடையேயான உறவுகள், வேட்டைக் காட்சிகள், விலங்குகளை பழக்கப்படுத்துதல், பயணம் போன்ற நிகழ்வுகளும் தெளிவாக வரையப்பட்டுள்ளன.

சில ஓவியங்களில் போர்க்களக் காட்சிகளும் இடம்பெற்றுள்ளன. வீரர்கள் வாள், கேடயம் போன்ற ஆயுதங்களுடன் காணப்படுகின்றனர். குதிரைகள் அலங்கரிக்கப்பட்ட நிலையில் காட்டப்படுவது, அக்காலத்தில் போர் மற்றும் போக்குவரத்து முறைகள் இருந்ததை உணர்த்துகிறது.

மேலும், சில ஓவியங்களில் விலங்குகளின் உட்புற உறுப்புகளை காட்டும் “எக்ஸ்-ரே” போன்ற வரைவுமுறைகளும் காணப்படுகின்றன. இது உலகின்

பல பகுதிகளில் காணப்படும் தொல்பழங்கால ஓவிய மரபுகளுடன் ஒத்ததாகும். உடும்பு போன்ற விலங்குகளின் ஓவியங்களும் இங்கு காணப்படுகின்றன;

பாறையின் அடிவாரத்தில் புதிய கற்கால கருவிகள், பெருங்கற்கால கற்திட்டைகள், நெடுங்கற்கள் மற்றும் பானை ஓடுகள் கண்டுபிடிக்கப்பட்டுள்ளன. இதனால், இந்த இடம் புதிய கற்காலம் முதல் பெருங்கற்காலம் மற்றும் பின்னர் வரலாற்றுக் காலம் வரை மனிதர்கள் பயன்படுத்திய முக்கிய தளமாக இருந்தது என்று அறியப்படுகிறது.

21

ஆழியார்

ஆழியார் பகுதி, கோயம்புத்தூர் மாவட்டத்தின் பொள்ளாச்சி வட்டத்தில் அமைந்துள்ள ஒரு முக்கியமான பாறை ஓவியத் தளமாகும். மேற்குத் தொடர்ச்சி மலைத் தொடரில், ஆழியார் அணைக்கு மேலே காடம்பாடி மின் நிலையம் செல்லும் வழியில் அமைந்துள்ள மாவடைப்பு என்ற மலைக் கிராமத்திற்கு அருகில் இந்த ஓவியங்கள் காணப்படுகின்றன. இப்பகுதியில் "தேன் பாறைக் குகை" என அழைக்கப்படும் பெரிய பாறை ஓதுக்கு உள்ளது. இது சுமார் 50 அடி உயரமும் 100 அடி அகலமும் கொண்ட இயற்கை அமைப்பாகும்.

இந்தப் பாறை ஓதுக்கில் 100-க்கும் மேற்பட்ட ஓவியங்கள் காணப்படுகின்றன. அவை அனைத்தும் ஒரே காலத்தில் வரையப்படவில்லை; பல்வேறு காலகட்டங்களில் பல்வேறு மனிதர்களால் வரையப்பட்டுள்ளன. இங்கு காணப்படும் ஓவியங்களில் சில சமீப காலத்தைச் சேர்ந்தவையாக இருந்தாலும், குறிப்பிடத்தக்க சில ஓவியங்கள் தொன்மையானவை என்பதும் தெளிவாக தெரிகிறது.

இந்த ஓவியங்களில் வனவிலங்குகள் மற்றும் வேட்டைக் காட்சிகள் முக்கியமாக இடம்பெற்றுள்ளன. குறிப்பாக, ஒரு புலி மானைத் தாக்கத் தயாராக இருப்பதையும், அதற்கு அருகில் மனிதர்கள் மற்றொரு மானை வேட்டையாடும் காட்சியும் மிகவும் சுவாரஸ்யமாகும். இதற்கு கூடுதலாக யானைகள், மாடுகள், மனித உருவங்கள், குறியீடுகள் மற்றும் அலங்கார வடிவங்கள் போன்றவை தெளிவாக வரையப்பட்டுள்ளன. சில இடங்களில் தற்கால தமிழ் மற்றும் ஆங்கில எழுத்துக்களும் காணப்படுவது, இந்த இடம் நீண்ட காலமாக மனிதர்களால் பயன்படுத்தப்பட்டு வந்ததை உணர்த்துகிறது.

இந்தப் பாறை ஓவியங்கள் அமைந்துள்ள இடத்திற்கு அருகில் 30-க்கும் மேற்பட்ட பெருங்கற்கால கற்திட்டைகள் காணப்படுகின்றன. இதனால், இங்கு காணப்படும் சில ஓவியங்கள் பெருங்கற்காலத்திற்குச் சேர்ந்தவை என்று ஆய்வாளர்கள் கருதுகின்றனர். இது இந்தப் பகுதியின் வரலாற்று முக்கியத்துவத்தை மேலும் உயர்த்துகிறது.

இப்பகுதியில் இன்று புழையர், முதுவர், காடர் போன்ற பழங்குடியினர் வாழ்ந்து வருகின்றனர். இங்கு காணப்படும் ஓவியங்கள் அவர்களின் முன்னோர்களால் வரையப்பட்டிருக்கலாம் என்பதும் ஒரு சாத்தியமான கருத்தாகும். ஆழியார் பாறை ஓவியங்கள் மனிதன், இயற்கை, விலங்குகள் மற்றும் வாழ்க்கை முறைகளின் தொடர்பை வெளிப்படுத்தும் ஒரு முக்கியமான தொல்பொருள் சான்றாக விளங்குகின்றன.

22

கீழ்வாலை

கீழ்வாலை என்பது விழுப்புரம் மாவட்டத்தின் திருக்கோயிலூர் வட்டத்தில் அமைந்துள்ள ஒரு முக்கியமான பாறை ஓவியத் தளமாகும். இப்பகுதியில் காணப்படும் ஓவியங்கள் கீழ்வாலைப் பாறை ஒதுக்குகளில் வரையப்பட்டுள்ளன. இங்கு மொத்தம் மூன்று இடங்களில் பாறை ஓவியங்கள் கண்டுபிடிக்கப்பட்டுள்ளன. ஆனால் அவற்றில் இரண்டு இடங்கள் காலப்போக்கில் சிதிலமடைந்து தற்போது பெரும்பாலும் அழிந்த நிலையில் உள்ளன.

இந்த மூன்று இடங்களும் பழங்கால வேட்டைச் சமூகங்கள் வாழ்வதற்கேற்ற சூழலில் அமைந்துள்ளன. மழை மற்றும் வெயில் காலங்களில் பாதுகாப்பாக ஒதுங்கிக் கொள்ள இயற்கையான வசதிகள் இங்கு காணப்படுகின்றன. மேலும், இந்தப் பாறை ஒதுக்குகள் தரையிலிருந்து சுமார் 5 முதல் 7 அடி உயரத்தில் அமைந்துள்ளன என்பது அவற்றின் தனித்துவமான அம்சமாகும்.

கீழ்வாலைப் பாறை ஓவியங்களின் முக்கிய சிறப்பு, அவை அனைத்தும் சிவப்பு நிறத்தில் வரையப்பட்டிருப்பதாகும். பிரதான பாறையில் மட்டும் சுமார் 30-க்கும் மேற்பட்ட ஓவியங்கள் காணப்படுகின்றன. எனினும், காலப்போக்கில் ஏற்பட்ட இயற்கை பாதிப்புகள், குறிப்பாக வெள்ளப்பெருக்கு காரணமாக, பல ஓவியங்கள் சேதமடைந்துள்ளன. இருப்பினும் மீதமுள்ள சில ஓவியங்கள் அக்கால மனிதர்களின் சிந்தனை மற்றும் வாழ்க்கை முறையை வெளிப்படுத்தும் முக்கிய சான்றுகளாக உள்ளன.

இங்கு காணப்படும் மனித உருவங்கள் முகமூடி அணிந்திருப்பது போல சித்தரிக்கப்பட்டுள்ளன. மேலும், பெரும்பாலான ஓவியங்கள் எளிய கோட்டோவிய வடிவில் வரையப்பட்டுள்ளன. வேட்டைக் காட்சிகள் சில இடங்களில் மட்டுமே காணப்படுகின்றன என்பதும் குறிப்பிடத்தக்கது. கீழ்வாலைப் பாறை ஓவியங்கள் பெருங்கற்கால மனிதர்களின் வாழ்க்கை முறை, கலாசாரம் மற்றும் கலைத் திறனை எடுத்துக்காட்டும் முக்கியமான தொல்பொருள் சான்றுகளாக விளங்குகின்றன.

23

குமுதிபதி

குமுதிபதி மலைக்குன்று, கோயம்புத்தூர் (தெற்கு) வட்டத்தில் அமைந்துள்ள ஒரு முக்கியமான பாறை ஓவியத் தளமாகும். கோயம்புத்தூரிலிருந்து பாலக்காடு செல்லும் சாலையில், எட்டிமடைக்கு முன்பு இடது புறமாகச் செல்லும் வழியில் திருமலையான்பாளையம் என்ற கிராமத்தை அடையலாம். இந்த கிராமத்தைச் சுற்றி விரிந்த விவசாய நிலங்கள் காணப்படுகின்றன. அங்கிருந்து சுமார் 2 கிலோமீட்டர் தொலைவில் இந்த மலைக்குன்று அமைந்துள்ளது.

இந்த மலைக்குன்றில் சுமார் 200 அடி உயரம் வரை நடைபயணம் மேற்கொண்டால், இயற்கையாக உருவான ஒரு சிறிய குகை காணப்படுகிறது. இந்தக் குகை சுமார் 6 அடி நீளம், அகலம் மற்றும் உயரம் கொண்டதாக உள்ளது. இந்தக் குகையின் உள்ளே பல்வேறு பாறை ஓவியங்கள் காணப்படுகின்றன. இங்கு உள்ள ஓவியங்கள் அனைத்தும் வெள்ளை நிறத்தில் வரையப்பட்டுள்ளன என்பது குறிப்பிடத்தக்க அம்சமாகும்.

இவ்வோவியங்களில் யானை, மான், மனிதர்கள், வேட்டைக்காரர்கள், மரங்கள் மற்றும் தேர் போன்ற பல்வேறு உருவங்கள் சித்தரிக்கப்பட்டுள்ளன. குறிப்பாக, அலங்கரிக்கப்பட்ட தேர் ஓவியம் மிகவும் முக்கியமானதாகும். இதில் ஒரு மரம் அழகாக அலங்கரிக்கப்பட்டு வரையப்பட்டுள்ளது. அதன் முன்னால் எளிய முறையில் மரக் கம்புகளால் செய்யப்பட்ட தேர் காணப்படுகிறது. அந்தத் தேரை இருபுறமும் உள்ள மனிதர்கள் இழுத்துச் செல்லும் காட்சி தெளிவாக காட்டப்பட்டுள்ளது. மேலும், அவர்களது இடுப்பில் குறுவாள் போன்ற ஆயுதங்களும் காணப்படுகின்றன.

இந்த ஓவியத் தொகுப்பு, பழங்காலத்தில் நடைபெற்ற ஒரு திருவிழா அல்லது மதச் சடங்கினை பதிவு செய்திருக்கலாம் என்று கருதப்படுகிறது. பழங்குடி மக்கள் மரங்களை தெய்வமாகக் கருதி வழிபடும் மரபும் இவ்வோவியங்களில் பிரதிபலிக்கிறது. ஆண்டுதோறும் நடைபெறும் விழாக்களில் தற்காலிக தேர்கள் அமைத்து, புனித நீர் குடங்களை ஏந்தி ஊர்வலமாக செல்லும் வழக்கமும் இத்தகைய ஓவியங்களில் வெளிப்படுகிறது.

இவ்வோவியங்களில் கலைநயம் தெளிவாகப் பிரதிபலிக்கிறது. நேர் கோடுகள், சாய் கோடுகள், கிடை கோடுகள் போன்ற பல்வேறு கோடுகளின் பயன்பாடு மற்றும் உருவங்களின் அளவுத்தெரிவு ஆகியவை ஓவியரின் திறமையை வெளிக்கொணர்கின்றன. இதற்கு அருகில், ஒருவன் யானையை அடக்க முயலும் காட்சியும் சித்தரிக்கப்பட்டுள்ளது. சில இடங்களில் பழைய

ஓவியங்களின் மேல் புதிய ஓவியங்கள் வரையப்பட்டுள்ளன என்பது காலப்போக்கில் இந்த இடம் தொடர்ந்து பயன்படுத்தப்பட்டதைக் காட்டுகிறது.

இப்பகுதியில் இரும்புக்காலத்தைச் சேர்ந்த கல் வட்டங்களும் காணப்படுகின்றன. இதனால், இங்கு காணப்படும் சில ஓவியங்கள் இரும்புக்காலத்தில் வரையப்பட்டிருக்கலாம் என ஆய்வாளர்கள் கருதுகின்றனர்.

24

சித்தன்னவாசல்

சித்தன்னவாசல் மலை, தமிழ்நாட்டின் சிறப்புமிக்க ஓவியக் கலையின் ஒரு முக்கிய மையமாக திகழ்கிறது. இம்மலையின் மேற்குப் பகுதியில் அமைந்துள்ள குடைவரையில் கருவறை, முன் மண்டப விதானம் மற்றும் தூண்களில் அழகிய ஓவியங்கள் தீட்டப்பட்டுள்ளன. இவ்வோவியங்கள் தமிழர்களின் தொன்மையான கலைநயத்தையும் ஆன்மீகச் சிந்தனைகளையும் வெளிப்படுத்துகின்றன.

இந்த குடைவரையின் தூண்களில் பல்வேறு உருவங்கள் சித்தரிக்கப்பட்டுள்ளன. குறிப்பாக, இரண்டு தூண்களில் நடனமாடும் பெண்களின் ஓவியங்கள் உயிரோட்டமுடன் காணப்படுகின்றன. மேலும், மற்றொரு தூணில் ஒரு அரசனும் அவனது துணைவியும் இணைந்து வரையப்பட்டிருப்பது அந்தக் கால அரசவைக் கலாசாரத்தை உணர்த்துகிறது. இவ்வோவியங்கள் அக்கால மனிதர்களின் உடை, அலங்காரம் மற்றும் வாழ்க்கை முறைகளைப் புரிந்துகொள்ள உதவுகின்றன.

முன் மண்டபத்தின் விதானத்தில் வரையப்பட்டுள்ள தாமரைத் தடாகக் காட்சி மிகவும் சிறப்புடையதாகும். அந்தத் தடாகத்தில் மீன்கள், அன்னப்பறவைகள், வாத்துகள், யானைகள், எருமைகள் போன்ற பல உயிரினங்கள் நுணுக்கமாக சித்தரிக்கப்பட்டுள்ளன. மேலும், தாமரை மற்றும் அல்லி மலர்களை மூவர் பறித்துச் செல்லும் காட்சியும் காணப்படுகிறது. இந்த ஓவியம் இயற்கை அழகையும் மனிதர்களின் அன்றாட வாழ்க்கையையும் ஒன்றிணைத்து காட்டுகிறது.

இவ்வோவியத்தின் பொருள் குறித்து அறிஞர்களிடையே பல்வேறு கருத்துக்கள் நிலவுகின்றன. சிலர் இதை சமண சமயக் காட்சியாகக் கருதுகின்றனர். மகாவீரரின் தாயார் கருவுற்றபோது கண்ட 14 நல்நிமித்தங்களில் ஒன்றான தாமரைத் தடாகத்தை இது குறிக்கலாம் என்றும் சிலர் விளக்குகின்றனர். மற்றொரு கருத்துப்படி, மகாவீரர் அறம் போதிக்கும் "சமவசரணம்" நிகழ்வைக் காட்டும் ஓவியமாகவும் இது இருக்கலாம். அதே நேரத்தில், அருகிலேயே தாமரைத் தடாகங்கள் இருப்பதால், இது ஒரு இயற்கைக் காட்சியாகவும் இருக்கக்கூடும் என்ற கருத்தும் முன்வைக்கப்படுகிறது.

இவ்வோவியங்கள் முதலில் பல்லவர் காலத்தைச் சேர்ந்தவை என கருதப்பட்டாலும், பின்னர் கண்டுபிடிக்கப்பட்ட கல்வெட்டுகள் மூலம் அவை பாண்டியர் கால ஓவியங்கள் என்பது உறுதியாகியுள்ளது. குறிப்பாக, கி.பி. 9ஆம் நூற்றாண்டில் ஆட்சி செய்த பாண்டிய மன்னன் அவநீபசேகரன் (ஸ்ரீமாறன் ஸ்ரீவல்லவன்)

காலத்தில் இவ்வோவியங்கள் உருவாக்கப்பட்டதாக கருதப்படுகிறது. அக்காலத்தில் வாழ்ந்த சமணத் துறவி இளங்கௌதமன் இந்தக் குடைவரையை புதுப்பித்ததாகவும் அறியப்படுகிறது.

சித்தன்னவாசல் ஓவியங்கள் தமிழ்நாட்டின் தொன்மையான கலை, சமயம் மற்றும் பண்பாட்டை வெளிப்படுத்தும் அரிய சான்றுகளாக விளங்குகின்றன. அஜந்தா, பனைமலை மற்றும் காஞ்சி கைலாசநாதர் கோயில் ஓவியங்களுடன் ஒப்பிடத்தக்க கலைநயத்தை கொண்ட இவ்வோவியங்கள், இன்றும் தமிழரின் பெருமையை எடுத்துரைக்கின்றன.

25

மல்லப்பாடி

தமிழகத்தின் தொல்பொருள் வரலாற்றில் ஒரு முக்கியமான திருப்புமுனையாக மல்லபாடி பாறை ஓவியங்கள் கருதப்படுகின்றன. கிருஷ்ணகிரி மாவட்டத்தில் அமைந்துள்ள மல்லபாடி கிராமத்தில் தான் தமிழகத்தில் முதன்முதலாக பாறை ஓவியங்கள் கண்டுபிடிக்கப்பட்டன. இந்த முக்கியமான கண்டுபிடிப்பு 1980 ஆம் ஆண்டு சென்னைப் பல்கலைக்கழக தொல்லியல் துறை ஆய்வாளர்களால் மேற்கொள்ளப்பட்டது. இதனைத் தொடர்ந்து தமிழகத்தின் பல பகுதிகளில் பாறை ஓவியங்கள் கண்டறியப்பட்டு, தொன்மையான மனித வாழ்க்கையைப் பற்றிய புதிய தகவல்கள் வெளிச்சத்துக்கு வந்தன.

மல்லபாடி கிராமம், திருப்பத்தூர்–பர்கூர் சாலையில் பர்கூரிலிருந்து சுமார் 4 கிலோமீட்டர் கிழக்கே அமைந்துள்ளது. இக்கிராமத்தின் பின்னால் உள்ள மலை அடிவாரத்தில் விஜயநகர காலத்தைச் சேர்ந்த பெருமாள் கோயில் காணப்படுகிறது. அந்தக் கோயிலில் இருந்து சுமார் 300 அடி தூரத்தில் “வண்ணாத்திப்பாறை” அல்லது

"வண்ணான் கெவி" எனப்படும் பாறை ஒதுக்கில் இந்த ஓவியங்கள் வரையப்பட்டுள்ளன.

இந்த ஓவியங்களில் மிகவும் குறிப்பிடத்தக்க காட்சி, குதிரை மீது அமர்ந்திருக்கும் இருவர் நீண்ட ஈட்டி போன்ற ஆயுதங்களால் ஒருவரை ஒருவர் தாக்க முனைவது போன்றதாகும். இவ்வோவியங்கள் முதலில் கோட்டோவிய வடிவில் வரையப்பட்டு, பின்னர் அதன் உள்ளே வெள்ளை நிறம் நிரப்பப்பட்டுள்ளது. மேலும், ஓவியத்தின் மேற்பகுதியில் ஒரு வீரன் கையில் இரும்பு வாளுடன் மற்றும் இடுப்பில் குறுவாளுடன் சித்தரிக்கப்பட்டுள்ளான். அதேபோல், கீழ்ப்பகுதியில் மாட்டின் உருவமும் வரையப்பட்டுள்ளது.

இந்தப் பகுதியில் மேற்கொள்ளப்பட்ட அகழ்வாராய்ச்சிகளில் பெருங்கற்கால மக்களின் வாழ்க்கையை எடுத்துக்காட்டும் பல பொருட்கள் கண்டுபிடிக்கப்பட்டுள்ளன. குறிப்பாக கருப்பு-சிவப்பு பானை ஓடுகள், கருப்பு, சிவப்பு மற்றும் சாம்பல் நிற பானைகள் போன்றவை குறிப்பிடத்தக்கவை. மேலும், குறைந்த அளவில் புதிய கற்காலத்தைச் சேர்ந்த பானை ஓடுகளும் கிடைத்துள்ளன.

இந்த அனைத்தையும் பொருத்தவரை, மல்லபாடி பாறை ஓவியங்கள் பெருங்கற்காலத்தில், சுமார் கி.மு. 500 முதல் கி.பி. 300 வரையிலான காலகட்டத்தில் வரையப்பட்டிருக்கலாம் என தமிழக தொல்லியல் ஆய்வாளர்கள் கருதுகின்றனர். இவ்வோவியங்கள் அந்தக்

கால மனிதர்களின் வாழ்க்கை முறை, போர் நடைமுறை மற்றும் கலைத் திறனை வெளிப்படுத்தும் அரிய சான்றுகளாக திகழ்கின்றன.

26

மயிலாடும்பாறை

மயிலாடும்பாறை கிருஷ்ணகிரி மாவட்டத்தில் அமைந்துள்ள முக்கியமான பாறை ஓவியத் தளமாகும். இது தொகரபள்ளி கிராமத்திலிருந்து சுமார் 3 கிலோமீட்டர் மேற்கில் அமைந்துள்ளது. இப்பகுதியில் உள்ள பாறை குன்றுகளில் ஒன்றில் இயற்கையாக உருவான ஒரு குழி காணப்படுகிறது; அதில் நீர் தேங்கி நிற்பது இப்பகுதியின் தனிச்சிறப்பாகும். இந்தக் குன்றைச் சுற்றியுள்ள இரண்டு இடங்களில் பாறை ஓவியங்கள் கண்டுபிடிக்கப்பட்டுள்ளன என்பது அதன் தொல்பொருள் முக்கியத்துவத்தை அதிகரிக்கிறது.

மயிலாடும்பாறை ஓவியங்கள் மனிதன் மற்றும் இயற்கை இடையேயான உறவை தெளிவாக வெளிப்படுத்துகின்றன. மனிதர்கள் விலங்குகள் மற்றும் பறவைகளின் மீது அமர்ந்திருக்கும் காட்சிகள் இங்கு அடிக்கடி காணப்படுகின்றன. வேட்டையாடுதல், வில் மற்றும் அம்பைப் பயன்படுத்துதல், விலங்குகளுடன் மோதல் போன்ற காட்சிகள் அக்கால வாழ்க்கை முறையை எடுத்துக்காட்டுகின்றன. மேலும், மனிதர்கள் குதிரையில்

சவாரி செய்வதும், கால்நடைகளுடன் இணைந்து வாழ்வதும் சித்தரிக்கப்பட்டுள்ளதால், அவர்களின் வாழ்வியல் மற்றும் பொருளாதார செயல்பாடுகள் குறித்து தகவல் கிடைக்கிறது.

இத்துடன், சண்டைக் காட்சிகளும் குறிப்பிடத்தக்கவை. மனிதர்கள் வில், அம்பு, கேடயம், ஈட்டி போன்ற ஆயுதங்களைக் கொண்டு போராடும் காட்சிகள் சமூகத்தில் போரியல் நடைமுறைகள் இருந்ததை சுட்டிக்காட்டுகின்றன. மேலும், குழுவாக நடனம் ஆடும் காட்சிகள் அவர்களின் சமூக மற்றும் கலாச்சார நிகழ்வுகளை வெளிப்படுத்துகின்றன. இவ்வாறு,

இந்த ஓவியங்கள் சிவப்பு மற்றும் வெள்ளை நிறங்களில் வரையப்பட்டுள்ளன. சில இடங்களில் சிவப்பு ஓவியங்களின் மீது வெள்ளை நிறம் வரையப்பட்டிருப்பது, இவை வெவ்வேறு காலகட்டங்களில் உருவாக்கப்பட்டதாக காட்டுகிறது. பொதுவாக சிவப்பு நிற ஓவியங்கள் பழமையானவை என்றும், அவை புதிய கற்காலத்தைச் சேர்ந்தவை என்றும் கருதப்படுகின்றன.

மயிலாடும்பாறை ஓவியங்கள் பாறை ஒதுக்குகளின் கூரைகள் மற்றும் கற்திட்டைகளில் வரையப்பட்டுள்ளன. இதுபோன்ற ஓவியங்கள் மல்லசந்திரம், மகாராஜக்கடை, மால்தாமப்பட்டி, குருவிநாயனப்பள்ளி போன்ற இடங்களிலும் காணப்படுகின்றன.

இப்பகுதியில் நடைபெற்ற அகழ்வாராய்ச்சிகள் மூலம், இவ்வோவியங்கள் புதிய கற்காலம் முதல் இரும்புக்காலம் வரை தொடர்ந்த பண்பாட்டு

வளர்ச்சியுடன் தொடர்புடையவை என அறியப்படுகிறது. குறிப்பாக, சுமார் 4200 ஆண்டுகள் பழமையான இரும்பு வாள் கண்டுபிடிக்கப்பட்டுள்ளது. இதன் அடிப்படையில், இவ்வோவியங்கள் சுமார் 4000 ஆண்டுகளுக்கு முன்பு வரையப்பட்டிருக்கலாம் என ஆய்வாளர்கள் கருதுகின்றனர்.

மயிலாடும்பாறை பாறை ஓவியங்கள் மனிதன், இயற்கை, போர் மற்றும் கலாச்சாரம் ஆகியவற்றை ஒருங்கிணைத்து வெளிப்படுத்தும் முக்கியமான வரலாற்றுச் சான்றுகளாக விளங்குகின்றன.

27

மகாராஜாகடை

மஹாராஜா கடை கிராமம் கிருஷ்ணகிரி மாவட்டத்தில் அமைந்துள்ள ஒரு வரலாற்று முக்கியத்துவம் வாய்ந்த இடமாகும். இது கிருஷ்ணகிரி–குப்பம் சாலையிலிருந்து சுமார் 10 கிலோமீட்டர் தொலைவில் உள்ளது. இந்தப் பகுதியில் உள்ள பூதிகனம் மலைக்குன்றின் மேல்பகுதியில் பாண்டவர் பதி எனப்படும் இடத்தில் பெருங்கற்காலத்தைச் சேர்ந்த பாறை ஓவியங்களும் பாறை தங்குமிடங்களும் காணப்படுகின்றன. இந்த இடத்தை அடைய, கிராமத்திலிருந்து சுமார் 3.5 கிலோமீட்டர் தூரம் வனப்பகுதிக்குள் நடைபயணம் செய்ய வேண்டியுள்ளது.

இந்தப் பகுதியில் உள்ள பாறை செதுக்கல்கள் மற்றும் ஓவியங்கள் மிகவும் நன்றாக பாதுகாக்கப்பட்டுள்ளன. மனிதச் செயல்கள் மற்றும் இயற்கை காரணங்களால் இவை பெரிதும் சேதமடையாமல் இருப்பது குறிப்பிடத்தக்கது. இங்கு மூன்று வகையான பாறை செதுக்கல்கள் காணப்படுகின்றன. பல கற்களில் கிழக்கு திசையை நோக்கி குறியீடுகள் அல்லது துளைகள் அமைக்கப்பட்டுள்ளன. மேலும், கற்களைச் சுற்றி வட்ட வடிவங்கள்

வரையப்பட்டுள்ளன. பெரும்பாலான ஓவியங்கள் கற்களின் உள்புறத்தில் வெள்ளை நிறத்தில் காணப்படுகின்றன.

இந்தப் பாறை ஓவியங்களில் மனிதர்கள் மற்றும் விலங்குகள் இணைந்து காணப்படுவது முக்கிய அம்சமாகும். வேட்டை காட்சிகள், விலங்குகளை அடக்கும் காட்சிகள், ஆயுதங்களுடன் மனிதர்கள் மற்றும் குழு செயல்பாடுகள் போன்றவை அதிகமாக சித்தரிக்கப்பட்டுள்ளன. சில ஓவியங்களில் வீடுகள், வட்ட வடிவங்கள் மற்றும் கை அச்சுகளும் இடம்பெற்றுள்ளன. இவை பழமையான கலாச்சார மரபுகளின் தொடர்ச்சியை வெளிப்படுத்துகின்றன. மேலும், மனிதர்கள் மற்றும் விலங்குகளுக்கிடையேயான மோதல்கள், விலங்குகளின் மீது சவாரி செய்வது போன்ற காட்சிகளும் உள்ளன. வட்ட வடிவங்கள் சூரிய வழிபாட்டை குறிக்கும் என கருதப்படுகிறது.

இந்த ஓவியங்கள் பெரும்பாலும் கோடுகளால் வரையப்பட்டுள்ளன. சில இடங்களில் புள்ளிகளும் பயன்படுத்தப்பட்டுள்ளன என்பது குறிப்பிடத்தக்கது. பொதுவாக வெள்ளை நிறமே அதிகமாக பயன்படுத்தப்பட்டாலும், சில உருவங்கள் கருப்பு நிறத்திலும் காணப்படுகின்றன.

இந்தப் பாறை ஓவியங்கள் பெருங்கற்கால மனிதர்களின் வாழ்க்கை முறை, சமூக அமைப்பு, வேட்டைச் செயல்கள் மற்றும் இயற்கையுடன் கொண்டிருந்த உறவை தெளிவாக வெளிப்படுத்துகின்றன. இவை நம் பழமையான வரலாறு மற்றும் கலாச்சாரத்தை அறிய முக்கிய ஆதாரங்களாக விளங்குகின்றன.

28

வெள்ளரிக்கோம்பை

வெள்ளரிக்கோம்பை என்பது நீலகிரி மாவட்டத்தின் கோத்தகிரி வட்டத்தில் அமைந்துள்ள ஒரு சிறப்புமிக்க மலைக் கிராமமாகும். இது மேட்டுப்பாளையத்திலிருந்து கோத்தகிரி செல்லும் பாதையில் உள்ள மாமரம் பேருந்து நிறுத்தத்திலிருந்து சுமார் 4 கிலோமீட்டர் தொலைவில் அமைந்துள்ளது. இப்பகுதியில் குரும்பர் எனப்படும் பழங்குடியினர் வாழ்ந்து வருகின்றனர். இவர்களின் முன்னோர்கள் காடுகளில் வேட்டையாடியும், காட்டு வளங்களை சேகரித்தும் தங்கள் வாழ்க்கையை நடத்தி வந்துள்ளனர். இதனால் இப்பகுதி பழங்குடி கலாச்சார மரபுகளுடன் நெருங்கிய தொடர்புடையதாக உள்ளது.

இந்தக் கிராமத்தின் எல்லைப் பகுதியில் மலை உச்சியில் "தேன்பாறை" எனப்படும் இடம் அமைந்துள்ளது. இதையே உள்ளூர் மக்கள் "எழுத்துப்பாறை" என்று அழைக்கின்றனர். இங்கு பல பாறை ஓவியங்கள் காணப்படுகின்றன. காலப்போக்கில் பல ஓவியங்கள் சேதமடைந்திருந்தாலும், இன்றும் 50-க்கும் மேற்பட்ட ஓவியங்கள் தெளிவாகக் காணப்படுகின்றன என்பது குறிப்பிடத்தக்கது. இந்த

ஓவியங்கள் பழங்கால மனிதர்களின் சிந்தனை, வாழ்க்கை மற்றும் நம்பிக்கைகளை வெளிப்படுத்துகின்றன.

இந்தப் பாறை ஓவியங்களில் மனித உருவங்கள், விலங்குகள், கை அச்சுகள் மற்றும் பல்வேறு குறியீட்டு வடிவங்கள் காணப்படுகின்றன. குறிப்பாக யானை, குரங்கு போன்ற விலங்குகளின் உருவங்கள் இடம்பெற்றுள்ளன. ஓவியங்கள் எளிமையாகவும், ஆனால் கருத்துப்பூர்வமாகவும் வடிவமைக்கப்பட்டுள்ளன. பெரும்பாலான ஓவியங்கள் கோடுகளால் வரையப்பட்ட கோட்டோவியங்களாக உள்ளன. கருப்பு மற்றும் வெள்ளை நிறங்கள் பயன்படுத்தப்பட்டுள்ளன; சில இடங்களில் நிறம் நிரப்பப்பட்ட ஓவியங்களும் காணப்படுகின்றன.

இந்த ஓவியங்கள் வரலாற்றின் ஆரம்ப மற்றும் பிற்கால கட்டங்களைச் சேர்ந்தவை என கருதப்படுகின்றன. வட்டம், சதுரம், செவ்வகம், முக்கோணம் போன்ற எளிய வடிவங்களை கொண்டு மனித உருவங்கள் உருவாக்கப்பட்டுள்ளன. சில இடங்களில் பழைய ஓவியங்களின் மீது புதிய ஓவியங்கள் வரையப்பட்டுள்ளன என்பது அக்கால மக்கள் தொடர்ந்து இந்த இடத்தை பயன்படுத்தியதை காட்டுகிறது.

தமிழகத்தில் பல பாறை ஓவிய இடங்கள் வழிபாட்டு தலங்களாக இல்லாவிட்டாலும், எழுத்துப்பாறை ஒரு விதிவிலக்காக விளங்குகிறது. குரும்பர் இனத்தினர் ஆண்டுதோறும் இங்கு வந்து பூஜை நடத்துகின்றனர். அவர்கள் தங்கள் வேண்டுதல்களைச் சொல்லி, பூசாரி சிவப்பு

மண் கொண்டு பாறைகளில் குறியீட்டு ஓவியங்களை வரைவது வழக்கம். இந்த மரபு சமீப காலம் வரை தொடர்ந்து இருந்து வந்துள்ளது.

வெள்ளரிக்கோம்பை எழுத்துப்பாறை ஓவியங்கள் பழங்கால மனிதர்களின் வாழ்க்கை முறை, கலாச்சாரம் மற்றும் ஆன்மீக நம்பிக்கைகளை விளக்கும் முக்கியமான வரலாற்றுச் சான்றுகளாகும்.

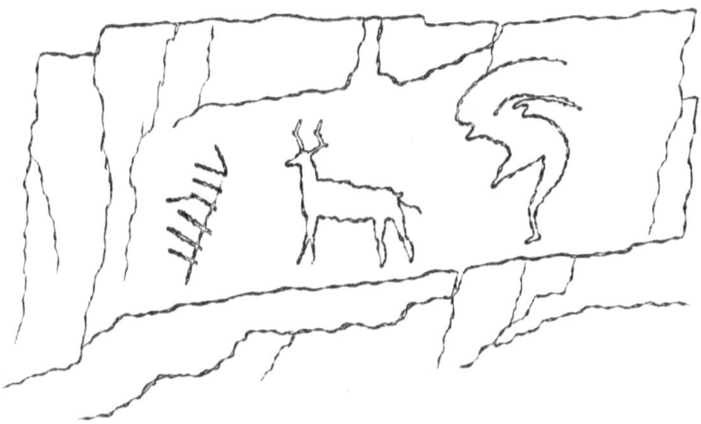

V

சமணர் படுக்கை

தமிழகத்தின் பல மலைக்குகைகளில் காணப்படும் "சமணர் படுக்கைகள்" என்பது, கிமு 1–2ஆம் நூற்றாண்டில் வாழ்ந்த சமணத் துறவிகள் தவம் புரியவும் ஓய்வெடுக்கவும் பாறைகளைச் செதுக்கி உருவாக்கிய எளிய தங்குமிடங்களாகும். . இயற்கை குகைகளின் உள்ளே கற்களைத் தட்டையாக செதுக்கி, சில நேரங்களில் தலையணை போன்று சிறிய உயர்வுகளும் அமைக்கப்பட்டுள்ளன.

தமிழகத்தில், குறிப்பாக மதுரை மற்றும் அதன் சுற்றுப்பகுதிகளில் சமணர் படுக்கைகள் அதிகமாகக் காணப்படுகின்றன. கீழ்க்குயில்குடி, அரிட்டாப்பட்டி, போன்ற இடங்கள் சமணத் துறவிகள் வாழ்ந்த முக்கிய மையங்களாகக் கருதப்படுகின்றன.

அதேபோல், சித்தன்னவாசல் (ஏழடிப்பட்டம்) பகுதியில் உள்ள குகைகள் சமணப் படுக்கைகள் மட்டுமின்றி ஓவியங்களும் கல்வெட்டுகளும் கொண்ட முக்கியத் தொல்லியல் தளமாக விளங்குகின்றன. கன்னியாகுமரி

மாவட்டத்தில் உள்ள சிதறால் மலைக்கோவில் மற்றும் தூத்துக்குடி மாவட்டத்தின் கழுகுமலை ஆகிய இடங்களிலும் இத்தகைய படுக்கைகள் மற்றும் சிற்பங்கள் காணப்படுகின்றன. திருநெல்வேலி அருகிலுள்ள அய்யனார்குளம் போன்ற இடங்களிலும் இயற்கை பாறைகளில் செதுக்கப்பட்ட படுக்கைகள் உள்ளன.

சமணர் படுக்கைகளின் ஒரு முக்கிய அம்சம் அவற்றுடன் காணப்படும் கல்வெட்டுகள் ஆகும். இக்கல்வெட்டுகள் பெரும்பாலும் தமிழ்-பிராமி எழுத்தில் பொறிக்கப்பட்டிருக்கும். அவற்றில், அங்கு தவம் செய்த துறவிகளின் பெயர்கள், அல்லது அந்தப் படுக்கைகளை அமைத்த நன்கொடையாளர்களின் தகவல்கள் பதிவு செய்யப்பட்டுள்ளன.

இந்தப் படுக்கைகள் வெறும் ஓய்விடங்களாக அல்ல; அவை கடுமையான தவ வாழ்க்கையைச் சுட்டிக்காட்டுகின்றன. இயற்கை குகைகளில் எளிமையான வாழ்க்கை முறையைத் தேர்ந்தெடுத்த சமணத் துறவிகள், உடல் சுகங்களைத் துறந்து ஆன்மிக முன்னேற்றத்திற்காக வாழ்ந்ததை இவை வெளிப்படுத்துகின்றன.

வரலாற்று நோக்கில் பார்க்கும்போது, சமணர் படுக்கைகள் தமிழகத்தில் சமண மதத்தின் செல்வாக்கையும், அதன் துறவிய மரபையும் தெளிவாகக் காட்டுகின்றன. அதோடு, பண்டைய தமிழ் சமூகத்தின் மதச்சார்பான சகிப்புத்தன்மையையும் கலாச்சார வளத்தையும் எடுத்துக்காட்டுகின்றன.

இன்றைய நிலையில், இவ்வகை சமணர் படுக்கைகள் பலவும் தமிழ்நாடு அரசு தொல்லியல் துறை மூலம் பாதுகாக்கப்பட்ட நினைவுச் சின்னங்களாக பராமரிக்கப்பட்டு வருகின்றன. அவை தமிழர் தொன்மை, ஆன்மிகப் பாரம்பரியம் மற்றும் கலைச் சிறப்பை எடுத்துரைக்கும் அரிய சான்றுகளாக திகழ்கின்றன.

29

கீழ்க்குயில்குடி

சமணர்மலை, மதுரை நகரத்திலிருந்து சுமார் 12 கிலோமீட்டர் தொலைவில், மதுரை–தேனி தேசிய நெடுஞ்சாலையில் நாகமலை புதுக்கோட்டைக்கு தெற்கில் அமைந்துள்ள முக்கியமான வரலாற்றுச் சிறப்புமிக்க இடமாகும். இது கீழக்குயில்குடி கிராமப் பகுதியில் அமைந்துள்ளது. தமிழ் கல்வெட்டுகள், சமணத் துறவிகள் பயன்படுத்திய கல் படுக்கைகள் மற்றும் சிற்பங்கள் ஆகியவற்றால் இம்மலை பெரும் புகழைப் பெற்றுள்ளது. கிமு 2ஆம் நூற்றாண்டு முதல் கிபி 12ஆம் நூற்றாண்டு வரை நீளும் காலத்தைச் சேர்ந்த பல்வேறு நினைவுச் சின்னங்களை இங்கு காண முடிவதால், இது தொல்பொருள் ரீதியாக மிகுந்த முக்கியத்துவம் வாய்ந்ததாக கருதப்படுகிறது.

மலையின் தென்பகுதியில் அமைந்துள்ள "செட்டிப்புடவு" குகை இங்குள்ள முக்கியமான இடமாகும். இக்குகையில் மகாவீரரின் அழகிய சிற்பம் காணப்படுகிறது. அவர் மூன்று சிங்கங்கள் தாங்கும் ஆசனத்தில் அமர்ந்த நிலையில் வடிவமைக்கப்பட்டுள்ளார். அவரின் இருபுறங்களிலும் சாமரம் வீசுபவர்கள் மற்றும்

மேலே வானவர்கள் பறப்பது போன்ற காட்சிகள் செதுக்கப்பட்டுள்ளன. இந்தச் சிற்பத்தின் கீழ் காணப்படும் வட்டெழுத்துக் கல்வெட்டு, இதை உருவாக்கியவர்களின் விவரங்களை வழங்குகிறது. குறிப்பாக, குறண்டி திருக்காட்டாம்பள்ளியைச் சேர்ந்த மாணவர்கள் இந்தச் சிற்பத்தை உருவாக்கியுள்ளனர் என்பதும் இதில் குறிப்பிடப்பட்டுள்ளது.

செட்டிப்புடவு குகையின் உள்ளே மொத்தம் ஐந்து சிற்பங்கள் உள்ளன. இதில் இரண்டு இயக்கி (யக்ஷி) உருவங்களும், மூன்று தீர்த்தங்கரர் உருவங்களும் இடம்பெற்றுள்ளன. ஒரு இயக்கி சிங்கத்தின் மீது அமர்ந்து அசுரனை எதிர்கொள்ளும் நிலையில் காணப்படுவது குறிப்பிடத்தக்கது. மற்றொரு இயக்கி சுகாசன நிலையில் அமைதியாக அமர்ந்திருப்பார். இச்சிற்பங்களின் கீழ் அவற்றை உருவாக்கியவர்களின் பெயர்களும் கல்வெட்டாக பொறிக்கப்பட்டுள்ளன.

இதனுடன், “பேச்சிப்பள்ளம்” எனப்படும் மற்றொரு இயற்கைக் குகையும் இம்மலையில் உள்ளது. இங்கு எட்டு தீர்த்தங்கரர் சிற்பங்களும், அவற்றை உருவாக்கியவர்களின் பெயர்களும் கல்வெட்டுகளாக காணப்படுகின்றன. பாகுபலி மற்றும் பார்ஸ்வநாதர் போன்ற முக்கிய சமணப் பெருமக்களின் உருவங்களும் இங்கு செதுக்கப்பட்டுள்ளன. பேச்சிப்பள்ளத்தின் மேற்பகுதியில் கி.பி. 9ஆம் நூற்றாண்டைச் சேர்ந்த “மாதேவி பெரும்பள்ளி” என்ற சமணக் கல்வி நிலையத்தின் சிதிலங்களும் காணப்படுகின்றன. பாண்டிய மன்னன் பராந்தக

வீரநாராயணன் தனது மனைவி மாதேவியின் பெயரில் இதை கட்டியதாக கல்வெட்டுகள் தெரிவிக்கின்றன.

இம்மலையின் பழைய பெயர் "திருவுருவகம்" என்பதும், புளிங்குன்றூர் பகுதியிலிருந்து நிலங்கள் தானமாக வழங்கப்பட்டதும் கல்வெட்டுகள் மூலம் அறியப்படுகிறது.

30

அரிட்டாப்பட்டி

அரிட்டாபட்டி, தமிழ்நாட்டின் பசுமை சூழலில் அமைந்துள்ள வரலாற்று, கலாச்சார மற்றும் இயற்கைச் சிறப்புகளை ஒருங்கே கொண்ட ஒரு முக்கியமான கிராமமாகும். இவ்விடம் பழங்கால நினைவுச்சின்னங்கள், மலைகள், குகைகள் மற்றும் அமைதியான இயற்கை காட்சிகளால் பார்வையாளர்களை ஈர்க்கிறது.

அரிட்டாபட்டியின் முக்கிய அம்சங்களில் ஒன்று சமணர் மலை குகைக் கோயில் ஆகும். இயற்கை பாறைகளில் செதுக்கப்பட்ட இந்தக் கோயில் கி.பி. 8ஆம் நூற்றாண்டைச் சேர்ந்ததாகக் கருதப்படுகிறது. இதில் தீர்த்தங்கரர் சிற்பங்களும் கல்வெட்டுகளும் காணப்படுகின்றன. சமணத் துறவிகள் தியானத்திற்கும் ஆன்மீக முன்னேற்றத்திற்கும் ஏற்ற தனிமையான இடமாக இதைத் தேர்ந்தெடுத்துள்ளனர். இந்தக் கோயிலின் கலைநயமும் கட்டிடக்கலைத் திறனும் அக்கால கைவினை நுட்பத்தை வெளிப்படுத்துகின்றன.

இதேபோல், பஞ்சபாண்டவர் குகையும் இப்பகுதியில் முக்கியமானதாகும். இது சமணத் துறவிகள் வாழ்ந்த புனித

இடமாகக்கருதப்படுகிறது. இங்குதீர்த்தங்கரர்உருவங்களும் தமிழ் பிராமி கல்வெட்டுகளும் காணப்படுகின்றன. இவை அக்கால சமண சமுதாயத்தின் மதநம்பிக்கை மற்றும் கலாச்சார வளர்ச்சியை விளக்குகின்றன. மேலும், கழிஞ்சமலை என்ற மலைப்பகுதி இயற்கை மற்றும் சாகச ஆர்வலர்களுக்குப் பொருத்தமான இடமாகும். இங்கு கிமு 2ஆம் நூற்றாண்டைச் சேர்ந்த தமிழ் பிராமி கல்வெட்டுகள் காணப்படுவது, சமணர் வாழ்ந்ததற்கான முக்கிய ஆதாரமாகும்.

அரிட்டாபட்டி கலாச்சார விழாக்களாலும் சிறப்புப் பெற்றது. மகாவீரர் ஜெயந்தி விழா மிகுந்த விமர்சையாகக் கொண்டாடப்படுகிறது. ஊர்வலங்கள், பக்திப் பாடல்கள், அன்னதானம் போன்ற நிகழ்வுகள் சமூக ஒற்றுமையையும் சமண மரபின் தொடர்ச்சியையும் வெளிப்படுத்துகின்றன. இப்பகுதியில் இரண்டாயிரம் ஆண்டுகளுக்கு முற்பட்ட சமணர் படுக்கைகள், தீர்த்தங்கரர் சிற்பங்கள், தமிழ் பிராமி கல்வெட்டுகள் மற்றும் வட்டெழுத்துக் கல்வெட்டுகள் காணப்படுகின்றன. பாண்டியர் காலத்து குடைவரைக் கோயிலும், 16ஆம் நூற்றாண்டைச் சேர்ந்த தாமிரச் செப்பேடுகளும் இங்கு கண்டுபிடிக்கப்பட்டுள்ளன.

குகைத்தளத்தின் வெளிப்புறத்தில் முக்குடையின் கீழ் அமர்ந்த தீர்த்தங்கரரின் அழகிய சிற்பம் உள்ளது. இதை கி.பி. 10ஆம் நூற்றாண்டில் அச்சணந்தி முனிவர் உருவாக்கியதாக கல்வெட்டுகள் தெரிவிக்கின்றன. அரிட்டாபட்டி மலை, சங்ககாலத்திலிருந்தே சமணத் தலமாக இருந்து வந்தது;

அரிட்டாபட்டி வரலாறு, ஆன்மீகம், இயற்கை மற்றும் கலாச்சாரம் ஆகியவற்றை ஒருங்கிணைக்கும் அரிய தளமாகும். இது சமண மரபின் பெருமையையும், பழங்கால மனிதர்களின் வாழ்க்கை முறையையும் புரிந்துகொள்ள உதவும் முக்கிய பாரம்பரியச் சின்னமாக விளங்குகிறது.

31

கழுகுமலை

தூத்துக்குடி மாவட்டத்தில் அமைந்துள்ள கழுகுமலை, வரலாற்று மற்றும் கலாச்சார முக்கியத்துவம் வாய்ந்த இடமாகும். இங்கு காணப்படும் சமணப் படுக்கைகள், சமண மதத் தலைவர்களுக்கு அர்ப்பணிக்கப்பட்டவை. பாறையில் செதுக்கப்பட்ட இந்தக் கட்டிடக்கலை, பாண்டியர் காலக் கலைநயத்தின் சிறந்த எடுத்துக்காட்டாக விளங்குகிறது. முழுமையாக நிறைவு பெறாத இந்தப் பாறைக் கோயில், பாண்டிய மன்னன் பராந்தக நெடுஞ்சடையன் (கி.பி. 768–800) ஆட்சிக் காலத்தில் உருவாக்கப்பட்டதாக நம்பப்படுகிறது.

கழுகுமலையில் சுமார் 150க்கும் மேற்பட்ட சமணச் சிற்பங்கள் காணப்படுகின்றன. அவற்றில் கோமடேஸ்வரர், பார்சுவநாதர் மற்றும் பல தீர்த்தங்கரர்களின் உருவங்கள் செதுக்கப்பட்டுள்ளன. இச்சிற்பங்கள் மலையின் சரிவுகளில் வரிசையாக அமைந்துள்ளன. சமணர்கள் தங்கள் குரு, குடும்பத்தினர் ஆகியோரின் நினைவாக இந்தச் சிற்பங்களை உருவாக்கியுள்ளனர். ஒவ்வொரு சிற்பத்திற்கும் கீழே அதனை உருவாக்கியவர்களின் பெயர்கள் கல்வெட்டாக பொறிக்கப்பட்டுள்ளன.

இந்த சமணப் படுக்கைகள் தமிழ்நாடு அரசின் தொல்லியல் துறையால் பாதுகாக்கப்பட்ட நினைவுச்சின்னங்களாக பராமரிக்கப்பட்டு வருகின்றன. இவை கி.பி. 8ஆம் நூற்றாண்டு முதல் 10ஆம் நூற்றாண்டு வரையிலான காலப்பகுதியில் சமண மதம் இப்பகுதியில் செழித்து இருந்ததற்கான முக்கிய ஆதாரங்களாக உள்ளன.

கழுகுமலையில் சமணச் சின்னங்களுடன் சேர்த்து, வெட்டுவான் கோயில் எனப்படும் பாறைக் கோயிலும், அடிவாரத்தில் உள்ள கலுகசாலமூர்த்தி முருகன் கோயிலும், மேலும் ஒரு முழுமையடையாத சிவன் கோயிலும் காணப்படுகின்றன. இவை அனைத்தும் பாண்டியர் கால கட்டிடக்கலையின் சிறப்பை எடுத்துக்காட்டுகின்றன.

இந்த மலைப்பகுதி பற்றிய உள்ளூர் மரபுகள், இது ஒருகாலத்தில் பௌத்த சமயத்துடன் தொடர்புடையதாக இருந்திருக்கலாம் எனக் கூறுகின்றன. பின்னர் அது கைவிடப்பட்டு, சமணர்களாலும் இந்துக்களாலும் மறுபயன்படுத்தப்பட்டதாக நம்பப்படுகிறது.

கழுகுமலையின் சிற்பங்களில் சிம்மாசனத்தில் அமர்ந்த தீர்த்தங்கரர்கள், நாகச்சத்திரத்துடன் நிற்கும் பார்சுவநாதர், தரனேந்திர யக்ஷன் மற்றும் பத்மாவதி போன்ற உருவங்கள் மிகவும் அழகாக வடிவமைக்கப்பட்டுள்ளன. இவை பாண்டியர் காலச் சிற்பக் கலை திறமையை வெளிப்படுத்துகின்றன.

கோவில்பட்டி – சங்கரன்கோவில் சாலையில் அமைந்துள்ள இந்தச் சிற்றூர், ஆயிரம் ஆண்டுகளுக்கு

மேலான வரலாற்றுச் சின்னங்களை தன்னகத்தே கொண்டுள்ளது. சமீபகாலங்களில் இந்த இடம் சுற்றுலா பயணிகளிடையே அதிக வரவேற்பைப் பெற்றுள்ளது.

கழுகுமலை சமணப் படுக்கைகள் வரலாறு, மதம் மற்றும் கலை ஆகியவற்றின் சங்கமமாக விளங்குகின்றன. இவை பாண்டியர் காலத்தின் சிறப்பையும், சமண மரபின் செழுமையையும் எடுத்துரைக்கும் அரிய பாரம்பரியச் சின்னங்களாகும்.

32

திருப்பருத்திக்குன்றம்

மதுரை அருகிலுள்ள திருப்பரங்குன்றம் மலையின் தென்பகுதியில் அமைந்துள்ள சமணக் குடைவரை மிகவும் பழமையானது. இந்த குகை கிமு முதல் நூற்றாண்டில் திகம்பர சமணத் துறவிகளுக்காக உருவாக்கப்பட்டது. இப்பகுதியில் மயில்கள் மற்றும் குரங்குகள் அதிகமாகக் காணப்படுகின்றன.

திருப்பருத்திக்குன்றம், "ஜினகாஞ்சி" என அழைக்கப்படும் ஒரு முக்கியமான சமணத் தலம் ஆகும். இங்கு எழுந்தருளியுள்ள அருகக் கடவுள் சாசனங்களில் "திரை லோக்கியநாதர்" என்றும் "திருப்பருத்திக்குன்றாழ்வார்" என்றும் குறிப்பிடப்படுகிறார். இத்தலத்தில் காணப்படும் கல்வெட்டுகளின் படி, மல்லிசேன வாமனாசாரியாரின் சீடரான புஷ்ப சேன வாமனார்யர் என்ற முனிவர் இக்கோயிலின் கோபுரத்தை கட்டியதாக அறியப்படுகிறது. மேலும், வாமனாசாரியார் மற்றும் மல்லிசேனாசாரியார் ஆகியோரின் பெயர்களும் கல்வெட்டுகளில் இடம்பெற்றுள்ளன. இக்கோயிலில் உள்ள குராமரத்தின்

அடிப்பகுதியில் இவ்விரு ஆசாரியர்களின் பாதச்சுவடுகள் கல்லில் செதுக்கப்பட்டுள்ளன.

மல்லிசேன வாமனாசாரியார் "மேருமந்தர புராணம்" என்னும் நூலையும், "நீலகேசி" என்ற நூலுக்கு "சமயதிவாகரம்" என்ற உரையையும் எழுதியுள்ளார். இந்நூல்கள் பின்னர் சமணப் பெரியார்களால் வெளியிடப்பட்டுள்ளன. மேலும், இக்கோயிலுக்கு 2000 குழி நிலம் தானமாக வழங்கப்பட்டதாகவும், விஷார் கிராமத்தார் விக்கிரம சோழன் ஆட்சியின் 13ஆம் ஆண்டில் நிலம் விற்றதாகவும் கல்வெட்டுகள் தெரிவிக்கின்றன. கைதடுப்பூர் கிராம சபையினர் "ரிஷி சமுதாயத்தார்" பயன்பாட்டிற்காக கிணறு தோண்ட நிலம் வழங்கியதும் குறிப்பிடத்தக்கது.

ஆனால் கி.பி. 7ஆம் நூற்றாண்டில் தமிழ்நாட்டில் பக்தி இயக்கம் வளர்ந்தபோது, சமண மதத்தின் தாக்கம் குறைந்து, சைவம் மற்றும் வைணவம் வளர்ச்சி பெற்றன. இதனால் கி.பி. 8ஆம் நூற்றாண்டில் ஏற்பட்ட சமண–சைவ மோதல்களின் போது, இச்சமணக் குகை சேதமடைந்து பின்னர் "உமை ஆண்டார் கோயில்" என மாற்றப்பட்டது.

பிற்கால பாண்டிய மன்னன் மாறவர்மன் சுந்தர பாண்டியன் (கி.பி. 1216–1238) ஆட்சிக்காலத்தைச் சேர்ந்த தமிழ் பிராமி கல்வெட்டுகள், இந்தக் குகையை சைவ சமயத்தினர் புதுப்பித்து "சுந்தர பாண்டீஸ்வரர் கோயில்" ஆக மாற்றியமைத்ததை குறிப்பிடுகின்றன.

இவ்விடத்தின் வரலாற்று முக்கியத்துவத்தை கருத்தில் கொண்டு, இந்திய தொல்லியல் ஆய்வு துறை 1958ஆம் ஆண்டு இதனை தேசிய முக்கியத்துவம் வாய்ந்த பழமையான நினைவுச்சின்னமாக அறிவித்து பாதுகாத்து வருகிறது.

33

சித்தன்னவாசல்

புதுக்கோட்டை மாவட்டத்தில் அமைந்துள்ள சித்தன்னவாசல், சிறியதானாலும் மிகப் பெரிய வரலாற்று முக்கியத்துவம் கொண்ட ஊராகும். புதுக்கோட்டையிலிருந்து அன்னவாசல் செல்லும் சாலையில் உள்ள பிரிவிலிருந்து சுமார் 1 கிலோமீட்டர் தொலைவில் இது அமைந்துள்ளது. இங்கு நீண்ட மலைத் தொடரும், அதனைச் சுற்றிய பல தொல்லியல் சின்னங்களும் காணப்படுகின்றன. இவ்விடத்தின் முக்கிய சிறப்பாக "அறிவர் கோயில்" என அழைக்கப்படும் சமணக் குடைவரைக் கோயில் திகழ்கிறது. தமிழகத்தில் சமண முனிவர்களின் புடைப்புச் சிற்பங்களுடன் காணப்படும் தனித்துவமான குடைவரைக் கோயிலாக இது விளங்குகிறது.

இந்தக் கோயில் மலையின் மேற்குப் பக்க சரிவில் செதுக்கப்பட்டுள்ளது. இதில் கருவறையும் மண்டபமும் அமைந்துள்ளன. முன்புறத்தில் இரண்டு தூண்களும், இரு அரைத்தூண்களும் காணப்படுகின்றன. இத்தூண்களில் எட்டுப்பட்டைகள் அமைந்துள்ளதுடன் தாமரை இதழ்கள் போன்ற அழகிய செதுக்கல்களும் காணப்படுகின்றன.

கருவறைக்குள் செல்ல படிகள் மற்றும் கைப்பிடிகளும் அமைக்கப்பட்டுள்ளன.

மண்டபத்தின் சுவர்களில் சமண முனிவர்களின் சிற்பங்கள்காணப்படுகின்றன. வடபுறச்சுவரில்குடையுடன் அமர்ந்த முனிவரின் உருவமும், தென்புறச் சுவரில் ஐந்து தலை நாகத்துடன் கூடிய பார்சுவநாதரின் உருவமும் புடைப்புச் சிற்பமாக செதுக்கப்பட்டுள்ளன. கருவறையின் பின்புறச் சுவரில் ஆதிநாதர், மகாவீரர், நேமிநாதர் ஆகிய தீர்த்தங்கரர்களின் உருவங்கள் காணப்படுகின்றன. இவர்கள் அனைவரும் தியான நிலையில் அமர்ந்திருப்பது குறிப்பிடத்தக்கது.

இவ்விடத்தில்பலகல்வெட்டுகளும்காணப்படுகின்றன. பாண்டிய மன்னன் வரகுணன் காலத்தைச் சேர்ந்த கல்வெட்டுகள் மற்றும் பிற தானங்கள் குறித்த தகவல்கள் இவற்றில் பதிவாகியுள்ளன. மேலும், மதுரையைச் சேர்ந்த இளங்கௌதமன் என்ற ஆசிரியர் இக்கோயிலில் திருப்பணி செய்ததாகவும் கல்வெட்டுகள் தெரிவிக்கின்றன.

சித்தன்னவாசல் மலைப்பகுதியில் "ஏழடிப்பாட்டம்" எனப்படும் இடத்தில் சமண முனிவர்கள் பயன்படுத்திய கற்படுக்கைகள் காணப்படுகின்றன. மொத்தம் 17 படுக்கைகள் செதுக்கப்பட்டுள்ளன. இங்கு காணப்படும் தமிழ்-பிராமி கல்வெட்டுகள் கிமு 2ஆம் நூற்றாண்டைச் சேர்ந்தவை ஆகும். இவை சமண முனிவர்களின் வாழ்வியல் மற்றும் தானங்கள் பற்றிய தகவல்களை வழங்குகின்றன.

சித்தன்னவாசல் என்பது ஓவியம், சிற்பம், கல்வெட்டு மற்றும் இயற்கை ஆகிய அனைத்தையும் ஒருங்கே கொண்ட அரிய வரலாற்றுத் தளம் ஆகும். பாண்டியர் கால கலைத்திறனையும், சமண மரபின் செழுமையையும் வெளிப்படுத்தும் இவ்விடம் இன்று முக்கியமான சுற்றுலா மையமாக திகழ்கிறது.

34

சிதாறல் மலைக்கோவில்

கன்னியாகுமரி மாவட்டத்தில் அமைந்துள்ள சிதறால் என்ற ஊரில், திருச்சாணத்து மலையின் மேற்பகுதியில் அமைந்துள்ள மிகப் பெரிய குகைக்கோயில் தான் சிதறால் சமணத் தலம். இது நாகர்கோவிலிலிருந்து சுமார் 45 கிலோமீட்டர் தொலைவில் அமைந்துள்ளது. இக்கோயிலின் உள்ளும் புறமும் ஏராளமான சமணச் சிற்பங்கள் காணப்படுகின்றன.

இந்தக் குகைக் கோயில் ஆரம்பத்தில் சமணத் தலமாக இருந்தாலும், கி.பி. 13ஆம் நூற்றாண்டில் இது பகவதி அம்மன் கோயிலாக மாற்றப்பட்டது. இருப்பினும், கோயிலுக்குள் காணப்படும் தீர்த்தங்கரர்கள் மற்றும் உபதேவதைகளின் சிற்பங்கள் எந்த மாற்றமும் இன்றி பாதுகாக்கப்பட்டுள்ளன. இதனால், இவ்விடம் சமண மற்றும் இந்து மரபுகள் ஒன்றிணைந்து காணப்படும் அரிய தலமாக விளங்குகிறது.

இந்தப் பழமையான சமணக் கோயிலில் மகாவீரர் மற்றும் 23 தீர்த்தங்கரர்களின் உருவங்கள் பாறைகளில்

செதுக்கப்பட்டுள்ளன. மேலும், பத்மாவதி, அம்பிகை போன்ற இயக்கியர் உருவங்களும் அழகாக வடிவமைக்கப்பட்டுள்ளன. குறிப்பாக, ஐந்து தலை நாகத்தால் பாதுகாக்கப்படும் பார்சுவநாதரின் உருவம் மிகுந்த கலைநயத்துடன் காணப்படுகிறது. இச்சிற்பங்கள் அனைத்தும் தியான நிலைகளில் அமைந்து, சமணக் கலையின் உயர்ந்த நிலையை வெளிப்படுத்துகின்றன.

இங்கு காணப்படும் கல்வெட்டுகள், இத்தலம் ஒரு முக்கிய சமண மையமாக இருந்ததைக் காட்டுகின்றன. தமிழ்-பிராமி எழுத்தில் உள்ள கல்வெட்டுகள், கி.மு. முதல் நூற்றாண்டிலேயே இங்கு சமணப் பள்ளி இருந்ததைச் சுட்டிக்காட்டுகின்றன. மேலும், சில கல்வெட்டுகள் மன்னர்கள் மற்றும் பக்தர்கள் வழங்கிய தானங்கள், நிலங்கள் மற்றும் நகைகள் பற்றிய தகவல்களையும் வழங்குகின்றன.

பிற்காலத்தில் திருவிதாங்கூர் அரசர் ஸ்ரீமூலம் திருநாள் *(1885–1924)* காலத்தில் இங்கு "சிதறாலம்மா" என்ற பகவதி அம்மன் பிரதிஷ்டை செய்யப்பட்டது. அதன் பின்னர் இக்கோயில் இந்துக் கோயிலாகவும் வழிபாட்டில் உள்ளது.

சிதறால் குகைக்கோயில் அதன் வரலாற்றுச் சிறப்பு காரணமாக தொல்லியல் துறையால் பாதுகாக்கப்பட்டு வருகிறது. இந்தியாவின் முன்னாள் பிரதமர் ஜவஹர்லால் நேரு கூட இத்தலத்தின் முக்கியத்துவத்தை உணர்ந்து, இதைப் பாதுகாக்க நடவடிக்கை எடுத்ததாக கூறப்படுகிறது.

சிதறால் என்பது சமண சமயத்தின் செழுமையையும், பாண்டியர் காலக் கலை நயத்தையும், பின்னர் ஏற்பட்ட மத

மாற்றங்களின் வரலாற்றையும் ஒருங்கே பிரதிபலிக்கும் முக்கிய பாரம்பரியத் தளமாகும். இது இன்று வரலாற்று ஆய்வாளர்கள், தொல்லியல் ஆர்வலர்கள் மற்றும் சுற்றுலா பயணிகளை ஈர்க்கும் சிறப்பு மிக்க இடமாக திகழ்கிறது.

35

சமணக்காஞ்சி

காஞ்சிபுரம் என்பது பல சிறப்புகளையும் பாரம்பரியங்களையும் தன்னகத்தே கொண்ட ஒரு புகழ்பெற்ற நகரமாகும். இந்நகரத்தில் பல்வேறு சமயங்களுக்கு உரிய கோயில்கள் அமைந்துள்ளன. அவை அமைந்துள்ள பகுதிகள் ஒவ்வொன்றும் தனித்தனி பெயர்களால் அழைக்கப்படுகின்றன. சிவன் கோயில்கள் உள்ள பகுதி "சைவக் காஞ்சி", திருமால் கோயில்கள் உள்ள பகுதி "வைணவக் காஞ்சி", சமணக் கோயில்கள் அமைந்துள்ள பகுதி "சமணக் காஞ்சி" என அழைக்கப்படுகின்றன. இவ்வாறு காஞ்சிபுரம் மரபும் கலைநயமும் இணைந்த நகரமாக விளங்குகிறது.

சமணக் காஞ்சியில் ஒரு காலத்தில் சமண மடம் இயங்கியதாக வரலாற்றுச்சான்றுகள் தெரிவிக்கின்றன. கி.பி. 640 ஆம் ஆண்டில் காஞ்சிபுரத்திற்கு வந்த சீனப் பௌத்த யாத்ரீகர் யுவான் சுவாங், தனது பயணக் குறிப்புகளில் அக்காலத்தில் காஞ்சி நகரில் பல சமணக் கோயில்கள் இருந்ததாக பதிவு செய்துள்ளார்.

இங்கு சமண சமயத்தின் எட்டாவது தீர்த்தங்கரரான சந்திரப்பிரபருக்காக ஒரு கோயில் அமைக்கப்பட்டுள்ளது. உயர்ந்த மேடான இடத்தில் அமைந்துள்ளதால், இந்தக் கோயில் "ஏர்வாஸ்தலம்" என்றும் "மலையனார் கோயில்" என்றும் அழைக்கப்பட்டதாக அறிஞர் டி. என். இராமச்சந்திரன் குறிப்பிட்டுள்ளார். இக்கோயில் பல்லவ மன்னன் இரண்டாம் நரசிம்ம பல்லவன் காலத்தில் கட்டப்பட்டதாக அறிஞர்கள் கருதுகின்றனர்.

இந்தக் கோயிலின் மூலவராக 24வது தீர்த்தங்கரரான மகாவீரர் (வர்த்தமானர்) உயர்ந்த பீடத்தில் அமர்ந்து, ஆழ்ந்த தியான நிலையில் காட்சி தருகிறார். அவருக்கு மேல் முக்குடை அமைந்துள்ளதுடன், இருபுறமும் தேவர்கள் சேவை செய்யும் வடிவில் காணப்படுகிறார். இவரை "திரிலோகநாதர்" என்றும் அழைக்கின்றனர்.

கோயிலின் உள்ளே மகாவீரர், புஷ்பதந்தர், தருமநாதர், பத்மபிரபா, வசுபூஜ்யர், பார்சுவநாதர், ரிஷபநாதர் மற்றும் பிரம்மதேவர் ஆகியோருக்கான தனித்தனி சன்னதிகள் உள்ளன. மேலும், அர்த்தமண்டபம், முக்கிய மண்டபம், சங்கீத மண்டபம், சாந்தி மண்டபம், வலம் வரும் நடைபாதை, கோயில் கிணறு, சுற்றுச்சுவர் போன்ற பல கட்டிட அமைப்புகள் பல்லவர் கால கட்டிடக்கலையின் சிறப்பை வெளிப்படுத்துகின்றன.

ஆறாவது தீர்த்தங்கரரான பத்மபிரபா, பன்னிரண்டாவது தீர்த்தங்கரரான வசுபூஜ்யர், இருபத்தி மூன்றாவது தீர்த்தங்கரரான பார்சுவநாதர் ஆகியோருக்கான

கோயில்களும் பழமையானவை எனக் கருதப்படுகின்றன. இக்கோயிலின் தலவிருட்சமாக குராமரம் விளங்குகிறது.

சமணக் காஞ்சி காஞ்சிபுரத்தின் ஆன்மீக, வரலாற்று மற்றும் கலைப்பெருமையை வெளிப்படுத்தும் முக்கிய தலமாக திகழ்கிறது.

VI

பௌத்த மடாலயங்கள்

தமிழ்நாட்டின் பல பகுதிகளில் மேற்கொள்ளப்பட்ட ஆய்வுப் பயணங்களில், கி1 .பி.ஆம் நூற்றாண்டு முதல் 16ஆம் நூற்றாண்டு வரைச் சேர்ந்த ஏராளமான புத்தர் மற்றும் போதிசத்துவர் சிலைகள் கண்டுபிடிக்கப்பட்டுள்ளன. ம்லுதிபோதநருஇ ள்கறுன்சா ம்ருபெ வுளவவ்இ, தமிழர்களில் பலருக்கு தமிழகத்தின் பௌத்த வரலாறு குறித்து முழுமையான புரிதல் இல்லைதைத்தத்பெள ர்லசி . க்கமாதம டுட்நாளிவெ தந்ர்சே ச்யைகைங்லஇ ருகதுகின்றனர்ல்யிமைண்உ ல்னாஆ ., பௌத்தம் தமிழகத்தில் ஆழமாக வேரூன்றியிருந்த ஒரு முக்கிய ஆன்மிகப் பரம்பரை ஆகும்.

தமிழ்நாட்டின் பல மாவட்டங்களில் பழமையான புத்தர் சிலைகள்கண்டுபிடிக்கப்பட்டுள்ளன. இதனால், தேரவாதம், மகாயானம், வஜ்ரயானம் போன்ற பௌத்தத்தின் பல பிரிவுகளும் தமிழகத்தில் பரவலாக இருந்ததை அறிய முடிகிறது. மேலும் போதிதர்மர், புத்தகோஷர், தர்மகீர்த்தி

போன்ற பல புகழ்பெற்ற பௌத்த அறிஞர்களும் தமிழகத்தோடு தொடர்புடையவர்களாக இருந்துள்ளனர்.

திபெத்திய அறிஞர் தாரநாதர் கூறுவதன்படி, பத்மசம்பவர் தமிழ்நாட்டில் தங்கி, மகாயான மற்றும் வஜ்ரயான பௌத்தத்தைப் போதித்ததாகவும் கூறப்படுகிறது. மேலும், 13ஆம் நூற்றாண்டில் தமிழ்நாட்டிலிருந்து பிக்குகள் இலங்கைக்கு சென்று அங்குள்ள தேரவாத பௌத்தத்தை மீண்டும் வளர்ச்சியடையச் செய்ததாகவும் வரலாறு பதிவு செய்கிறது.

பௌத்த சமயத்தை உலகம் முழுவதும் பரப்பியதில் "சங்கம்" எனப்படும் பிக்குகளின் குழு முக்கிய பங்கு வகித்தது. இக்குழுவின் உறுப்பினர்கள் "தேரர்" என அழைக்கப்பட்டனர். அவர்கள் மக்கள் மத்தியில் சென்று புத்தரின் அறநெறிகளை எளிய முறையில் விளக்கி பரப்பினர். தமிழகத்திலும் இத்தகைய துறவிகள் மக்களோடு நெருக்கமாக பழகி, அவர்களது மொழியையே கற்று, அவர்களுடன் வாழ்ந்து பௌத்தத்தைப் பரப்பினர்.

அவர்களுக்கு அரசர்கள், வணிகர்கள் மற்றும் செல்வந்தர்கள் ஆதரவு வழங்கினர். அதன் மூலம் பௌத்த விகாரங்களும் கல்வி நிலையங்களும் நிறுவப்பட்டன. இவ்விடங்களில் கல்வி கற்பிக்கப்பட்டதோடு, மருத்துவ சேவைகளும் வழங்கப்பட்டன. மக்கள் நோய்களுக்கு மருந்தளித்து, ஏழை எளியவர்களுக்கு உணவளித்து உதவியதால், பௌத்த துறவிகள் மக்களின் அன்பையும் மரியாதையையும் பெற்றனர்.

பௌத்த மடங்களில் கற்றுத் தரப்பட்ட முக்கிய நூல்கள் "திரிபிடகம்" என அழைக்கப்படுகின்றன. இது புத்தரின் போதனைகள், அவரது வாழ்க்கை வரலாறு மற்றும் ஜாதகக் கதைகள் ஆகியவற்றைக் கொண்டது. இந்நூல்கள் மூலம் அறநெறிகள் பரவலாக மக்களிடம் சென்றடைந்தன.

மக்களின் வாழ்க்கையைத் தொடும் இந்தச் சேவைகள் காரணமாக, பௌத்தம் தமிழகத்தில் விரைவாக பரவியது. பலர் பௌத்த நெறிகளை ஏற்று வாழத் தொடங்கினர். துறவிகள் தங்கிய இடங்களின் மொழியில் இலக்கியங்களையும் உருவாக்கினர். இதன் விளைவாக தமிழ் மொழியும் செழித்து, புதிய இலக்கிய வடிவங்கள் உருவாகின.

பௌத்தம் தமிழகத்தில் ஒரு வெளிநாட்டு மதம் அல்ல; அது இந்நிலத்தின் கலாச்சாரம், கல்வி, மருத்துவம் மற்றும் சமூக வாழ்வில் ஆழமாகப் பதிந்திருந்த ஒரு முக்கிய மரபாகும். அதன் சுவடுகள் இன்றும் சிலைகள், கல்வெட்டுகள் மற்றும் இலக்கியங்களில் உயிருடன் நிலைத்திருக்கின்றன.

36

நாகப்பட்டிணம்

தமிழ்நாட்டின் தொல்பொருள் துறை, ஒரு காலத்தில் கடல் வர்த்தகம் மற்றும் ஆன்மீக பரிமாற்றத்தின் முக்கிய மையமாக விளங்கிய நாகப்பட்டினத்தில் புதிய அகழ்வாராய்ச்சி பணிகளை தொடங்கியுள்ளது. இந்த ஆய்வில், முதலாம் ராஜராஜ சோழன் காலத்தில் சிறப்பாக வளர்ந்த சூடாமணி விகாரை எனப்படும் முக்கிய புத்த மடாலயத்தின் இடிபாடுகள் கண்டுபிடிக்கப்பட்டுள்ளன.

வரலாற்று ஆவணங்களும் கல்வெட்டுகளும், சோழர்கள் மற்றும் ஸ்ரீவிஜயப் பேரரசின் ஆட்சியாளர்கள் இணைந்து புத்த துறவிகளுக்கு ஆதரவாக இந்த விகாரையை நிறுவியதை காட்டுகின்றன. ஒரு காலத்தில் இவ்விடம் ஆசியாவின் பல பகுதிகளிலிருந்து துறவிகளையும் அறிஞர்களையும் ஈர்த்ததுடன், தென்னிந்தியாவில் மதக் கல்வி மற்றும் அரசியல் தொடர்புகளுக்கான முக்கிய மையமாக இருந்தது.

1930களில் நாகப்பட்டினத்தின் பல இடங்களில் சுமார் 350 வெண்கல புத்தர் மற்றும் போதிசத்துவர் சிலைகள் கண்டெடுக்கப்பட்டன. மேலும், 1006ஆம் ஆண்டு முதலாம்

ராஜராஜ சோழன் காலத்தில் கட்டப்பட்ட மகாயான புத்த மடாலயத்தின் ஒரு பகுதியாக கருதப்படும் பாழடைந்த கோபுரமும் கண்டறியப்பட்டுள்ளது.

நாகப்பட்டினத்தைச் சுற்றியுள்ள சங்கமங்கலம், புத்தமங்கலம், புத்தக்குடி போன்ற இடப்பெயர்கள் அப்பகுதியில் புத்த மதம் பரவலாக இருந்ததைக் குறிப்பதாகும். இங்கிருந்து கிடைத்த சிலைகள் உலகம் முழுவதும் உள்ள அருங்காட்சியகங்களில் காட்சிப்படுத்தப்பட்டுள்ளன. தமிழகத்தில் புத்தரின் செப்புச் சிலைகள் மிகவும் அரிதாகக் காணப்படும் நிலையில், நாகப்பட்டினத்தில் கண்டுபிடிக்கப்பட்டவை முக்கியத்துவம் வாய்ந்தவை ஆகும்.

37

திருவாரூர்

தமிழ்நாட்டின் திருவாரூர் மாவட்டம் பண்டைய காலத்திலிருந்தே பௌத்த சமயம் செழித்து வளர்ந்த பகுதியாக விளங்கியது. இம்மாவட்டத்தின் பல இடங்களில் இருந்து புத்தரின் பெரிய அளவிலான கல் சிலைகள் கண்டெடுக்கப்பட்டுள்ளன. அவை பெரும்பாலும் கி.பி. 9ஆம் நூற்றாண்டு முதல் 11ஆம் நூற்றாண்டுக்கிடையிலான காலத்தைச் சேர்ந்தவை ஆகும்.

திருவாரூருக்கு தெற்கே சுமார் 19 கிலோமீட்டர் தொலைவில் திருநெல்லிக்காவல் என்ற சிறிய இரயில் நிலையம் உள்ளது. அதன் அருகிலுள்ள புதூர் பகுதியில் வயல்வெளி வழியாகச் சென்றால் ஒரு சிறிய குளமும், அதற்கு அருகில் ஒரு போதி மரமும் காணப்படும். அந்த மரத்தின் அடியில் கி.பி. 9–10ஆம் நூற்றாண்டைச் சேர்ந்த ஒரு புத்தர் சிலை உள்ளது.

இந்தச் சிலை சுமார் 4 அடி 6 அங்குல உயரம் கொண்டது. ஒருகாலத்தில் இது குளத்தில் கவிழ்ந்த நிலையில் கிடந்தது. பின்னர் அருகிலுள்ள மக்கள் அதை கண்டுபிடித்தனர்.

ஆரம்பத்தில் அது ஒரு சிலை என்பதைக் கூட உணராமல், அதை துணி துவைக்கப் பயன்படுத்தியதாக கூறப்படுகிறது. பின்னர் அது புத்தர் சிலை என்பதை உணர்ந்த அவர்கள், அதை எடுத்துச் சென்று போதி மரத்தின் அடியில் நிறுவினர். உஷ்ணிஷப் பகுதியில் சிறிய சேதம் தவிர, சிலை பெரும்பாலும் நன்றாகப் பாதுகாக்கப்பட்டுள்ளது. அப்பகுதியைச் சேர்ந்த ஒரு வயதான பெண்மணி இந்தச் சிலையை நீண்ட காலமாக பராமரித்து வருகிறார்.

தற்போது அருகிலுள்ள குடும்பத்தினர் இந்தச் சிலையை பராமரித்து வருகின்றனர். புத்தரின் போதனைகள் பற்றி முழுமையாக அறியாதிருந்தாலும், அவர்கள் தங்களுக்குத் தெரிந்த முறையில் வழிபாடு செய்து வருகின்றனர்.

நன்னிலம் தாலுக்காவின் கிரனூரில் கண்டெடுக்கப்பட்ட தாரா தேவியின் வெண்கலச் சிலை தற்போது சென்னை அருங்காட்சியகத்தில் காட்சிப்படுத்தப்பட்டுள்ளது. தொல்லியல் ஆய்வாளர்கள் இதை கி.பி. 13ஆம் நூற்றாண்டைச் சேர்ந்ததாக மதிப்பிடுகின்றனர்.

திருவாரூர் மாவட்டத்தில் கண்டெடுக்கப்பட்ட இந்தப் பௌத்தச் சின்னங்கள், அந்தப் பகுதியில் பௌத்த சமயம் ஒரு காலத்தில் செழித்து விளங்கியதற்கான முக்கிய சான்றுகளாக திகழ்கின்றன.

38

கடிகை மடாலயம்

காஞ்சியில் அமைந்திருந்த "கடிகை" எனப்படும் கல்வி நிலையம் முதலில் சத்யசேனன் என்ற மன்னனின் கட்டுப்பாட்டில் இருந்ததாக வேலூர் கல்வெட்டு குறிப்பிடுகிறது. காலப்போக்கில் அது சீர்குலைந்து செயலிழந்தபோது, ஆரம்பகால பல்லவ மன்னன் வீரகுர்ச்சனின் மகனான ஸ்கந்த சிஷ்யன் அதனை மீண்டும் கைப்பற்றி புத்துயிர் அளித்தார். கல்வி நிலையத்தை மீண்டும் செயல்பாட்டுக்கு கொண்டு வந்தது அவரது சிறப்பான சாதனையாகும்.

அதன்பின் இந்தக் கடிகை, ராஜசிம்மன் ஆட்சி காலம் வரை சிறப்பாக இயங்கியது. ராஜசிம்மன் காலத்தில் அதன் முக்கியத்துவத்திற்கேற்ப மறுசீரமைப்பு செய்யப்பட்டு மேலும் வலுவடைந்தது. ஸ்கந்த சிஷ்யன் மேற்கொண்ட மறுஉயிர்ப்பு நடவடிக்கைக்குப் பிறகு, காஞ்சி கடிகை தொலைதூரங்களில் இருந்தும் அறிஞர்களை ஈர்த்து ஒரு முக்கிய கல்வி மையமாக வளர்ந்திருக்க வேண்டும்.

நந்திவர்மன் பல்லவமல்லன் அரியணை ஏறுவதற்கு முன்பு, பல்லவ சாம்ராஜ்யம் அரசியல் குழப்பத்தில் இருந்தது. அந்த சூழ்நிலையில், நாட்டை மீட்டெடுக்க இந்தக் கடிகை முக்கிய பங்கு வகித்தது. பல்லவமல்லனின் முடிசூட்டு விழாவிலும் இந்நிறுவன உறுப்பினர்கள் கலந்து கொண்டது, அதன் அரசியல் மற்றும் சமூக செல்வாக்கை வெளிப்படுத்துகிறது.

காஞ்சி சங்கர மடம் ஏனாத்தூரில் ஒரு புதிய கல்வி நிலையத்தை அமைத்து அதற்கு "கடிகை" என்ற பெயரை வழங்கியுள்ளது.

பல்லவர் காலத்தில் கல்வி துறை மிகுந்த வளர்ச்சியடைந்தது. அந்நாளில் கல்வி நிலையங்கள் "கடிகை" என அழைக்கப்பட்டன. இந்நிறுவனங்களுக்கு பல்லவ மன்னர்கள் மானியங்கள் வழங்கி ஆதரித்தனர். சைவ மற்றும் வைணவ மடங்கள் ஆசிரியர்கள் மற்றும் மாணவர்களுக்கு உணவு, தங்குமிடம் போன்ற வசதிகளை வழங்கின.

இதனுடன், பௌத்த சமய அறிஞர்களும் மடாலயங்கள் மற்றும் விகாரங்கள் மூலம் கல்விப் பணியில் ஈடுபட்டனர். இதன் விளைவாக பல புகழ்பெற்ற கல்வி மையங்கள் உருவாயின. ஜாதகக் கதைகள், யுவான் சுவாங் மற்றும் இட்சிங் போன்ற சீன அறிஞர்களின் குறிப்புகள் ஆகியவை, அரசர்களும் சமூகமும் கல்வி வளர்ச்சிக்கு அதிக முக்கியத்துவம் அளித்ததை வெளிப்படுத்துகின்றன.

காஞ்சி கல்வி மையங்கள் கோயில்களுடன் தொடர்புபட்டு வளர்ந்தன. இவை சமூக வாழ்க்கையின் மையங்களாகவும் விளங்கின. இந்நிறுவனங்கள் மாணவர்களின் அறிவுத் தேவைகளை பூர்த்தி செய்ததோடு, அவர்கள் உயர்கல்வி பெற்று புகழ்பெற்ற அறிஞர்களுடன் கலந்துரையாடி தங்கள் அறிவை விரிவுபடுத்தும் வாய்ப்புகளையும் வழங்கின.

மன்னர்கள் ஏற்பாடு செய்த சபைகளில் பல்வேறு கல்வி மையங்களிலிருந்து அறிஞர்கள் கலந்து கொண்டு விவாதங்கள் நடத்தி தங்கள் கருத்துக்களைப் பகிர்ந்துகொண்டனர். இதனால் அக்காலத்தில் அறிவியல் மற்றும் தத்துவ வளர்ச்சி செழித்தோங்கியது.

39

தியாகனூர்

சேலம் மாவட்டத்தின் தலைவாசல் வட்டத்தில் அமைந்துள்ள தியாகனூர் கிராமம், அதன் வரலாற்று சிறப்புமிக்க புத்தர் கோவிலால் குறிப்பிடத்தக்க இடமாக விளங்குகிறது. இந்த கோவில் தலைவாசல் மற்றும் ஆறுகளூருக்கு அருகில் அமைந்துள்ளதால், உள்ளூர் மக்களுக்கும் பக்தர்களுக்கும் எளிதில் அணுகக்கூடியதாக உள்ளது.

இக்கோவிலின் முக்கிய சிறப்பு, சுமார் 6 அடி உயரமுடைய கருங்கல் புத்தர் சிலையாகும். இந்தச் சிலை பத்மாசனத்தில் அமைதியாக தியானிக்கும் நிலையில் வடிவமைக்கப்பட்டுள்ளது. முகத்தில் காணப்படும் புன்னகையும், அமைதியான தோற்றமும், பார்வையாளர்களுக்கு மன அமைதியை அளிக்கின்றன.

இச்சிலை கி.பி. 5ஆம் நூற்றாண்டைச் சேர்ந்ததாகக் கருதப்படுகிறது. ஒரு காலத்தில் வயல்வெளியில் புறக்கணிக்கப்பட்ட நிலையில் இருந்த இந்தச் சிலை, பின்னர் மக்களின் முயற்சியால் கோவிலில் நிறுவப்பட்டது.

கோவில் சுமார் 100 ஆண்டுகளுக்கு முன்பு கட்டப்பட்டதாகவும், 30 அடி நீளம் மற்றும் 12 அடி அகலம் கொண்டதாகவும் உள்ளது. கோவிலின் முன்பு ஒரு பெரிய அரசமரம் அமைந்துள்ளது.

மேலும், பக்தர்கள் தியானம் செய்யும் நோக்கில் தனியாக ஒரு தியான மண்டபமும் அமைக்கப்பட்டுள்ளது. இது பொதுமக்கள் மற்றும் தன்னார்வலர்களின் பங்களிப்பால் உருவாக்கப்பட்டது.

இவ்வாறு, தியாகனூர் புத்தர் கோவில் ஆன்மிக அமைதியையும், வரலாற்று பெருமையையும் ஒருங்கே வெளிப்படுத்தும் முக்கியமான தலமாகத் திகழ்கிறது.

40

காவிரிப்பூம்பட்டினம்

காவிரிப்பூம்பட்டினம், அதாவது பூம்புகார், தமிழகத்தின் பண்டைய வரலாற்றில் முக்கிய இடத்தைப் பெற்ற நகரமாகும். இங்கு நடைபெற்ற அகழாய்வுகள், அந்த நகரின் பண்பாட்டு வளத்தையும், குறிப்பாக பௌத்த சமய வளர்ச்சியையும் தெளிவாக வெளிப்படுத்துகின்றன.

மேலையூரில் பல்லவனீச்சுரம் அருகே கண்டுபிடிக்கப்பட்ட புத்தப் பள்ளி, இந்த அகழாய்வுகளில் மிகவும் குறிப்பிடத்தக்கதாகும். இதில் ஏழு அறைகள் அமைந்திருந்தன; அவற்றின் சுவர்களில் சுதைச்சிற்பங்களும் ஓவியங்களும் காணப்பட்டன. ஒரு அறையில் தியான நிலையில் புத்தர் சிலையும், மற்றொரு அறையில் புத்தரின் பாதச்சுவடும் கண்டுபிடிக்கப்பட்டது.

மேலையூர் மற்றும் வானகிரி பகுதிகளில் கண்டெடுக்கப்பட்ட சுடுமண் பொம்மைகள், கி.பி. 3ஆம் நூற்றாண்டிலேயே பௌத்தம் இப்பகுதியில் வலுவாக இருந்ததை நிரூபிக்கின்றன. அகழாய்வுகளில் வெளிப்பட்ட விகாரைகள், ஸ்தூபிகள் மற்றும் மடாலயங்களின் எஞ்சிய

பகுதிகள், பௌத்தத் துறவிகள் இங்கு வாழ்ந்ததற்கான உறுதியான சான்றுகளாகும்.

மணிமேகலை காப்பியம் கூட பூம்புகாரை ஒரு முக்கிய பௌத்த மையமாகக் குறிப்பிடுகிறது. அந்தக் காலத்தில் கல்வி, வணிகம் மற்றும் சமய வளர்ச்சி அனைத்தும் இந்நகரில் செழித்திருந்தன. ரோமானியர் காசுகள் மற்றும் பல்வேறு தொல்பொருட்கள், இந்நகரின் வணிகச் செழிப்பை வெளிப்படுத்துகின்றன.

காவிரிப்பூம்பட்டினம் ஒரு சாதாரண துறைமுக நகரமல்ல; அது பௌத்தம், கல்வி மற்றும் வர்த்தகம் ஆகியவற்றின் முக்கிய மையமாக விளங்கிய வரலாற்றுப் புகழ்மிக்க நகரமாகும்.

41

திருநாட்டியத்தான்குடி

திருவாரூர் மாவட்டத்தில் அமைந்துள்ள திருநாட்டியத்தான்குடி கிராமம், அதன் பௌத்த வரலாற்றுச் சுவடுகளால் முக்கியத்துவம் பெறுகிறது. இங்கு மூங்கில் தோப்பில் கண்டுபிடிக்கப்பட்ட பழமையான புத்தர் சிலை, அந்தப் பகுதியின் தொன்மையான சமயப் பின்னணியை வெளிப்படுத்துகிறது.

இந்தச் சிலை பத்மாசனத்தில் அமர்ந்து தியானத்தில் மூழ்கிய நிலையில் காணப்படுகிறது. அமைதியும் ஆன்மீகத் தன்மையும் பிரதிபலிக்கும் இந்தச் சிற்பம், பௌத்தக் கலையின் சிறப்பை எடுத்துக்காட்டுகிறது.

சிலையின் வலது கை மற்றும் மேல்பகுதியில் ஏற்பட்ட சேதங்கள் இருந்தாலும், அதன் மூல வடிவம் இன்னும் தெளிவாகப் புரிந்துகொள்ள முடிகிறது. இந்த அம்சங்கள், காலப்போக்கில் ஏற்பட்ட சேதங்களைக் காட்டுகின்றன.

இந்தப் புத்தர் சிலை, இப்பகுதியில் ஒருகாலத்தில் பௌத்த விகாரை அல்லது மடாலயம் இருந்ததற்கான

முக்கிய சான்றாகக் கருதப்படுகிறது. சோழர் காலத்தில் பௌத்தம் பரவலாக இருந்ததை இது உறுதிப்படுத்துகிறது.

தமிழகத்தின் பல பகுதிகளில் இதுபோன்ற புத்தர் சிலைகள் கண்டுபிடிக்கப்பட்டுள்ளன; அவை பௌத்த சமயத்தின் பரவலான தாக்கத்தைக் காட்டுகின்றன.

திருநாட்டியத்தான்குடி பகுதி ஒரு சாதாரண கிராமமல்ல; அது பௌத்த மரபும் வரலாறும் நிறைந்த முக்கியமான தொல்லியல் தளமாக திகழ்கிறது.

VII

கல்வெட்டுகள்

பழங்காலத்தில் அரசர்களின் ஆணைகள் மற்றும் முக்கியச் செய்திகள் அனைவருக்கும் தெரியும்படி பாறைகளில் செதுக்கி பதிவு செய்வது ஒரு முக்கியமான நடைமுறையாக இருந்தது. இவ்வாறு கல்லில் உளி கொண்டு பொறிக்கப்பட்ட பதிவுகளே "கல்வெட்டுகள்" எனப்படுகின்றன. தமிழ்மொழி மற்றும் தமிழக வரலாற்றை அறிய கல்வெட்டுகள் மிக முக்கியமான ஆதாரங்களாகும். கல்லில் செதுக்கப்பட்டிருப்பதால் அவற்றை மாற்றவும், அழிக்கவும் முடியாது; அவை முதலில் எழுதப்பட்டபடியே காலத்தைக் கடந்து நிலைத்திருப்பதே அவற்றின் சிறப்பாகும்.

கல்வெட்டுகள் வரலாற்றில் நம்பகமான முதன்மைச் சான்றுகளாகக் கருதப்படுகின்றன. இந்தியாவில் காணப்படும்கல்வெட்டுகளில்சுமார்பாதிதமிழகத்திலேயே இருப்பது, இப்பகுதியின் தொன்மை மற்றும் எழுத்து மரபின் வளர்ச்சியை எடுத்துக்காட்டுகிறது. தமிழகத்தில்

கல்லெழுத்து ஒரு உயர்ந்த கலை வடிவமாகவும் வளர்ச்சி பெற்றது.

தமிழ் கல்வெட்டுகளில் மிகவும் பழமையானவை கி.பி. 3ஆம் நூற்றாண்டைச் சேர்ந்த தமிழ்-பிராமி கல்வெட்டுகள் ஆகும். இவை பெரும்பாலும் குகைகளில் காணப்படுவதால் “குகைக் கல்வெட்டுகள்” என்றும் அழைக்கப்படுகின்றன. பஞ்சபாண்டவர் மலை, திருப்பரங்குன்றம், சித்தன்னவாசல், கழுகுமலை போன்ற இடங்களில் இவ்வகை கல்வெட்டுகள் அதிகமாகக் கண்டுபிடிக்கப்பட்டுள்ளன. மேலும் கீழவளவு, மாங்குளம், ஆனைமலை, புகலூர், மாமண்டூர் போன்ற பல இடங்களிலும் இவை பரவலாக உள்ளன.

ஆரம்பத்தில் கல்வெட்டுகள் சீரமைக்கப்படாத பாறைகளில் பொறிக்கப்பட்டதால் அவற்றைப் படிப்பது சிரமமாக இருந்தது. பின்னர் காலப்போக்கில் கற்பாறைகள் சமப்படுத்தப்பட்டு, எழுத்துக்கள் தெளிவாகவும் அழகாகவும் செதுக்கப்பட்டன. கல்வெட்டுகளில் பொதுவாக முற்றுப்புள்ளி அல்லது மெய்யெழுத்து புள்ளிகள் பயன்படுத்தப்படவில்லை; இது ஓலைச்சுவடி எழுதும் முறையின் தாக்கமாக கருதப்படுகிறது. சில இடங்களில் வாக்கிய முடிவைக் குறிக்க குத்துக்கோடுகள் பயன்படுத்தப்பட்டுள்ளன.

கல்வெட்டுகளை உருவாக்கும் பணியில் முதலில் கற்பாறை சமப்படுத்தப்பட்டு, பின்னர் அழியாத மையால் அல்லது செங்காவியால் எழுத்துக்கள் எழுதப்பட்டன.

இதை எழுதுபவர்கள் "எழுதுவான்" அல்லது லிபிகாரர் என அழைக்கப்பட்டனர். அதன் பின் சிற்பிகள் உளி கொண்டு எழுத்துக்களை செதுக்கினர். எழுத்துகளை நேரடியாகக் கல்லில் வெட்டும் முறை மற்றும் சுற்றிய பகுதியை வெட்டி எழுத்துகளை உயர்த்திக் காட்டும் முறை என இரண்டு வகைகள் இருந்தன.

மன்னரின் உத்தரவு முதலில் வாய்மொழியாக கூறப்பட்டு, பின்னர் ஓலைச்சுவடியில் பதிவு செய்யப்பட்டு, அதன் பின் கல்லில் பொறிக்கப்பட்டது. கல்வெட்டுகளில் சில சொற்கள் சுருக்கமாகவும், நீண்ட குறிப்புகள் தொடக்கச் சொற்களால் மட்டுமே குறிக்கப்படுவதும் வழக்கமாக இருந்தது. மேலும், அவை மங்கலச் சின்னங்களுடன் தொடங்கப்பட்டன; பிற்காலங்களில் நந்தி, சங்கு, தாமரை போன்ற சின்னங்களும் இடம்பெற்றன.

கல்வெட்டுகளில் பிழைகள் ஏற்பட்டால் அவை திருத்தப்பட்டதற்கான சான்றுகளும் உள்ளன. சில கல்வெட்டுகள் இரண்டு அல்லது அதற்கு மேற்பட்ட எழுத்து முறைகளிலும் மொழிகளிலும் எழுதப்பட்டுள்ளன.

42

மானூர்

திருநெல்வேலி மாவட்டத்தில் உள்ள மானூர் கிராமத்தில் காணப்படும் பாண்டியர் கால கல்வெட்டு, தமிழகத்தின் பழமையான மக்களாட்சி முறையை வெளிப்படுத்தும் முக்கிய வரலாற்றுச் சான்றாகும். இந்த கல்வெட்டு பாண்டிய மன்னன் பராந்தகன் (மாறன் சடையன்) ஆட்சிக் காலமான கி.பி. 8ஆம் நூற்றாண்டைச் சேர்ந்ததாகும்.

இந்த கல்வெட்டு அம்பலவாணசுவாமி கோயிலின் மண்டபத் தூணில் வட்டெழுத்தில் பொறிக்கப்பட்டுள்ளது. இதில் ‘மானநிலை நல்லூர் மகாசபை’ என்ற கிராம சபையில் உறுப்பினர்கள் எவ்வாறு தேர்வு செய்யப்பட்டனர் என்பதைக் குறிப்பிடுகிறது.

கல்வெட்டின் படி, 35 முதல் 70 வயதுக்குள் உள்ளவர்கள் மட்டுமே வேட்பாளர்களாக இருக்க முடியும். அவர்கள் கல்வி அறிவு பெற்றவர்களாகவும், வருமானம் ஈட்டி அரசுக்கு வரி செலுத்துபவர்களாகவும், நிலம் வைத்திருப்பவர்களாகவும் இருக்க வேண்டும். மேலும், நல்லொழுக்கம் மிக அவசியமாகக் கருதப்பட்டது.

குற்றச்செயலில் ஈடுபட்டவர்கள், லஞ்சம் வாங்கியவர்கள், கணக்குகளை சரியாக வழங்காதவர்கள் மற்றும் அவர்களது உறவினர்களுக்குக் கூட தேர்தலில் பங்கேற்க அனுமதி இல்லை. ஒருவருக்கு ஒரே ஒரு முறை மட்டும் தேர்ந்தெடுக்கப்பட்டு, அதிகபட்சம் ஐந்து ஆண்டுகள் பதவி வகிக்கும் விதிமுறையும் இருந்தது.

இந்த கல்வெட்டு, சோழர் காலத்திற்கு முன்பே பாண்டியர் ஆட்சியில் ஒழுங்குபடுத்தப்பட்ட தேர்தல் முறையும் மக்களாட்சி நிர்வாகமும் நடைமுறையில் இருந்ததை உறுதிப்படுத்துகிறது. எனவே, மானூர் கல்வெட்டு தமிழகத்தில் ஜனநாயகத்தின் தொன்மையான அடையாளமாகக் கருதப்படுகிறது.

43

மாங்குளம்

மதுரை அருகிலுள்ள மாங்குளம் பகுதி, தமிழகத்தின் தொன்மையான வரலாற்றை வெளிப்படுத்தும் முக்கியமான இடங்களில் ஒன்றாகும். இங்கு கண்டுபிடிக்கப்பட்ட மாங்குளம் கல்வெட்டு, தமிழி (தமிழ்-பிராமி) எழுத்துக்களில் பொறிக்கப்பட்ட மிகப் பழமையான கல்வெட்டாகக் கருதப்படுகிறது. இது கிமு மூன்றாம் நூற்றாண்டைச் சேர்ந்ததாக மதிப்பிடப்படுவதால், தமிழகத்தின் தொடக்க வரலாற்றை அறிய மிகப் பெரும் ஆதாரமாக திகழ்கிறது.

இந்த கல்வெட்டின் சிறப்பு என்னவென்றால், சங்ககால பாண்டிய மன்னன் நெடுஞ்செழியனைப் பற்றிய குறிப்புகளை இதில் காண முடிகிறது. அதனால், அரசியல் வரலாறு மட்டுமல்லாமல், அந்தக் காலத்தின் சமூக மற்றும் மத வாழ்க்கையையும் புரிந்து கொள்ள இது உதவுகிறது.

மாங்குளம் கல்வெட்டை முதன்முதலில் *1882* ஆம் ஆண்டு ஆங்கிலேய அதிகாரி ராபர்ட் செவெல் கண்டறிந்தார். பின்னர் *1906* ஆம் ஆண்டு கே.வி. சுப்பிரமணிய ஐயர்

இதனை மீண்டும் ஆய்வு செய்து அதன் முக்கியத்துவத்தை வெளிப்படுத்தினார். அவர் 1924 ஆம் ஆண்டு நடைபெற்ற அனைத்திந்திய மாநாட்டில் இதுகுறித்து விரிவாக உரையாற்றியதும் குறிப்பிடத்தக்கது.

இந்த கல்வெட்டுகள் பெரும்பாலும் சமணத் துறவிகளின் வாழ்க்கையைச் சுட்டிக்காட்டுகின்றன. குறிப்பாக, பாறைக் குகைகளில் அவர்கள் தங்குவதற்காக கல் படுக்கைகள் செதுக்கி வழங்கப்பட்டதை இதில் பதிவு செய்துள்ளனர். மாங்குளம் மலையில் உள்ள குகைகளில் காணப்படும் கல்வெட்டுகள், அந்தக் காலத்தில் சமண மதம் செழித்திருந்ததை உறுதிப்படுத்துகின்றன.

மாங்குளம் மலையில் ஐந்து குகைகள் உள்ளன. அவற்றில் நான்கு குகைகளில் ஆறு கல்வெட்டுகள் காணப்படுகின்றன. அவற்றில் ஒன்றில், "கணி நந்த ஸிரிய்குவன்" என்பவருக்காக, பாண்டிய மன்னனின் அலுவலனான கடலன் வழுதி ஒரு பள்ளியை (அடைக்கலம்) அமைத்து வழங்கியதாக குறிப்பிடப்பட்டுள்ளது. இது அக்காலத்தில் அரசாங்க அலுவலர்களும் சமணத் துறவிகளுக்கு ஆதரவளித்ததை காட்டுகிறது.

மதுரையைச் சுற்றிய பகுதிகளில் சமணத் துறவிகள் வாழ்ந்த சான்றுகள் பல இடங்களில் கிடைக்கின்றன. அந்த வரிசையில், மதுரையிலிருந்து சுமார் 18 கிலோமீட்டர் தொலைவில் அமைந்துள்ள மாங்குளம், முக்கியமான சமணத் துறவிகளின் தங்கும் இடமாக இருந்துள்ளது.

1965 ஆம் ஆண்டு ஐராவதம் மகாதேவன், இக்கல்வெட்டுகள் தமிழி எழுத்துகளில் இருப்பதை உறுதிப்படுத்தினார். இதனால், இவை தமிழகத்தின் மிகப் பழமையான எழுத்துச் சான்றுகள் என்பதும் உறுதி செய்யப்பட்டது.

மாங்குளம் கல்வெட்டு என்பது ஒரு சாதாரண கல்வெட்டு அல்ல; அது தமிழகத்தின் தொன்மையான வரலாறு, சமயம், சமூக அமைப்பு ஆகியவற்றை வெளிச்சமிட்டு காட்டும் ஒரு அரிய வரலாற்றுச் சான்றாகும்.

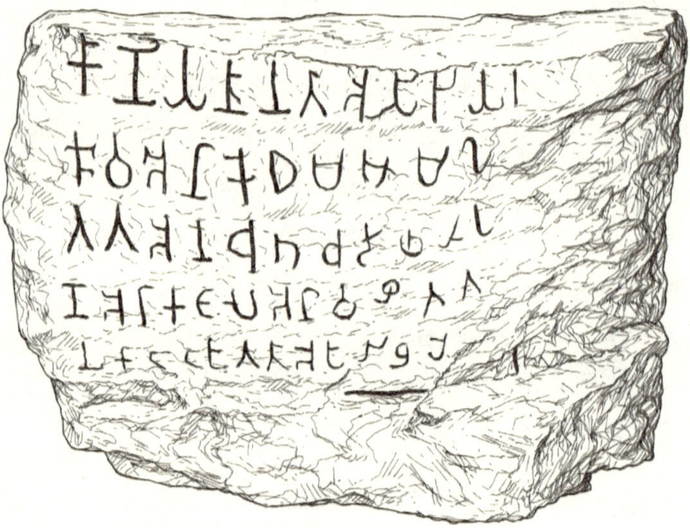

44

அழகர் மலை

மதுரை அருகே அமைந்துள்ள அழகர் மலை, இயற்கை அழகுக்குப் பெயர் பெற்றதோடு, தொன்மையான வரலாற்றுச் சான்றுகளையும் தன்னகத்தே தங்கவைத்துள்ள ஒரு முக்கியமான இடமாகும். பழமுதிர்ச் சோலை என்றும் அழைக்கப்படும் இந்த மலையில் காணப்படும் கல்வெட்டுகள், தமிழகத்தின் பழைய சமூகம், மதம் மற்றும் வர்த்தக வாழ்க்கையைப் புரிந்துகொள்ள உதவும் அரிய ஆதாரங்களாக திகழ்கின்றன.

அழகர் மலையில் இதுவரை மொத்தம் *12* முதல் *13* வரை கல்வெட்டுகள் கண்டறியப்பட்டுள்ளன. இவை கிமு முதல் நூற்றாண்டைச் சேர்ந்த தமிழி (தமிழ்-பிராமி) எழுத்துக்களிலிருந்து கிபி பத்தாம் நூற்றாண்டு வட்டெழுத்து வரை பரவலாகக் காணப்படுகின்றன. இதனால், இந்த மலை பல நூற்றாண்டுகளாக மனிதர்கள் பயன்படுத்திய ஒரு முக்கிய மையமாக இருந்தது என்பதும் தெளிவாகிறது.

இந்த கல்வெட்டுகள் பெரும்பாலும் தமிழில் எழுதப்பட்டுள்ளன. குறிப்பாக சங்ககால தமிழி

எழுத்துக்களில் பொறிக்கப்பட்டவை மிகவும் பழமையானவையாகும். இவை அந்தக் காலத்தில் பயன்படுத்தப்பட்ட மொழி மற்றும் எழுத்து முறையின் வளர்ச்சியையும் வெளிப்படுத்துகின்றன.

அழகர் மலையின் இயற்கை குகைகளில் சமணத் துறவிகள் தங்கியிருந்தனர் என்பது இக்கல்வெட்டுகள் மூலம் அறியப்படுகிறது. குகைகளுக்குள் கல் படுக்கைகள் செதுக்கப்பட்டுள்ளன. இவை துறவிகள் அமரவும் உறங்கவும் வசதியாக அமைக்கப்பட்டவையாகும். சில கல்வெட்டுகளில் “தாரணி செய்து கொடுத்தான்” போன்ற குறிப்புகள் காணப்படுகின்றன. இதில் “தாரணி” என்பது நீர் தேங்கும் சுனை அல்லது நீர்வடிவழி பகுதியைக் குறிக்கலாம்.

இந்த கல்வெட்டுகளில் காணப்படும் சில பெயர்கள், அக்கால சமூக அமைப்பை நமக்குத் தெரியப்படுத்துகின்றன. உதாரணமாக “கழுமாறன்” அல்லது “கடுமாறன்” போன்ற பெயர்கள் பாண்டிய அரச குடும்பத்தைச் சேர்ந்தவர்களாக இருக்கக்கூடும் என்று ஆய்வாளர்கள் கருதுகின்றனர். இது அரச குடும்பத்தினரும் சமணத் துறவிகளுக்கு ஆதரவளித்ததை சுட்டிக்காட்டுகிறது.

அழகர் மலையில் உள்ள கல்வெட்டுகளில் சில, மதுரையைச் சுற்றியுள்ள வணிகர்கள் செய்த கொடைகளைப் பதிவு செய்கின்றன. மொத்த கல்வெட்டுகளில் சுமார் ஐந்து கல்வெட்டுகள் வணிகர்களின் தானங்களைப் பற்றிக் கூறுகின்றன. இதனால், அக்காலத்தில் வணிகர்கள் சமண

சமய வளர்ச்சியில் முக்கிய பங்காற்றியுள்ளனர் என்பதும் புரிகிறது.

பல கல்வெட்டுகளில் படுக்கை அமைத்து கொடுத்தவர்களின் பெயர்கள் குறிப்பிடப்பட்டுள்ளன. சில இடங்களில் “பாளி” (படுக்கை) என்ற சொல் நேரடியாக வராதபோதிலும், அழகர் மலைக் கல்வெட்டுகள் என்பது ஒரு சாதாரண கல்வெட்டு தொகுப்பு அல்ல. அது சங்ககால சமூகம், சமணம், வணிகர்களின் பங்கு, அரச ஆதரவு போன்ற பல பரிமாணங்களை வெளிப்படுத்தும் ஒரு வரலாற்றுச் செல்வமாகும்.

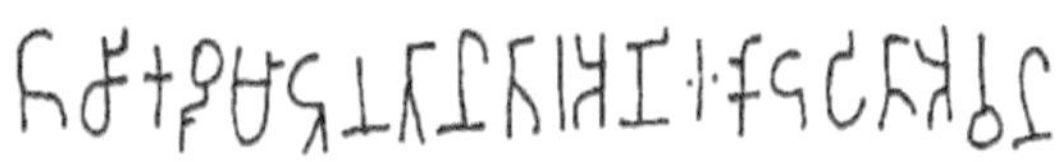

. . . [ஞ்]சி கழுமாற நதன் தாரஅணிஇ கொடுபிதஅவன்

45

கீழவளவு

மதுரை மாவட்டத்தின் மேலூர் வட்டத்தில் அமைந்துள்ள கீழவளவு, இயற்கை அழகும் தொன்மையான வரலாறும் ஒன்றாக கலந்துள்ள சிறப்புமிக்க கிராமமாகும். மதுரையிலிருந்து சுமார் 38 கிலோமீட்டர் தொலைவில் உள்ள இந்த பகுதி, குறிப்பாக அதன் மலைப்பாறைகள், சமணக் குகைகள் மற்றும் கல்வெட்டுகளுக்காக பரவலாக அறியப்படுகிறது.

இந்த கிராமத்தின் அருகே உள்ள பஞ்சபாண்டவர் மலை, சமணத் துறவிகள் வாழ்ந்த முக்கிய தலமாகும். பண்டைய காலத்தில், குறிப்பாக கி.மு. 3ஆம் நூற்றாண்டிலேயே சமண முனிவர்கள் இங்கு தங்கி வாழ்ந்ததாக ஆய்வுகள் தெரிவிக்கின்றன. அவர்கள் இயற்கையாக அமைந்த குகைகளைத் தங்களது வாழ்விடமாக மாற்றி, கல் படுக்கைகள் செதுக்கி வசதியாக பயன்படுத்தியுள்ளனர்.

இந்த மலைப்பகுதி இந்திய தொல்லியல் துறையால் பாதுகாக்கப்பட்ட மரபுச்சின்னமாக அறிவிக்கப்பட்டுள்ளது. இங்கு காணப்படும் கல் படுக்கைகள் மற்றும் சிற்பங்கள்,

சமண சமயத்துடன் நெருங்கிய தொடர்புடையவை. குகைகளில் செதுக்கப்பட்டுள்ள பாகுபலி மற்றும் மகாவீரர் உள்ளிட்ட தீர்த்தங்கரர்களின் சிற்பங்கள், அக்கால சமயக் கலையின் சிறப்பை வெளிப்படுத்துகின்றன.

இப்பகுதியில் தமிழ்-பிராமி மற்றும் வட்டெழுத்து கல்வெட்டுகளும் காணப்படுகின்றன. 1903 ஆம் ஆண்டு வெங்கோப ராவ் என்பவரால் கண்டுபிடிக்கப்பட்ட தமிழ்-பிராமி கல்வெட்டுகள் மிகவும் முக்கியமானவை. இக்கல்வெட்டுகளில் எழுத்துக்கள் வலமிருந்து இடமாகவும், சில இடங்களில் தலைகீழாகவும் பொறிக்கப்பட்டுள்ளன என்பது ஒரு விசேஷ அம்சமாகும்.

ஒரு கல்வெட்டில் "உபசன் தொண்டி இலவோன் கொடுத்த பள்ளி" என்று குறிப்பிடப்பட்டுள்ளது. இதில் "உபசன்" என்பது சமய ஆசிரியரை குறிக்கும் சொல். இதனால், சமணத் துறவிகள் மதப்பணியுடன் கல்வி பணியையும் செய்துள்ளனர் என்பது தெளிவாகிறது.

இந்தப் பகுதியின் கல்வெட்டுகள் மற்றும் சிற்பங்கள், கி.மு. 2ஆம் நூற்றாண்டிலிருந்து கி.பி. 9ஆம் நூற்றாண்டு வரை தொடர்ச்சியாக இங்கு சமண சமயம் செழித்திருந்ததை உறுதிப்படுத்துகின்றன. குறிப்பாக, கீழவளவு பகுதி முழுவதும் பெரிய பாறைகள் சூழ்ந்த அமைப்பில் காணப்படுகிறது. குன்றின் அடிவாரத்திலும் நடுப்பகுதியிலும் இயற்கை குகைகள் உள்ளன. அவற்றில் செதுக்கப்பட்ட கற்படுக்கைகள், அங்கு வாழ்ந்த

முனிவர்களின் வாழ்க்கை முறையை நமக்கு நேரடியாக உணர்த்துகின்றன.

கீழவளவு என்பது ஒரு சாதாரண கிராமம் அல்ல. அது தமிழின் தொன்மை, சமண சமயத்தின் வளர்ச்சி, கல்வி பரவல் மற்றும் பண்டைய தமிழர் வாழ்வியல் ஆகியவற்றை ஒருங்கே வெளிப்படுத்தும் ஒரு அரிய வரலாற்றுப் பொக்கிஷமாகும்.

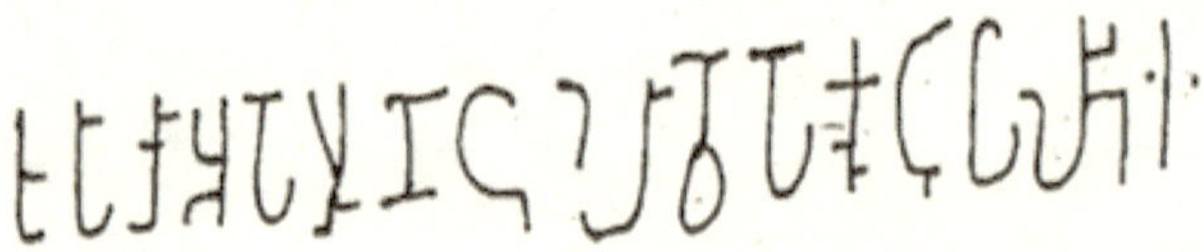

கல்வெட்டில் உள்ளபடி

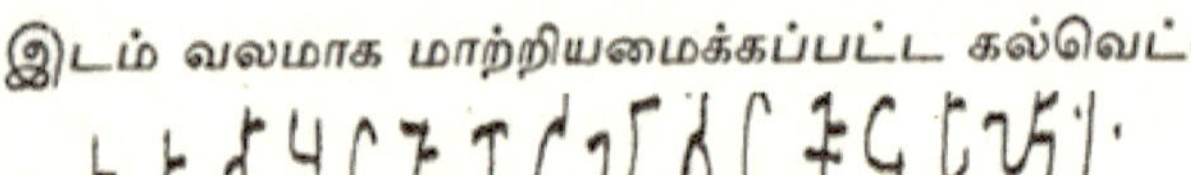

இடம் வலமாக மாற்றியமைக்கப்பட்ட கல்வெட்டு

படிப்பதற்கு ஏற்ப நேராக்கப்பட்ட கல்வெட்டு

உப[ச] அன் தொண்டி[ல] வோன்கொடு பளிஇ

46

மண்டகப்பட்டு

விழுப்புரம் மாவட்டத்தில் அமைந்துள்ள மண்டகப்பட்டு, தமிழ்நாட்டின் தொன்மையான கட்டிடக் கலையை வெளிப்படுத்தும் முக்கியமான வரலாற்றுத் தலங்களில் ஒன்றாகும். இங்கு காணப்படும் மண்டகப்பட்டு குடைவரைக் கோயில், பாறையை நேரடியாகக் குடைந்து உருவாக்கப்பட்ட ஒரு அற்புதமான கட்டிடமாகும். விழுப்புரத்திலிருந்து சுமார் 19 கிலோமீட்டரும், செஞ்சியிலிருந்து 17 கிலோமீட்டரும் தொலைவில் அமைந்துள்ள இந்த இடத்தை அடைய, முக்கியச் சாலையிலிருந்து சிறிது தூரம் நடந்து செல்ல வேண்டியிருக்கும்.

இந்தக் கோயிலின் மிகப் பெரிய சிறப்பு என்னவென்றால், இது பல்லவ மன்னன் மகேந்திரவர்மன் முதலாம் காலத்தில் உருவாக்கப்பட்டதாகும். அவர் பல்லவ அரச வம்சத்தைச் சேர்ந்தவர் மற்றும் தென்னிந்தியாவில் பாறை குடைவரைக் கோயில்களை அறிமுகப்படுத்திய முன்னோடிகளில் ஒருவராகக் கருதப்படுகிறார்.

மண்டகப்பட்டு குடைவரைக் கோயிலில் காணப்படும் கல்வெட்டு, சமஸ்கிருத மொழியில் பல்லவ கிரந்த எழுத்தில் பொறிக்கப்பட்டுள்ளது. இதில், "இரும்பு, மரம், செங்கல், சுதை போன்ற எந்தப் பொருள்களையும் பயன்படுத்தாமல், பிரம்மன், சிவன், விஷ்ணு ஆகிய மூன்று தெய்வங்களுக்காக இந்தக் கோயிலை நான் உருவாக்கினேன்" என்று மகேந்திரவர்மன் பெருமையாகக் குறிப்பிட்டுள்ளார். இது அந்தக் கால கட்டிடத் தொழில்நுட்பத்தில் ஏற்பட்ட ஒரு பெரிய மாற்றத்தைக் காட்டுகிறது.

இந்த நினைவுச்சின்னம் குறித்து நவீன கால ஆய்வுகள் 19ஆம் நூற்றாண்டிலேயே தொடங்கின. பின்னர் பல அறிஞர்கள் இதைப் பற்றி ஆராய்ந்து, பல்லவக் கட்டிடக்கலையின் வளர்ச்சியில் இதன் முக்கியத்துவத்தை வெளிப்படுத்தியுள்ளனர். குறிப்பாக, மகேந்திரவர்மன் பாணி கட்டிடக்கலையை அடையாளம் காண இந்தக் கோயில் முக்கிய ஆதாரமாக அமைந்தது.

மண்டகப்பட்டு குடைவரைக் கோயில் என்பது ஒரு சாதாரண கோயில் அல்ல. அது தமிழ்நாட்டில் கல் குடைவரைக் கட்டிடக்கலையின் துவக்கத்தைச் சுட்டிக்காட்டும் ஒரு வரலாற்றுச் சின்னமாகும். தமிழகத்தின் கட்டிடக்கலை, சமயம் மற்றும் அரசியல் வரலாறு ஆகியவற்றை அறிய விரும்பும் எவருக்கும் இது ஒரு முக்கியமான பார்வைத்தலமாகும்.

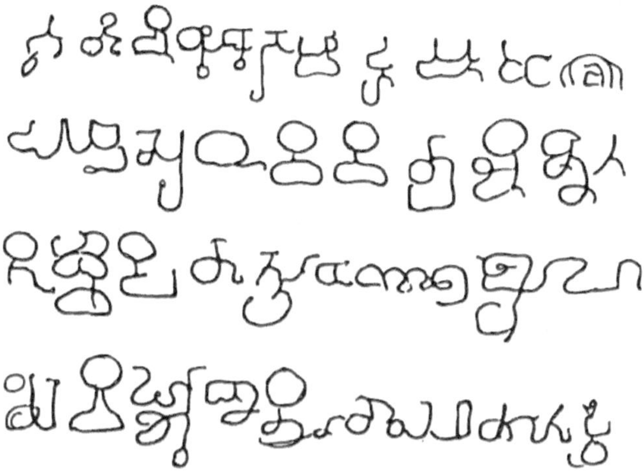

47

முத்துப்பட்டி

மதுரை தெற்கு வட்டத்தில் உள்ள முத்துப்பட்டி பகுதி, தமிழகத்தின் தொன்மையான சமணச் சான்றுகளை தன்னகத்தே தாங்கி நிற்கும் முக்கியமான இடமாகும். கீழக்குயில்குடி சமணமலையின் மேற்குப் பகுதியில் அமைந்துள்ள இந்த குன்றுப் பகுதி, கரடிப்பட்டி என்றும், பெருமாள்மலை என்றும் அழைக்கப்படுகிறது. இயற்கை அமைப்பும் வரலாற்றுப் பெருமையும் ஒன்றாக இணைந்துள்ள இந்த இடம், ஆயிரக்கணக்கான ஆண்டுகளுக்கு முன்பிருந்த வாழ்க்கையை நமக்கு நினைவூட்டுகிறது.

இந்தப் பகுதியில் கி.மு. முதல் நூற்றாண்டைச் சேர்ந்த தமிழ்-பிராமி கல்வெட்டுகள் காணப்படுகின்றன. அவை பண்டைய தமிழி எழுத்து முறையில் பொறிக்கப்பட்டுள்ளதால், தமிழ்மொழியின் தொன்மையை எடுத்துக்காட்டுகின்றன. குறிப்பாக, ஒரு சிறிய குகையில் உள்ள கற்படுக்கையின் அருகே பொறிக்கப்பட்ட கல்வெட்டு, தலைகீழாகவும் வலமிருந்து இடமாகவும் அமைந்திருப்பது அதன் தனிச்சிறப்பாகும்.

மலைக்குள் உள்ள குகைகளில் இருபதுக்கும் மேற்பட்ட கற்படுக்கைகள் செதுக்கப்பட்டுள்ளன. அவை அனைத்தும் வழுவழுப்பாகச் செதுக்கப்பட்டுள்ளதால், அக்கால சிற்பிகளின் நுணுக்கமான திறமை வெளிப்படுகிறது. இந்தக் கற்படுக்கைகள் சமணத் துறவிகள் தங்குவதற்கும் தியானம் செய்வதற்குமான இடங்களாக பயன்படுத்தப்பட்டன.

குகைகளின் முகப்பில் கிறிஸ்துவுக்கு முன்பட்ட தமிழ்-பிராமி கல்வெட்டுகள் காணப்படுகின்றன. தென்பகுதியில் மகாவீரர் சிற்பங்கள் அமைந்துள்ளன; அவற்றின் கீழ் வட்டெழுத்தில் பொறிக்கப்பட்ட கல்வெட்டுகளும் காணப்படுகின்றன. இதன் மூலம், இந்த இடம் பல காலகட்டங்களில் தொடர்ந்து பயன்பாட்டில் இருந்தது என்பதும் தெளிவாகிறது.

ஒரு கல்வெட்டில் “பேரூரந்தை” எனப் படிக்கப்படும் சொல்லின் அடிப்படையில், நாகபேரூர் அந்தையும் முசிறியைச் சேர்ந்த இளமகன் கோடனும் இணைந்து கொடை வழங்கியதாக பொருள் கொள்ளப்படுகிறது. இதன் மூலம், பல பகுதிகளைச் சேர்ந்த மக்கள் இணைந்து சமணத் துறவிகளுக்கு உதவி செய்தனர் என்பது புரிகிறது.

மேலும், “பஞ்சபாண்டவர் படுக்கை” என அழைக்கப்படும் பெரிய குகையில் காணப்படும் கல்வெட்டில், “திட்டி” என்னும் ஊரைச் சேர்ந்த காத்தான் என்பவன் கற்படுக்கையை வழங்கியதாகக் குறிப்பிடப்பட்டுள்ளது. இதனால், உள்ளூர் மக்களின் பங்களிப்பும் குறிப்பிடத்தக்கதாக இருந்தது தெரிகிறது.

முத்துப்பட்டி சமணமலைப் பகுதி, தமிழின் தொன்மை, சமண சமய வளர்ச்சி, கல்வி பரவல் மற்றும் சமூக ஒற்றுமை ஆகியவற்றை வெளிப்படுத்தும் அரிய வரலாற்றுச் சின்னமாக திகழ்கிறது. அந்தக் கால மக்களின் நம்பிக்கை மற்றும் பக்தியின் வெளிப்பாடாக இக்கொடைகள் அமைந்திருக்கலாம் என்பது குறிப்பிடத்தக்கது.

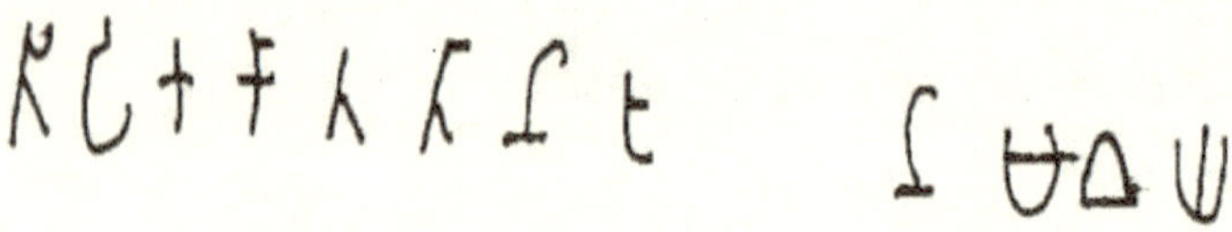

திடிக் காத்தான் [ம] . . . ணம் எய் . . .

48

புகளூர்

கரூர் மாவட்டத்தில் உள்ள புகழூர் அருகிலுள்ள வேலாயுதம்பாளையம் பகுதி, தமிழகத்தின் தொன்மையான வரலாற்றை வெளிப்படுத்தும் முக்கியமான இடங்களில் ஒன்றாகும். இங்கு அமைந்துள்ள ஆறுநாட்டான் மலை எனப்படும் குன்று, இயற்கை அழகுடன் சேர்ந்து பழங்கால சமணச் சான்றுகளையும் தன்னகத்தே தாங்கி நிற்கிறது. மலையின் உச்சியில் முருகன் கோயில் அமைந்துள்ளதோடு, அதன் இடைப்பகுதியில் வடக்கிலும் தெற்கிலும் உள்ள குகைகளில் சமணத் துறவிகள் வாழ்ந்த அடையாளங்கள் தெளிவாகக் காணப்படுகின்றன.

“புகளூர் கல்வெட்டு” என அழைக்கப்படும் இக்கல்வெட்டுகள், கிறித்துவ ஆண்டுக் கணக்கின் தொடக்கக் காலத்தைச் சேர்ந்தவை. குறிப்பாக, சேர மன்னன் இளங்கடுங்கோ சமணத் துறவிக்கு குகை வாழிடத்தை தானமாக வழங்கிய செய்தி இதில் குறிப்பிடப்பட்டுள்ளது. இந்த கல்வெட்டின் மிகப்பெரிய சிறப்பு என்னவென்றால், மூன்று தலைமுறையைச் சேர்ந்த சேர மன்னர்களின் பெயர்கள் இதில் இடம்பெற்றுள்ளன.

அந்த மன்னர்கள் கோ ஆதன் செல்லிரும்பொறை, பெருங்கடுங்கோ மற்றும் இளங்கடுங்கோ ஆகியோர் ஆவர். இவர்களில் கோ ஆதன் சேரல் இரும்பொறையின் மகனே பெருங்கடுங்கோ; பெருங்கடுங்கோவின் மகனே இளங்கடுங்கோ. இக்கல்வெட்டு வெட்டப்பட்ட காலத்தில் பெருங்கடுங்கோ அரசனாக இருந்திருக்கலாம்; இளங்கடுங்கோ இளவரசனாக இருந்ததை நினைவுகூரும் வகையில் இந்தத் தானம் வழங்கப்பட்டது என்று ஆய்வாளர்கள் கருதுகின்றனர்.

இந்தப் பகுதியில் மொத்தம் 12 தமிழ்-பிராமி கல்வெட்டுகள் காணப்படுகின்றன. அவற்றில் சில சேர மன்னர்களின் தானங்களைப் பற்றியும், மற்றவை சமண முனிவர்களுக்காக அமைக்கப்பட்ட கற்படுக்கைகள் மற்றும் அடித்தளங்கள் பற்றியும் பேசுகின்றன.

இக்கல்வெட்டுகள் மூலம், பண்டைய கரூர் (கருவூர் – வஞ்சி) சேரர்களின் தலைநகரமாக இருந்தது என்பதும் உறுதியாகிறது. மேலும், சங்க இலக்கியமான "பதிற்றுப்பத்து" நூலில் குறிப்பிடப்படும் சேர மன்னர்களுடன் இக்கல்வெட்டுகளில் வரும் பெயர்கள் பொருந்துவதும் குறிப்பிடத்தக்கது.

சில கல்வெட்டுகளில் "யாற்றூர் செங்காயபன்" என்ற சமணத்துறவிக்கானகொடைகளும்குறிப்பிடப்பட்டுள்ளன. அந்தக் காலத்தில் பெண்களும் சமயப் பணிகளில் பங்கேற்றதை காட்டுகிறது.

புகளூர் கல்வெட்டுகள் என்பது வெறும் கல் எழுத்துகள் அல்ல. அவை தமிழகத்தின் அரசியல், சமயம், வணிகம், சமூக அமைப்பு ஆகிய அனைத்தையும் ஒருங்கே வெளிப்படுத்தும் அரிய வரலாற்றுச் சான்றுகளாகும். இன்று இக்குகைகளும் கல்வெட்டுகளும் தமிழக தொல்லியல் துறையால் பாதுகாக்கப்பட்டு வருகின்றன; அவை நம் பாரம்பரியத்தின் மௌனச் சாட்சிகளாக இன்னும் நிற்கின்றன.

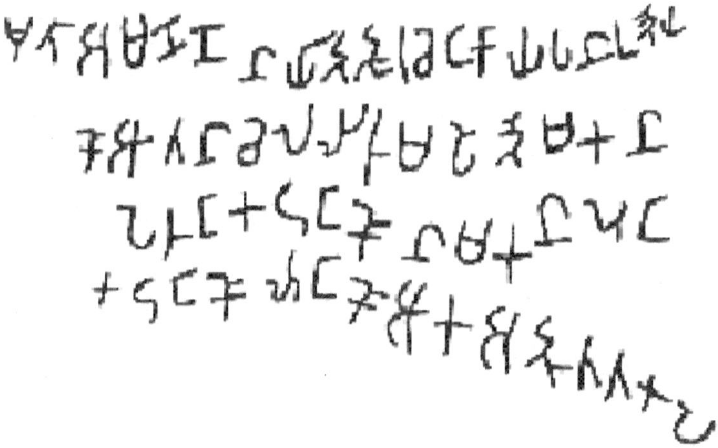

49

அரச்சலூர்

ஈரோடு மாவட்டத்தில் உள்ள அரச்சலூர் என்ற சிறிய ஊர், தமிழின் தொன்மையான இசை வரலாற்றை வெளிப்படுத்தும் ஒரு முக்கியமான இடமாகும். இந்த ஊருக்கு அருகிலுள்ள நாகமலைக் குன்றில் காணப்படும் "அரச்சலூர் இசைக்கல்வெட்டு", கி.பி. இரண்டாம் நூற்றாண்டைச் சேர்ந்ததாகக் கருதப்படுகிறது. தமிழில் இசைக்குறிப்புகள் பதிவு செய்யப்பட்டுள்ள மிகப் பழமையான கல்வெட்டாக இது சிறப்பு பெற்றுள்ளது.

ஈரோட்டிலிருந்து சுமார் 20 கிலோமீட்டர் தொலைவில், கரூர் மற்றும் திருப்பூர் பகுதிகளுக்கு இடைப்பட்ட பகுதியில் இந்த மலை அமைந்துள்ளது. இயற்கை குகைகள், கற்படுக்கைகள் மற்றும் கல்வெட்டுகள் ஆகியவை இங்கு ஒன்றாகக் காணப்படுவதால், இது ஒரு முக்கிய தொல்பொருள் தளமாக திகழ்கிறது.

இந்த கல்வெட்டின் மிக முக்கிய அம்சம், அதில் காணப்படும் இசைக் குறியீடுகளாகும். "த-தை-தை" போன்ற ஒலியமைப்புகள் இதில் காணப்படுகின்றன.

இவை இசையின் ஸ்வரங்களை குறிக்கும் என்று ஆய்வாளர்கள் கருதுகின்றனர். மேலும், இந்த எழுத்துக்கள் ஐந்து வரிசைகளில் அமைந்து, இடமிருந்து வலம், வலமிருந்து இடம், மேலிருந்து கீழ், கீழிருந்து மேல் என்று எந்த திசையிலும் படித்தாலும் ஒரே மாதிரி படிக்க முடியும் என்பது மிகவும் வியப்பூட்டும் தன்மையாகும்.

தமிழ் இலக்கியங்களில் குறிப்பிடப்படும் “பாலை” என்ற இசை அமைப்புகளுடன் இந்த கல்வெட்டு தொடர்புடையதாகக் கருதப்படுகிறது. குறிப்பாக, “சதுரப் பாலை” வகையைச் சேர்ந்த இசைக் குறியீடுகள் இதில் இடம்பெற்றுள்ளன என்று அறிஞர்கள் கூறுகின்றனர்.

இந்த கல்வெட்டில் பயன்படுத்தப்பட்ட எழுத்துக்கள், தமிழ்-பிராமி மற்றும் வட்டெழுத்தின் ஆரம்ப வடிவங்களைச் சேர்ந்தவை. இதனால், எழுத்து முறையின் மாற்றத்தையும் வளர்ச்சியையும் புரிந்துகொள்ள முடிகிறது. கல்வெட்டின் அருகில் மனித உருவக் கீறல்கள், சூலம் போன்ற சின்னங்களும் காணப்படுகின்றன.

“மணிய வண்ணக்கன் சாத்தன்” என்ற பெயர் கல்வெட்டில் காணப்படுகிறது. “வண்ணக்கன்” என்பது காசுகள் அல்லது மணிகளின் தரத்தை சோதிப்பவர் என்ற பொருளைக் குறிக்கலாம்.

இந்த அரிய கல்வெட்டு *1960* ஆம் ஆண்டு புலவர் இராசு அவர்களால் கண்டுபிடிக்கப்பட்டது. கல்வெட்டு சிதைந்த நிலையில் இருந்தாலும், அதன் உள்ளடக்கம் மிகவும் முக்கியமானதாகும். “மலை வண்ணக்கனான

தேவன் சாத்தன் இசை எழுத்துக்களை அமைத்தான்'' என்ற பொருளை இது தருகிறது.

அரச்சலூர் இசைக்கல்வெட்டு என்பது ஒரு சாதாரண கல்வெட்டு அல்ல. அது தமிழின் தொன்மையான இசை மரபையும், எழுத்து வளர்ச்சியையும், சமணத் துறவிகளின் வாழ்க்கையையும் ஒருங்கே வெளிப்படுத்தும் ஒரு அரிய வரலாற்றுச் சான்றாகும். தமிழிசையின் பழமையை உணர்த்தும் இந்த இடம், நம் பண்பாட்டு மரபின் பெருமையை எடுத்துரைக்கும் மௌனச் சாட்சியாக இன்று வரை நிலைத்து நிற்கிறது.

50

கொங்கர் புளியங்குளம்

மதுரைக்கு தென்மேற்கே அமைந்துள்ள கொங்கர்புளியங்குளம், தமிழகத்தின் தொன்மையான சமணச் சான்றுகளை தன்னகத்தே தாங்கி நிற்கும் முக்கியமான இடமாகும். மதுரை–தேனி நெடுஞ்சாலையில், காமராசர் பல்கலைக்கழகத்திற்கு அருகில் அமைந்துள்ள இந்த பகுதி, இயற்கை குகைகள் மற்றும் கல்வெட்டுகளால் சிறப்புபெற்றுள்ளது.

இந்த ஊரின் வடகிழக்குப் பகுதியில் தாழ்வான பாறைக் குன்றுகள் காணப்படுகின்றன. அவற்றில் ஒன்றில் இயற்கையாக உருவான குகைத் தொகுப்பு உள்ளது. அந்தக் குகைகளில் மொத்தம் 30-க்கும் மேற்பட்ட கற்படுக்கைகள் அமைக்கப்பட்டுள்ளன. சில ஆய்வுகளின் படி, அருகிலுள்ள பெருமாள் கோவில் மலைப்பகுதியில் 50-க்கும் மேற்பட்ட கற்படுக்கைகளும் காணப்படுகின்றன. இவை அனைத்தும் சமணத் துறவிகள் தங்கியிருந்த இடங்களாகும்.

இந்தக் குகைகளில் மூன்று தமிழ்-பிராமி கல்வெட்டுகள் பொறிக்கப்பட்டுள்ளன. இவை கி.மு. இரண்டாம்

நூற்றாண்டைச் சேர்ந்தவை என்று ஆய்வாளர்கள் கருதுகின்றனர். 1910 ஆம் ஆண்டு இக்கல்வெட்டுகள் முதன்முதலில் பதிவு செய்யப்பட்டு, இந்தியக் கல்வெட்டு ஆண்டறிக்கையில் வெளியிடப்பட்டன. இன்று இவை தமிழ்நாடு தொல்லியல் துறையால் பாதுகாக்கப்படும் மரபுச் சின்னங்களாக உள்ளன.

இந்த கல்வெட்டுகளில் ஒன்றில், "உபசன்" எனப்படும் சமய ஆசிரியருடன் தொடர்புடைய நபர் ஒருவர் குகையின் ஒரு பகுதியை தானமாக வழங்கியதாக குறிப்பிடப்படுகிறது. "உபசன்" என்ற சொல் சமண சமய ஆசிரியரை குறிக்கும். மேலும் "உபறுவன்" என்ற சொல், கிணறு அல்லது குளம் தோண்டும் தொழிலாளியை குறிக்கலாம் என்றும் ஆய்வாளர்கள் விளக்குகின்றனர்.

கொங்கர்புளியங்குளம் மலைப்பகுதியில் உள்ள குகைகள், ஒரே இடத்தில் பல சிறு குகைகளாக அமைந்துள்ளன. இவற்றில் மொத்தம் ஆறு சிறு குகைகள் காணப்படுகின்றன. ஒவ்வொரு குகையிலும் கற்படுக்கைகள் செதுக்கப்பட்டுள்ளன. இவை அனைத்தும் மிகவும் ஒழுங்காகவும் பயன்பாட்டிற்கு ஏற்றவாறும் வடிவமைக்கப்பட்டுள்ளன.

இப்பகுதியில் கி.பி. 9ஆம் நூற்றாண்டைச் சேர்ந்த வட்டெழுத்துக் கல்வெட்டுகளும் காணப்படுகின்றன. அவற்றில், இவ்வூர் சமணர்களின் "மாதேவிப் பெரும்பள்ளி"க்கு தானமாக வழங்கப்பட்டதாக குறிப்பிடப்பட்டுள்ளது. இதனால், இப்பகுதி பல

நூற்றாண்டுகள் தொடர்ச்சியாக சமண மையமாக இருந்தது உறுதியாகிறது.

கொங்கர்புளியங்குளம் சமணர் மலை என்பது வெறும் குகைகள் கொண்ட இடமல்ல. அது தமிழகத்தின் தொன்மையான சமயம், கல்வி, சமூக பங்களிப்பு மற்றும் மனிதநேய மதிப்புகளை வெளிப்படுத்தும் ஒரு அரிய வரலாற்றுப் பொக்கிஷமாகும். இன்றும் இந்த இடம் நம் பாரம்பரியத்தின் மௌனச் சாட்சியாக நிலைத்து நிற்கிறது.

1

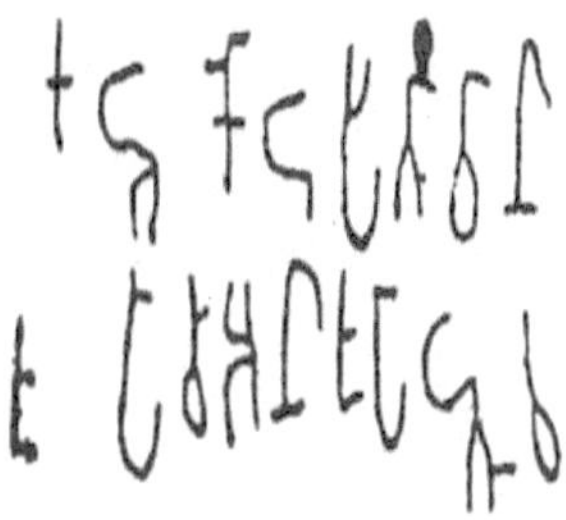

2

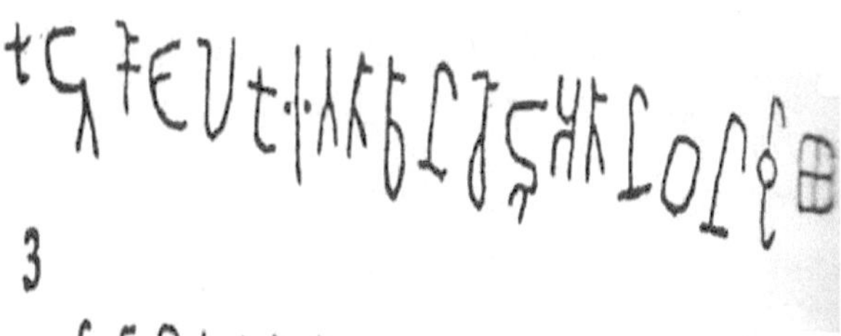

3

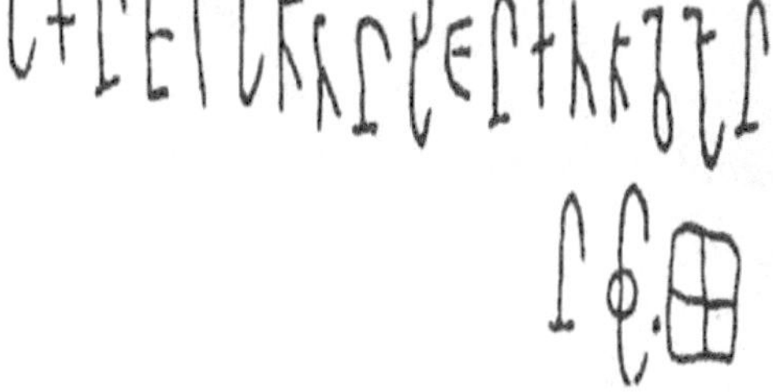

51

ஜம்பை

விழுப்புரம் மாவட்டத்தில் திருக்கோயிலூர் அருகே அமைந்துள்ள ஜம்பை என்னும் சிறிய ஊர், தமிழகத்தின் தொன்மையான வரலாற்றில் முக்கிய இடம் பெற்றுள்ளது. தென் பெண்ணை ஆற்றங்கரையில் அமைந்துள்ள இவ்வூரின் கிழக்குப் பகுதியில் உள்ள ஒரு இயற்கைக் குகையின் உள்ளே தான் புகழ்பெற்ற ஜம்பை கல்வெட்டு காணப்படுகிறது.

இந்தக் கல்வெட்டு கி.மு. முதல் நூற்றாண்டைச் சேர்ந்ததாகக் கருதப்படுகிறது. குகையின் உட்பகுதியில் அமைந்துள்ளதால், மழை, வெயில், காற்று போன்ற இயற்கைச் சூழலால் பாதிக்கப்படாமல் இன்றும் தெளிவாகக் காணப்படுகிறது.

1981 ஆம் ஆண்டு தமிழ்நாடு தொல்லியல் துறையின் ஆய்வின் முடிவில் “சத்தியபுத்திரன் அதியன் நெடுமான் அஞ்சி பாளி கொடுத்தான்” என்ற கருத்தை இது வெளிப்படுத்துகிறது. அதாவது, சங்ககால அரசனான அதியமான் நெடுமான் அஞ்சி, சமணத் துறவிகளுக்காக

குகையில் கற்படுக்கை (பாளி) அமைத்து தானமாக வழங்கியதாக இதில் பதிவு செய்யப்பட்டுள்ளது.

இந்தக் கல்வெட்டின் மிகப்பெரிய சிறப்பு என்னவென்றால், சங்க இலக்கியங்களில் இடம்பெறும் ஒரு மன்னனின் பெயர் நேரடியாக கல்வெட்டில் கிடைத்துள்ளது. அதியமான் நெடுமான் அஞ்சி, "கடையெழு வள்ளல்கள்" எனப்படும் புகழ்பெற்ற தானசீலர்களில் ஒருவராகக் கருதப்படுகிறார். அவரைப் பற்றிய இலக்கியச் செய்திகள் இக்கல்வெட்டின் மூலம் வரலாற்று உண்மையாக உறுதிப்படுத்தப்படுகின்றன.

இந்தக் கல்வெட்டில் "சதியபுதோ" என்ற அடைமொழி குறிப்பிடப்பட்டுள்ளது. இது மிகவும் முக்கியமான வரலாற்றுச் சான்றாகும். அசோக மன்னனின் கல்வெட்டுகளில் "சத்யபுத்ரா" என குறிப்பிடப்பட்டிருந்த அரச குலம் எது என்பது குறித்து நீண்ட காலமாக இருந்த சந்தேகத்திற்கு, இந்த ஜம்பை கல்வெட்டு தெளிவான பதிலை வழங்குகிறது. அதாவது, "சதியபுதோ" என்பது அதியமான் அரச குடும்பத்தையே குறிக்கிறது என்பதற்கு இது உறுதியான ஆதாரமாக அமைந்துள்ளது.

அதியன் என்பது குலப்பெயராகவும், நெடுமான் என்பது ஒரு சிறப்புப் பெயராகவும், அஞ்சி என்பது அவரது இயற்பெயராகவும் விளங்குகிறது. "ஈத்த" என்ற சொல் உயர்ந்தோர் வழங்கும் தானத்தை குறிக்கிறது. "பாளி" என்பது முனிவர்கள் தங்கும் இடம் அல்லது கற்படுக்கை என்று பொருள் தருகிறது.

இக்கல்வெட்டு, சங்க இலக்கியங்களில் வரும் தகவல்களை உறுதிப்படுத்துவதோடு மட்டுமல்லாமல், அக்கால அரசியல், சமயம் மற்றும் சமூக வாழ்க்கையையும் வெளிச்சமிட்டு காட்டுகிறது. குறிப்பாக, திருக்கோயிலூர் பகுதி அதியமான் ஆட்சிப் பரப்புடன் தொடர்புடையது என்பதையும் இது சுட்டிக்காட்டுகிறது.

ஜம்பை கல்வெட்டு என்பது ஒரு சாதாரண கல்வெட்டு அல்ல. அது தமிழின் தொன்மை, சங்ககால மன்னர்கள், சமண சமயம் மற்றும் இந்திய வரலாற்றின் முக்கிய இணைப்புகளை வெளிப்படுத்தும் அரிய சான்றாகும்.

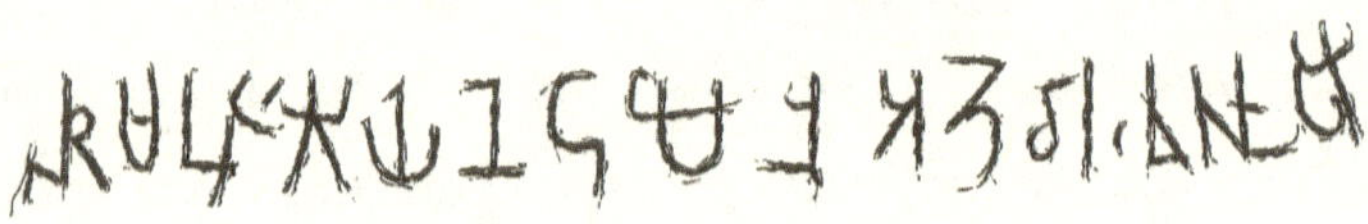

52

உத்திரமேரூர்

காஞ்சிபுரத்திற்கு அருகில் அமைந்துள்ள உத்திரமேரூர், தமிழகத்தின் வரலாற்றிலும் நிர்வாக முறைகளிலும் தனித்துவமான இடத்தைப் பெற்ற ஊராகும். பழங்காலத்தில் வேத அறிவில் தேர்ந்த பிராமணர்கள் அதிகமாக வாழ்ந்ததால், இவ்வூர் "சதுர்வேதிமங்கலம்" என்றும் அழைக்கப்பட்டது.

உத்திரமேரூரின் மிகப் பெரிய சிறப்பு அதன் கல்வெட்டுகளாகும். இங்கு 100-க்கும் மேற்பட்ட கல்வெட்டுகள் காணப்படுகின்றன. அவை அக்கால மக்களின் வாழ்க்கை, சமூக அமைப்பு, மற்றும் முக்கியமாக ஊராட்சி நிர்வாக முறைகள் குறித்து தெளிவான தகவல்களை வழங்குகின்றன. குறிப்பாக, சுமார் 1000 ஆண்டுகளுக்கு முன்பே இங்கு ஒழுங்குபடுத்தப்பட்ட ஒரு நிர்வாக அமைப்பு இருந்தது என்பது ஆச்சரியத்தை அளிக்கிறது.

இந்த ஊரில் "சபை" எனப்படும் ஒரு நிர்வாக அமைப்பு இயங்கி வந்தது. இந்த சபை, உழவு, நீர்ப்பாசனம், கல்வி, கோயில் பணி, வாணிபம் போன்ற பல துறைகளை

கவனித்தது. இந்த நிர்வாகம் பல "வாரியங்கள்" மூலம் செயல்பட்டது. உதாரணமாக, சம்வத்ஸர வாரியம் (ஆண்டுக் குழு), தோட்ட வாரியம், ஏரி வாரியம், பொன் வாரியம், பஞ்ச வாரியம் போன்றவை இருந்தன.

இந்த வாரியங்களுக்கு உறுப்பினர்களை தேர்வு செய்வதற்கான முறை "குடவோலை முறை" எனப்பட்டது. இது ஒரு தனித்துவமான தேர்தல் முறையாகும். இந்த முறையைப் பற்றி இரண்டு முக்கிய கல்வெட்டுகள் தகவல் வழங்குகின்றன. அவை முதலாம் பராந்தக சோழனின் 12ஆம் (கி.பி. 917) மற்றும் 14ஆம் (கி.பி. 919) ஆட்சியாண்டுகளைச் சேர்ந்தவை.

குடவோலை முறை மிகவும் சுவாரஸ்யமானது. தகுதி பெற்றவர்களின் பெயர்கள் ஓலையில் எழுதப்பட்டு, ஒரு குடத்தில் போடப்படும். பின்னர் பொதுமக்கள் முன்னிலையில், ஒரு சிறுவன் அந்த குடத்தில் இருந்து ஒரு ஓலை எடுப்பான். அந்த ஓலையில் உள்ள பெயர் வாசிக்கப்பட்டு, அந்த நபர் உறுப்பினராக தேர்வு செய்யப்படுவார். இந்த முறையில் வெளிப்படைத்தன்மையும் நியாயத்தன்மையும் இருந்தது.

சபை உறுப்பினர்களுக்கான தகுதிகள் மிகவும் கடுமையாக இருந்தன. அவர்கள் நிலம் கொண்டவர்களாக இருக்க வேண்டும், நல்ல நடத்தை உடையவர்களாக இருக்க வேண்டும், வேதம் மற்றும் சாஸ்திரங்களில் அறிவு பெற்றிருக்க வேண்டும். மேலும், வயது வரம்பும் நிர்ணயிக்கப்பட்டிருந்தது. முன்னதாக 30 முதல் 60 வயது

வரை இருந்த இந்த வரம்பு, பின்னர் 35 முதல் 70 வயதாக மாற்றப்பட்டது.

அதே சமயம், தகுதி இல்லாதவர்களும் தெளிவாகக் குறிப்பிடப்பட்டுள்ளனர். கையூட்டு பெற்றவர்கள், கணக்கு காட்டாதவர்கள், குற்றங்களில் ஈடுபட்டவர்கள், பொய்யான ஆவணங்களில் கையெழுத்திட்டவர்கள் போன்றோர் உறுப்பினராக இருக்கத் தகுதியற்றவர்கள். அவர்களது உறவினர்களுக்கும் தடை விதிக்கப்பட்டது. இதன் மூலம் நிர்வாகத்தில் ஒழுக்கமும் பொறுப்பும் முக்கியமாகக் கருதப்பட்டதை அறிய முடிகிறது.

உத்திரமேரூரில் 30 குடும்பங்களும் 12 சேரிகளும் இருந்ததால், அவற்றுக்கு சமமான பிரதிநிதித்துவம் கிடைக்கும்படி தேர்தல் நடத்தப்பட்டது. இது சமூக சமநிலையை உறுதி செய்த ஒரு முன்னோடியான நடைமுறையாகும்.

இந்த முறையைப் பார்த்தால், அது இன்றைய மக்களாட்சியைப் போன்றதாக தோன்றினாலும், உண்மையில் இது பிராமணக் குடியிருப்புக்கான சபைத் தேர்தல் முறை என்பதும் குறிப்பிடத்தக்கது. இருந்தாலும், ஒழுங்கு, விதிமுறை, பொறுப்பு ஆகியவற்றில் இம்முறை மிகவும் முன்னேற்றமானதாக இருந்தது.

உத்திரமேரூர் கல்வெட்டுகள் என்பது தமிழகத்தின் பழங்கால நிர்வாக அறிவையும் சமூக ஒழுங்கையும் வெளிப்படுத்தும் அரிய வரலாற்றுச் சான்றுகளாகும். இன்றைய உள்ளாட்சி அமைப்புகளுக்குக் கூட

வழிகாட்டியாக இருக்கும் அளவுக்கு இவை முக்கியத்துவம் வாய்ந்தவை.

VIII

குடைவரைக்கோவில்

பல்லவர்களில் மகேந்திர பல்லவன் தான் முதன்முதலில் குடைவரைக் கோயில்களை உருவாக்கிய அரசன். செஞ்சிக்கருகிலுள்ள மண்டகப்பட்டு என்னும் ஊரில் ஒரு குன்றை குடைந்து கோயிலாக மாற்றி, அதில் ஒரு கல்வெட்டையும் பொறித்தான். மாமண்டூர், திருக்கழுக்குன்றம், திருச்சிராப்பள்ளி போன்ற இடங்களிலும் குடைவரைக் கோயில்களை அமைத்து கட்டடக் கலையிலும் சிற்பக் கலையிலும் சிறந்து விளங்கினான்.

அவனுக்குப் பின் வந்த அவன் மகன் நரசிம்மவர்மன், தந்தையின் பணியைத் தொடர்ந்து மேற்கொண்டான். திருக்கழுக்குன்றத்தில் உள்ள குடைவரைக் கோயில் அவன் காலகட்டிடக்கலையின்சிறந்தஎடுத்துக்காட்டாகும். பின்னர் வந்த இராஜசிம்ம பல்லவன் காலத்தில் பல்லவர்களின் திராவிடக் கோயில் கட்டடக் கலை உச்சத்தை எட்டியது. காஞ்சிபுரம் கயிலாசநாதர் கோயில், மாமல்லபுரத்தில் உள்ள

ஐந்து ரதங்கள், குடைவரைக் கோயில்கள், புலிக்குகை போன்றவை அவன் காலப் படைப்புகளாகும்.

பல்லவர்கள் கட்டிய குடைவரைக் கோயில்களிலும் சிற்பங்களின் மீது சுதை பூசி வண்ணங்கள் தீட்டுதல் மற்றும் சுவர் ஓவியங்கள் வரைதல் ஆகியவை பல்லவர்காலத்தின் சிறப்புகளாகும். கி.பி. 6ஆம் நூற்றாண்டிலிருந்து தொண்டைநாடு, சோழநாடு, பாண்டியநாடு போன்ற பகுதிகளில் மன்னர்களின் ஆதரவுடன் குடைவரைக் கோயில்கள் பரவலாக உருவாக்கப்பட்டன. இன்றைக்கு பல குடைவரைக் கோயில்கள் தமிழக தொல்லியல் துறையால் பாதுகாக்கப்படும் பழமையான சின்னங்களாக உள்ளன. தமிழர் கோயில் கட்டுமானக் கலையில் குடைவரைக் கோயில்கள் மிக முக்கியமான இடத்தைப் பெற்றுள்ளன.

53

கழுகுமலை

தூத்துக்குடி மாவட்டத்தில் கோவில்பட்டி அருகே அமைந்துள்ள கழுகுமலை, வரலாறும் கலைச்சிறப்பும் இணைந்த ஒரு முக்கியமான இடமாகும். இந்த மலையின் பின்புறத்தில் அமைந்துள்ள "வெட்டுவான் கோயில்" தமிழகத்தின் தனித்துவமான குடைவரைக் கோயில்களில் ஒன்றாகும். கோவில்பட்டியிலிருந்து சுமார் 22 கிலோமீட்டர் தொலைவில் உள்ள இந்த இடம், பழங்கால சிற்பக்கலையின் அற்புதத்தை நமக்குக் காட்டுகிறது.

இந்தக் கோயில் கி.பி. 8ஆம் நூற்றாண்டில் பாண்டிய மன்னர்களால் உருவாக்கப்பட்டதாகக் கருதப்படுகிறது. ஒரு பெரிய பாறையை வெட்டி அதன் நடுப்பகுதியை கோயிலாகச் செதுக்கியிருப்பதால், இது "ஒரே கல்லால் ஆன கோயில்" என்று அழைக்கப்படுகிறது. சுமார் 7.5 மீட்டர் ஆழத்தில் பாறையை வெட்டி, அதன் உள்ளே கோயிலை உருவாக்கியிருப்பது அக்கால தொழில்நுட்ப திறமையின் உச்சமாகும்.

கழுகுமலையில் ஏறிச் செல்லும்போது இந்தக் கோயில் உடனே கண்களுக்கு தெரியாது. சற்று தாழ்ந்த பகுதியில், கீழிறங்கி சென்றால்தான் இந்த அற்புதக் கட்டிடத்தை காண முடியும். ஒரு சிறிய கோயிலின் கருவறை மற்றும் விமானம் போன்ற அமைப்பில் இது செதுக்கப்பட்டுள்ளது.

இந்தக் கோயிலின் உள்ளே மற்றும் வெளிப்புறங்களில் காணப்படும் சிற்பங்கள் மிகவும் நுணுக்கமாக வடிவமைக்கப்பட்டுள்ளன. சிவன், திருமால், பிரம்மா, உமாமகேஸ்வரர், தட்சிணாமூர்த்தி போன்ற தெய்வங்களின் உருவங்களும், தேவகன்னியர் மற்றும் பூதகணங்களின் சிலைகளும் உயிரோட்டத்துடன் செதுக்கப்பட்டுள்ளன. சில சிற்பங்கள் முழுமையாக முடிக்கப்படாமல் இருப்பதாலும், அக்கால கலைப்பணியின் நடைமுறையை நாம் புரிந்துகொள்ள முடிகிறது.

இக்கோயில் முழுமையாக முடிக்கப்படாத நிலையில் இருப்பது அதன் மற்றொரு விசேஷமாகும். இன்று கருவறையில் பிள்ளையார் சிலை வைக்கப்பட்டு வழிபாடு நடைபெறுகிறது.

கழுகுமலை பகுதி சமண சமயத்துடனும் தொடர்புடையது. வெட்டுவான் கோயில் அருகிலேயே பாறைகளில் செதுக்கப்பட்ட சமணத் தீர்த்தங்கரர்களின் உருவங்களும், வட்டெழுத்துக் கல்வெட்டுகளும் காணப்படுகின்றன. இவை கி.பி. 8ஆம் நூற்றாண்டிலிருந்து 10ஆம் நூற்றாண்டு வரை இந்த பகுதி சமண மையமாக இருந்ததை உறுதிப்படுத்துகின்றன.

கழுகுமலையில் மூன்று முக்கிய நினைவுச்சின்னங்கள் உள்ளன: சமணர் பள்ளி, வெட்டுவான் கோயில் மற்றும் முருகன் கோயில். மலையின் அடிவாரத்தில் உள்ள பாலசுப்பிரமணியர் கோயிலும் குடைவரை அமைப்பில் உள்ளது. அங்கு உள்ள தெப்பக்குளத்தில் கிடைக்கும் தண்ணீர் பால் போன்ற நிறத்துடன் இருந்ததால், அது நீண்ட காலம் குடிநீராகப் பயன்படுத்தப்பட்டது.

கழுகுமலை வெட்டுவான் கோயில் என்பது ஒரு சாதாரண கோயில் அல்ல. அது தமிழகத்தின் சிற்பக்கலை, கட்டிடக்கலை மற்றும் சமய வரலாற்றை ஒருங்கே வெளிப்படுத்தும் ஒரு அரிய பாரம்பரியச் சின்னமாகும்.

54

திருப்பரங்குன்றம்

மதுரை நகரத்திற்கு அருகிலுள்ள திருப்பரங்குன்றம் மலை, வரலாறு, சமயம் மற்றும் கலை ஆகியவற்றின் சங்கமமாக விளங்கும் முக்கியமான இடமாகும். இந்த மலையின் தென்பகுதியில் காணப்படும் சமணக் குகைகள், தமிழகத்தின் தொன்மையான சமண மரபை வெளிப்படுத்தும் அரிய சான்றுகளாகும். இயற்கையாக அமைந்த பாறையை குடைந்து உருவாக்கப்பட்ட இந்தக் குகைகள், கிமு முதல் நூற்றாண்டிலேயே திகம்பர சமணத் துறவிகள் தங்கியிருந்த இடங்களாக இருந்தன.

இந்தக் குகைப் பகுதி இயற்கைச் சூழலாலும் சிறப்புடையது. மயில்கள், மந்திகள் போன்ற உயிரினங்கள் இங்கு அதிகமாகக் காணப்படுவதால், இந்த இடம் ஒரு அமைதியான தியானத் தலமாக இருந்திருக்கலாம் என்று கருதப்படுகிறது.

காலப்போக்கில் சமய மாற்றங்கள் ஏற்பட்டன. குறிப்பாக கி.பி. 7ஆம் நூற்றாண்டில் பக்தி இயக்கம் வலுவடைந்தபோது, சமணம் மெதுவாகத் தளர்ச்சி

அடைந்து, சைவம் மற்றும் வைணவம் வளர்ச்சி பெற்றன. அதன் விளைவாக, இச்சமணக் குடைவரை கி.பி. 8ஆம் நூற்றாண்டில் மாற்றம் அடைந்து, “உமை ஆண்டார் கோயில்” எனும் சைவக் கோயிலாக மாற்றப்பட்டது.

இக்குகைகள் 1958ஆம் ஆண்டு இந்திய தொல்லியல் துறையால் தேசிய முக்கியத்துவம் வாய்ந்த நினைவுச் சின்னமாகஅறிவிக்கப்பட்டுபாதுகாக்கப்பட்டுவருகின்றன. இது இந்த இடத்தின் வரலாற்று முக்கியத்துவத்தை வெளிப்படுத்துகிறது.

குகையின் உள்ளமைப்பைப் பார்ப்பதற்கு, கிழக்கு நோக்கிய கருவறையில் சிவலிங்கம் அமைந்துள்ளது. அதன் பின்புறச் சுவரில் சோமாஸ்கந்தர் உருவம் புடைப்புச் சிற்பமாக காணப்படுகிறது. இதற்கு எதிரே மேற்கு நோக்கிய மற்றொரு கருவறையில் திருமாலின் அமர்ந்த உருவம் செதுக்கப்பட்டுள்ளது.

இவ்வாறு ஐந்து தெய்வங்கள் ஒரே இடத்தில் அமைந்துள்ளதால், இது “பஞ்சாயதன” வழிபாட்டு முறையைப் பிரதிபலிப்பதாக கருதப்படுகிறது.

சிவனின் சதுர தாண்டவச் சிற்பம் இங்கு மிகவும் குறிப்பிடத்தக்கதாகும். முயலகன் மீது சிவன் நடனம் ஆடும் காட்சி, அருகில் பார்வதி தேவி அதை ரசிக்கும் தோற்றம், பிரம்மா மற்றும் திருமால் அந்த நடனத்தைப் பார்க்கும் அமைப்பு இவை அனைத்தும் சிற்பக்கலையின் உச்சநிலையை வெளிப்படுத்துகின்றன. அதோடு,

சிவகணங்கள் இசைக்கருவிகளை வாசிக்கும் காட்சிகளும் உயிரோட்டத்துடன் செதுக்கப்பட்டுள்ளன.

மதுரை இரயில் நிலையத்திலிருந்து சுமார் 8 கிலோமீட்டர் தொலைவில் அமைந்துள்ள இந்த இடம், வரலாறு மற்றும் கலை மீது ஆர்வம் கொண்டவர்களுக்கு ஒரு சிறந்த பார்வைத்தலமாகும்.

திருப்பரங்குன்றம் சமணக் குகைகள் என்பது ஒரு சாதாரண குகை அல்ல. அது தமிழகத்தின் சமய மாற்றங்களையும், கலை வளர்ச்சியையும், மனித வாழ்வியல் சுவடுகளையும் ஒருங்கே வெளிப்படுத்தும் ஒரு அரிய பாரம்பரியச் சின்னமாகும்.

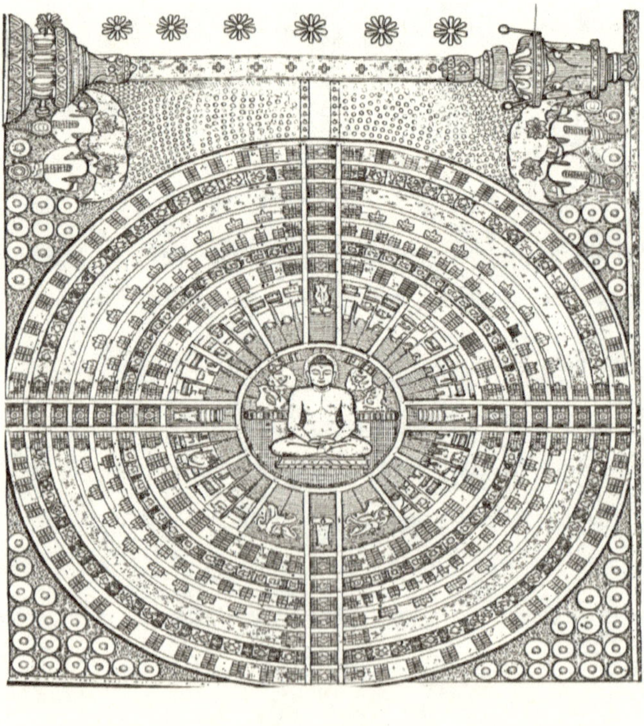

55

ஆனைமலை

மதுரை நகரத்திற்கு அருகில் ஒத்தக்கடை பகுதியில் அமைந்துள்ள ஆனைமலை, வரலாறு, சமயம் மற்றும் கலை ஆகிய மூன்றையும் ஒருங்கே தன்னகத்தே தாங்கி நிற்கும் முக்கியமான மலைப்பகுதியாகும். மதுரை கிழக்கு வட்டத்தில் உள்ள இந்த இடம், கி.பி. 8ஆம் நூற்றாண்டைச் சேர்ந்த குடைவரைக் கோயில்கள் மற்றும் சமணச் சான்றுகளுக்காக சிறப்பாக அறியப்படுகிறது.

ஆனைமலையின் அடிவாரத்தில் அமைந்துள்ள யோக நரசிங்கப் பெருமாள் குடைவரைக் கோயில், முற்கால பாண்டியர்களால் உருவாக்கப்பட்ட ஒரு முக்கியமான வழிபாட்டுத் தலமாகும். இதனுடன் இணைந்து லாடன் கோயில் என அழைக்கப்படும் முருகன் குடைவரையும் காணப்படுகிறது. இவ்விரண்டும் பாறையை குடைந்து உருவாக்கப்பட்ட சிற்பக்கலையின் அற்புதங்கள் ஆகும்.

இந்த மலைப்பகுதியில் சமணத் துறவிகள் வாழ்ந்த குகைகளும் காணப்படுகின்றன. அவற்றில் கற்படுக்கைகள் செதுக்கப்பட்டுள்ளன. இங்கு காணப்படும்

ஒரு கல்வெட்டில் மலைக்குகையில் தங்குவதற்காக கற்படுக்கைகள் வழங்கப்பட்டதாக அறியப்படுகிறது.

ஆனைமலையின் குகைச்சுவரில் ஒன்பது புடைப்புச் சிற்பங்கள் காணப்படுகின்றன. அவற்றில் மகாவீரர், பார்சுவநாதர், பாகுபலி, அம்பிகா போன்ற சமணத் தீர்த்தங்கரர்களின் உருவங்கள் மிகவும் நுணுக்கமாக செதுக்கப்பட்டுள்ளன. முக்குடையின் கீழ் அமர்ந்திருக்கும் இச்சிற்பங்கள், அக்காலக் கலை நுணுக்கத்தை வெளிப்படுத்துகின்றன.

இச்சிற்பங்கள்மீது சுதை பூசி வண்ணம் தீட்டப்பட்டிருந்த சான்றுகளும் காணப்படுகின்றன. அருகில் குத்துவிளக்கு, தாமரை மலர் போன்ற ஓவிய வடிவங்களும் இருந்துள்ளன. இவை அனைத்தும் பாண்டியர் காலத்தில் ஓவியக்கலையும் சிற்பக்கலையும் இணைந்து வளர்ந்ததை காட்டுகின்றன.

ஆனைமலையின் மேற்குப் பகுதியில் உள்ள இயற்கைக் குகைகளில் வட்டெழுத்து, கிரந்தம் மற்றும் தமிழ் கல்வெட்டுகளும் காணப்படுகின்றன. இவை கி.பி. 10ஆம் நூற்றாண்டைச் சேர்ந்தவை. இந்த இடம் பல நூற்றாண்டுகளாக சமணத் துறவிகள் வாழ்ந்த மையமாக இருந்துள்ளது.

இப்பகுதியில் அச்சணந்தி என்ற சமணத் துறவி முக்கிய பங்கு வகித்ததாகக் கூறப்படுகிறது. அவர் தமிழகமெங்கும் பயணம் செய்து சமணப் பள்ளிகளை வளர்த்ததாக வரலாறு குறிப்பிடுகிறது.

ஆனைமலையின் வடபகுதியில், பாண்டிய மன்னன் ஜடில பராந்தக நெடுஞ்சடையன் காலத்தில் உருவாக்கப்பட்ட நரசிம்மப் பெருமாள் கோயிலும் காணப்படுகிறது. அதற்கு அருகில் உள்ள லாடன் கோயில், முருகப்பெருமானுக்காக குடைவிக்கப்பட்டதாகும். இக்கோயில் சதுர வடிவ கருவறையும், நீளமான முகமண்டபத்தையும் கொண்டுள்ளது.

56

லத்தேரி

வேலூர் மாவட்டத்தில், ஆற்காடு வட்டத்துக்கு உட்பட்ட லத்தேரி அருகே அமைந்துள்ள பைரவர் மலை, தொன்மையான சமணச் சான்றுகளை தன்னகத்தே தாங்கி நிற்கும் முக்கியமான வரலாற்றுத் தலமாகும். இந்த மலையில் காணப்படும் குடைவரை குகை, கி.பி. 10ஆம் நூற்றாண்டைச் சேர்ந்ததாகக் கருதப்படுகிறது. இயற்கையாக உருவான குகைதளத்தில் சமணத் துறவிகள் வாழ்ந்ததற்கான பல சான்றுகள் இங்கு இன்னும் தெளிவாகக் காணப்படுகின்றன.

இந்தக் குகையின் முக்கிய அம்சம், அதில் செதுக்கப்பட்டுள்ள சமணர் படுக்கைகளாகும். இவை சமணத் துறவிகள் தங்கவும் தியானிக்கவும் பயன்படுத்திய கற்படுக்கைகள் ஆகும். இத்தகைய படுக்கைகள் மிகவும் எளிமையாக இருந்தாலும், அவற்றின் செதுக்குதல் முறையில் காணப்படும் நுட்பம் அக்கால வாழ்க்கை முறையைப் புரியவைக்கிறது.

பைரவர் மலையில் சமணத் தீர்த்தங்கரர்களின் சிற்பங்களும் காணப்படுகின்றன. இவை அந்தக் காலத்தில் சமணம் இந்தப் பகுதியில் செழித்து வளர்ந்ததை சுட்டிக்காட்டுகின்றன. மேலும், சில கல்வெட்டுகள் மற்றும் சிற்பங்கள் இந்த இடத்தின் தொல்லியல் முக்கியத்துவத்தை மேலும் உயர்த்துகின்றன.

இன்றைய காலத்தில், இந்தக் குகை அருகே உள்ளூர் மக்கள் வழிபாடு நடத்தி வருகின்றனர். மலையின் மேற்பகுதியில் பைரவருக்காக ஒரு சிறிய கோயிலும் கட்டப்பட்டுள்ளது. அதன் உள்ளே பைரவர் சிற்பம் நிறுவப்பட்டு வழிபாடு நடைபெறுகிறது. இதனால், பழங்கால சமண மையமாக இருந்த இந்த இடம், பின்னாளில் வேறு சமய வழிபாட்டிற்கும் பயன்படுத்தப்பட்டு வந்துள்ளது என்பதும் தெரிகிறது.

இந்த மலைக்கு ஏறிச் செல்ல சுமார் 1500 படிகள் உள்ளன. சற்றே கடினமான ஏற்றமாக இருந்தாலும், மேலே சென்ற பின் கிடைக்கும் காட்சிகளும், அங்கு காணப்படும் வரலாற்றுச் சின்னங்களும் பார்வையாளர்களுக்கு ஒரு தனித்துவமான அனுபவத்தை அளிக்கின்றன.

லத்தேரி அருகே உள்ள ஆற்காடு பகுதியில் அகழ்வைப்பகங்களும், நவாப் காலக் கோட்டையும், பழமையான அரண்மனைகளும் இருப்பதால், இந்தப் பகுதி முழுவதும் வரலாற்று முக்கியத்துவம் வாய்ந்ததாக விளங்குகிறது.

57

திருமலை

சிவகங்கை மாவட்டத்தில் ஒக்கூர் அருகே அமைந்துள்ள திருமலை, வரலாற்று மற்றும் சமயச் சான்றுகள் நிறைந்த அமைதியான மலைப்பகுதியாகும். இவ்வூர், ஒக்கூரிலிருந்து கட்டாணிப்பட்டி செல்லும் சாலையில் சுமார் 10 கிலோமீட்டர் தொலைவில் அமைந்துள்ளது. ஊருக்கு அருகிலுள்ள குன்றின் சரிவில் அமைந்துள்ள குடைவரைக் கோயில்,

இந்தக் குன்றின் மேற்பகுதியில், பழங்காலத்தில் சமணத் துறவிகள் வாழ்ந்த குகைகள் காணப்படுகின்றன. அந்தக் குகைகளில் கற்படுக்கைகள் அமைக்கப்பட்டுள்ளன. இவை துறவிகள் தங்கியதும் தியானம் செய்ததுமான இடங்களாக இருந்தன. மேலும், குகையின் கூரைப்பகுதியில் தமிழி எழுத்தில் பொறிக்கப்பட்ட கல்வெட்டும் காணப்படுகிறது.

குன்றின் சரிவில் அமைந்துள்ள குடைவரைக் கோயில், முகப்பு, அர்த்தமண்டபம் மற்றும் கருவறை ஆகிய மூன்று பகுதிகளைக் கொண்டுள்ளது. முகப்பில் இரண்டு தூண்களும், பக்கச் சுவர்களில் அரைத்தூண்களும்

அமைக்கப்பட்டுள்ளன. இவை எளிமையான வடிவமைப்புடன்இருந்தாலும், அக்காலகட்டிடக்கலையின் அழகை வெளிப்படுத்துகின்றன.

கருவறை கிழக்கு நோக்கிய நிலையில் அமைந்துள்ளது. அதன் பின்புறச் சுவரில், உமையுடன் கூடிய சிவன் அழகிய புடைப்புச் சிற்பமாக செதுக்கப்பட்டுள்ளார்.

சிவனின் சடைமுடி இருபுறமும் விரிந்தபடி காணப்படுவது, காதுகளில் பனையோலைக் குண்டலங்கள் இருப்பது போன்ற விவரங்கள் மிக நுணுக்கமாகச் செதுக்கப்பட்டுள்ளன. உமையம்மனும் அதேபோல் அழகிய அலங்காரத்துடன் காணப்படுகிறார். இவர்களருகில் ஒரு பணிப்பெண் நின்ற நிலையில் செதுக்கப்பட்டுள்ளதும் குறிப்பிடத்தக்கது. இச்சிற்பத்தை மக்கள் "மீனாட்சி-சுந்தரேஸ்வரர்" உருவமாகக் கருதுகின்றனர்.

குடைவரையின் வடபுறத்தில், முருகப்பெருமானின் புடைப்புச் சிற்பமும் காணப்படுகிறது. இளமையான தோற்றத்துடன் காணப்படும் முருகன், ஒரு கையை தொடையில் வைத்தும் மற்றொரு கையை இடுப்பில் வைத்தும் நிற்கும் நிலை மிகவும் உயிரோட்டமாக உள்ளது. அருகில் அவரது வாகனமான மயிலும், பூத உருவங்களும், வணங்கும் முனிவரும் செதுக்கப்பட்டுள்ளனர்.

இந்தக் குடைவரை கோயிலின் அமைப்பை வைத்து, இது கி.பி. 8ஆம் நூற்றாண்டைச் சேர்ந்ததாக ஆய்வாளர்கள் கருதுகின்றனர். மேலும், இங்கு காணப்படும்

கல்வெட்டுகள், இறைவனை "குன்றத்து நாயனார்" என்றும் "மலைக்கொழுந்தீசர்" என்றும் குறிப்பிடுகின்றன.

திருமலை பகுதி சமணமும் சைவமும் இணைந்து வளர்ந்த இடமாகத் தெரிகிறது. மேல்பகுதியில் சமண குகைகள் மற்றும் கீழ்ப்பகுதியில் சைவக் கோயில் அமைந்துள்ளமை, காலப்போக்கில் சமய மாற்றங்கள் ஏற்பட்டதற்கான சான்றாகும்.

திருமலை குடைவரை கோயில் என்பது ஒரு சாதாரண வழிபாட்டுத் தலம் அல்ல. அது சமணத் துறவிகளின் வாழ்க்கை, பாண்டியர் காலக் கட்டிடக்கலை, சைவச் சிற்பக்கலை ஆகிய அனைத்தையும் ஒருங்கே வெளிப்படுத்தும் ஒரு அரிய வரலாற்றுச் சின்னமாகும்.

58

பிள்ளையார்பட்டி

சிவகங்கை மாவட்டத்தில், குன்றக்குடி அருகே அமைந்துள்ள பிள்ளையார்பட்டி கிராமம், தமிழகத்தின் தொன்மையான சமய மற்றும் கலை மரபுகளை தன்னகத்தே தாங்கி நிற்கும் ஒரு முக்கியத் தலமாகும். திருப்பத்தூர்–காரைக்குடி சாலையில் அமைந்துள்ள இந்த ஊர், பல வரலாற்றுப் பெயர்களால் அழைக்கப்பட்டதையும் இங்குள்ள கல்வெட்டுகள் உறுதிப்படுத்துகின்றன.

இந்த ஊரின் முக்கியப் பெருமை கற்பகவிநாயகர் குடைவரைக் கோயிலாகும். குன்றின் அடிவாரத்தில் பாறையை குடைந்து உருவாக்கப்பட்ட இந்தக் கோயில், முற்கால பாண்டியர்களின் கலைப்பணியாகக் கருதப்படுகிறது.

இந்தக் கோயில் இரண்டு பகுதிகளைக் கொண்டுள்ளது. ஒன்று பழமையான குடைவரைக் கோயில்; மற்றொன்று பின்னர் கட்டப்பட்ட கற்றளிக் கோயில். இங்கு மொத்தம் *15* கல்வெட்டுகள் கண்டறியப்பட்டுள்ளன. அவை

இந்தத் தலத்தின் வரலாற்றையும் வளர்ச்சியையும் எடுத்துரைக்கின்றன.

கோயிலின் மூலவராக உள்ள கற்பக விநாயகர், சுமார் ஆறு அடி உயரத்தில் பாறையில் செதுக்கப்பட்ட புடைப்புச் சிற்பமாக காட்சி தருகிறார். வடக்கு நோக்கி அமர்ந்திருக்கும் இந்த விநாயகர், வலம்புரி வடிவில் இரு கைகளுடன் காணப்படுவது மிகப் பெரிய தனிச்சிறப்பு. பொதுவாக விநாயகர் நான்கு கைகளுடன் காணப்படும் நிலையில், இங்கு இரண்டு கைகளுடன் தியான நிலையில் இருப்பது அரிதான அம்சமாகும்.

இந்தக் குடைவரையின் உள்ளே சிவபெருமானின் புடைப்புச்சிற்பமும் கிழக்கு நோக்கி அமைக்கப்பட்டுள்ளது. இங்கு அவர் "திருவீசர்" அல்லது "மகாலிங்கம்" என அழைக்கப்படுகிறார். இந்தச் சிற்பத்தை எக்காட்டூர் கூன் பெருபரணன் என்ற சிற்பி உருவாக்கியதாக கல்வெட்டு சான்று கூறுகிறது.

குடைவரையின் வெளிப்புறத்தில் லிங்கோத்பவர் உருவமும் காணப்படுகிறது. அருகிலேயே மருதீசர் சன்னதி அமைந்துள்ளது. அர்ஜுனவனேசர் என்றும் அழைக்கப்படும் இந்த இறைவன், லிங்க வடிவில் அமைந்துள்ளார். இந்தக் கருவறையின் கட்டிட அமைப்பு எளிமையாக இருந்தாலும், அதன் நுட்பம் பார்வையாளர்களை கவர்கிறது.

இந்தத் தலத்தில் 10ஆம் நூற்றாண்டு முதல் 19ஆம் நூற்றாண்டு வரை சேர்ந்த செப்புத் திருமேனிகளும் காணப்படுகின்றன. இதன் மூலம், இந்தக் கோயில் பல

நூற்றாண்டுகளாக தொடர்ந்து வழிபாட்டில் இருந்து வந்துள்ளது என்பது தெளிவாகிறது.

இந்தக் கோயில் நாட்டுக்கோட்டை நகரத்தாரின் பராமரிப்பில் இருந்து, ஆகம முறைகளின்படி வழிபாடு நடைபெற்று வருகிறது. "தேசி விநாயகர்" என்றும் அழைக்கப்படும் கற்பகவிநாயகர், அழகும் ஒளிமையும் கொண்ட தெய்வமாக மக்கள் நம்புகின்றனர்.

பிள்ளையார்பட்டி கற்பகவிநாயகர் குடைவரைக் கோயில் என்பது பாண்டியர் காலக் கலை, சிற்ப நுட்பம், சமய வளர்ச்சி மற்றும் தமிழர் பண்பாட்டின் பெருமையை வெளிப்படுத்தும் ஒரு அரிய வரலாற்றுச் சின்னமாகும்.

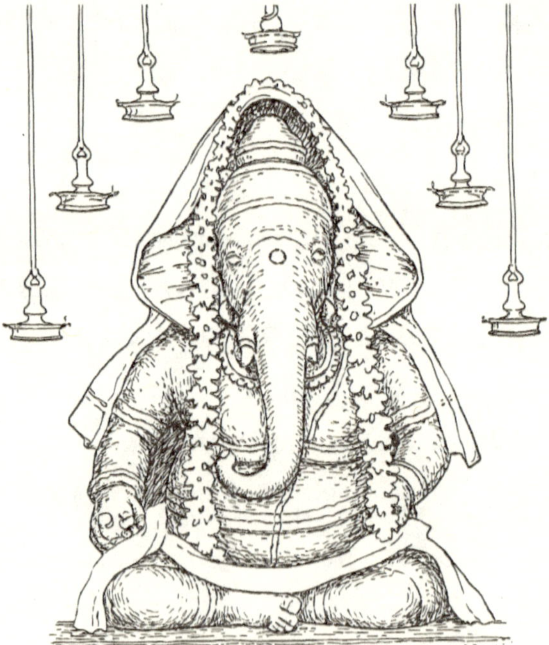

59

திருமயம்

புதுக்கோட்டை மாவட்டத்தில், மதுரை செல்லும் சாலையில் அமைந்துள்ள திருமயம், வரலாறு, சமயம் மற்றும் கட்டிடக்கலையின் சங்கமமாக விளங்கும் ஒரு சிறப்புமிக்க ஊராகும். இங்கு காணப்படும் மலை, குடைவரைக் கோயில்கள் மற்றும் பழமையான கோட்டை இவை இந்த ஊரின் தொன்மையைப் பறைசாற்றுகின்றன. "சத்யகிரி" என அழைக்கப்படும் இந்த மலையின் அடிவாரத்தில் இரண்டு முக்கிய குடைவரைக் கோயில்கள் அமைந்துள்ளன. ஒன்று சிவபெருமானுக்காகவும் மற்றொன்று திருமாலுக்காகவும்.

திருமயத்தில் உள்ள சிவபெருமானின் குடைவரைக் கோயில், இங்கு உள்ள கோயில்களில் மிகவும் பழமையானதாகக் கருதப்படுகிறது. இதில் உள்ள இறைவன் "சத்யகிரீஸ்வரர்" என அழைக்கப்படுகிறார். கோயிலின் முகப்பில் இரண்டு தூண்களும், பக்கச் சுவர்களில் அரைத்தூண்களும் அமைந்துள்ளன. மண்டபத்தின் நடுவில் பாறையிலேயே செதுக்கப்பட்ட நந்தி சிற்பம் காணப்படுகிறது.

கருவறை மண்டபத்தை விட உயரமாக அமைந்துள்ளது; அதனை அடைய படிகளும் அமைக்கப்பட்டுள்ளன. கருவறையில் உள்ள சிவலிங்கம் பாறையிலேயே குடைந்து உருவாக்கப்பட்டுள்ளது. கருவறையின் வாயிலில் இருபுறமும் வாயிற்காவலர்கள் அழகாக செதுக்கப்பட்டுள்ளனர். அவர்களில் ஒருவரின் கையில் தடி, அதைச் சுற்றி நாகம் காணப்படுவது போன்ற சிறப்பான விவரங்கள் காணப்படுகின்றன.

இந்தக் கோயிலின் மிகச் சிறப்பு, “லிங்கோத்பவர்” சிற்பமாகும். சிவன் லிங்கத்திலிருந்து தோன்றும் காட்சி மிக அழகாக செதுக்கப்பட்டுள்ளது. பொதுவாக குடைவரைக் கோயில்களில் இவ்வகை சிற்பம் அரிதாகக் காணப்படும் நிலையில், திருமயத்தில் இது காணப்படுவது முக்கியமான அம்சமாகும்.

திருமாலுக்கான குடைவரைக் கோயில், கி.பி. 7ஆம் நூற்றாண்டில் முத்தரைய மன்னர்களால் உருவாக்கப்பட்டது. இதில் பாம்பின் மீது சாய்ந்து உறங்கும் பெருமாளின் பெரிய புடைப்புச் சிற்பம் மிகவும் கவர்ச்சியாக உள்ளது. அவரைச் சுற்றி கருடன், பிரம்மா, மார்கண்டேயன், தேவர்கள் ஆகியோர் செதுக்கப்பட்டுள்ளனர். அவரது மார்பில் இலட்சுமியும், காலடியில் பூமாதேவியும் காணப்படுகின்றனர்.

திருமயத்தின் மற்றொரு முக்கிய அம்சம் அதன் கோட்டை ஆகும். இந்தக் கோட்டை கி.பி. 17ஆம் நூற்றாண்டில் கிழவன் சேதுபதியால் கட்டப்பட்டது. ஏழு

வளைய மதில் சுவர்களைக் கொண்ட இந்தக் கோட்டையில் இன்று நான்கு சுவர்கள் மட்டுமே எஞ்சியுள்ளன. மலையின் உச்சியில் இயற்கையான நீர்சுனைகளும் காணப்படுகின்றன. அங்கு ஆங்கிலேயர் காலத்தைச் சேர்ந்த பீரங்கியும் இன்னும் உள்ளது.

திருமயம் என்பது ஒரு சாதாரண ஊர் அல்ல. அது பாண்டியர், முத்தரையர் மற்றும் பின்னாளில் வந்த அரசர்களின் கட்டிடக்கலை, சமய வளர்ச்சி மற்றும் வரலாற்றுச் சுவடுகளை ஒருங்கே தாங்கி நிற்கும் ஒரு அரிய பாரம்பரியத் தளமாகும்.

60

குன்றக்குடி

சிவகங்கை மாவட்டத்தில் திருப்பத்தூர் தாலுகாவில் அமைந்துள்ள குன்றக்குடி, தமிழகத்தின் தொன்மையான குடைவரைக் கோயில்களால் புகழ்பெற்ற ஒரு முக்கிய இடமாகும். இங்கு காணப்படும் குன்றக்குடி குடைவரைக் கோயில், கி.பி. 7ஆம் நூற்றாண்டில் தொடக்ககாலப் பாண்டியர்களால் உருவாக்கப்பட்டதாகக் கருதப்படுகிறது. இக்கோயில் இன்று இந்தியத் தொல்லியல் துறையால் பாதுகாக்கப்படும் முக்கிய நினைவுச் சின்னமாக விளங்குகிறது.

இந்த மலைப்பகுதியின் தெற்குச் சரிவில் மூன்று குடைவரைக் குகைகள் அடுத்தடுத்து வரிசையாகக் குடையப்பட்டுள்ளன. இவை ஒவ்வொன்றும் தனித்தன்மையுடைய அமைப்பைக் கொண்டுள்ளன. குகைகளுக்கு இடையில் அமைந்துள்ள கோட்டங்களில் சிவலிங்கமும், வலம்புரி விநாயகரும் செதுக்கப்பட்டுள்ளன. இம்மூன்று குடைவரைகளின் முன்புறத்தில் பிற்காலத்தில் கட்டப்பட்ட ஒரு மண்டபமும் காணப்படுகிறது.

குன்றக்குடி குடைவரையின் முக்கிய சிறப்பு அதன் புடைப்புச் சிற்பங்களாகும். புராணக் கதைகளை விளக்கும் இந்தச் சிற்பங்கள் மிகவும் நுணுக்கமாகவும் உயிரோட்டத்துடனும் செதுக்கப்பட்டுள்ளன. குறிப்பாக, திருமால் தனது கண் ஒன்றை மலராக அர்ப்பணித்து சிவனை வழிபட்ட காட்சி இங்கு அழகாக வடிவமைக்கப்பட்டுள்ளது. அந்தக் காட்சியில், சிவபெருமான் நடனமாடுவது, திருமால் கருடன் மீது சாய்ந்து பார்க்கும் தோற்றம் போன்றவை சிற்பக்கலையின் உச்சநிலையை வெளிப்படுத்துகின்றன.

இந்தக் கோயிலில் மொத்தம் 45 கல்வெட்டுகள் காணப்படுகின்றன. அவை குகைகளின் சுவர்கள், தூண்கள் மற்றும் மண்டபங்களில் பொறிக்கப்பட்டுள்ளன. இவற்றில் பெரும்பாலானவை பாண்டிய மன்னர்களின் காலத்தைச் சேர்ந்தவை. குறிப்பாக மாறவர்மன் சுந்தரபாண்டியன், சடையவர்மன் சிறீவல்லபதேவன், விக்கிரம பாண்டியன், மாறவர்மன் குலசேகர பாண்டியன் போன்ற அரசர்களின் கல்வெட்டுகள் இங்கு உள்ளன.

சோழ மன்னர்களான முதலாம் இராசராசன், இராசேந்திரன் மற்றும் குலோத்துங்கன் ஆகியோரின் கல்வெட்டுகளும் காணப்படுகின்றன. இதனால், இந்தக் கோயில் பல தலைமுறைகளாக பராமரிக்கப்பட்டு வந்ததோடு, தொடர்ந்து வழிபாட்டிலும் இருந்தது என்பதும் தெளிவாகிறது.

குடைவரைக் கோயிலின் உள்ளே சென்று பார்க்கும்போது, அதன் அமைப்பும் சிற்பங்களும்

பார்வையாளர்களை மெய்மறக்கச் செய்கின்றன. கருவறையில் பாறையிலேயே குடைந்து உருவாக்கப்பட்ட சிவலிங்கம் அமைந்துள்ளது. இது இந்தக் கோயிலின் ஆன்மிக மையமாக விளங்குகிறது.

இக்கோயிலின் எழுத்து வடிவங்கள் மற்றும் கட்டிட அமைப்புகளைப் பார்த்து, இது கி.பி. 7 அல்லது 8ஆம் நூற்றாண்டைச் சேர்ந்ததாக ஆய்வாளர்கள் கருதுகின்றனர். குன்றக்குடி குடைவரைக் கோயில் என்பது பாண்டியர் காலச் சிற்பக்கலை, சமய நம்பிக்கைகள், புராணக் கதைகள் மற்றும் தமிழக வரலாற்றின் தொடர்ச்சியை வெளிப்படுத்தும் ஒரு அரிய பாரம்பரியச் சின்னமாகும். இன்று வரை அது நம் முன்னோர்களின் கலை நுணுக்கத்தையும் ஆன்மிக மரபையும் நினைவூட்டிக் கொண்டிருக்கிறது.

61

திருச்செந்தூர்

தூத்துக்குடி மாவட்டத்தில் கடற்கரையோரத்தில் அமைந்துள்ள திருச்செந்தூர், முருகன் வழிபாட்டின் முக்கியத் தலங்களில் ஒன்றாகும். இந்தப் புகழ்பெற்ற கோயில் வளாகத்திற்குள், வடக்கு வெளிப்பிரகாரத்தில் "சந்தன மலை" என அழைக்கப்படும் சிறிய குன்றில் அமைந்துள்ள வள்ளி குடைவரை கோயில்) ஒரு தனித்துவமான வரலாற்றுச் சின்னமாகும்.

இந்தக் குகை பாறையை குடைந்து உருவாக்கப்பட்டதாகும். குகையின் முன்பகுதியில் 16 கால் மண்டபம் அமைந்துள்ளது. குகையின் உள்ளே செல்ல சிறிய நுழைவாயில் மட்டுமே இருப்பதால், அது ஒரு அமைதியான, தியானத்திற்கேற்ற இடமாக உணரப்படுகிறது. உள்ளே சிறிய கருவறைகள் காணப்படுகின்றன; அவற்றைச் சுற்றி வருவதற்கான பாதையும் குறுகியதாகவே உள்ளது.

இந்தக் குகையின் சுவர்களில், முருகப்பெருமானின் சூரசம்ஹாரம் சம்பந்தமான ஓவியங்கள் வரையப்பட்டுள்ளன. அவை இன்றும் அந்தப் புராணக்

கதையின் நினைவுகளை நமக்குக் கூறுகின்றன. தலபுராணத்தின் படி, வள்ளியம்மையின் தந்தையான நம்பிராஜன் தனது படைவீரர்களுடன் முருகனை எதிர்த்து வந்தபோது, வள்ளி பயந்து ஒளிந்த இடமே இந்தக் குகை என்று கூறப்படுகிறது. இதனால், இந்த இடம் "வள்ளி ஒளிந்த வளிநாடு" என்றும் அழைக்கப்படுகிறது.

இந்தக் குகையில் 17ஆம் நூற்றாண்டைச் சேர்ந்த கல்வெட்டு ஒன்று உள்ளது. அதில், திருமலை நாயக்கர் காலத்தில்முத்தையாஜோதிடர்என்பவர்இந்தமண்டபத்தை அமைத்ததாக குறிப்பிடப்பட்டுள்ளது. மேலும், முதலாம் வரகுண பாண்டியனின் காலத்திற்குச் சேர்ந்த கல்வெட்டும் இங்கு காணப்படுவது, இந்த இடம் பல காலகட்டங்களில் முக்கியத்துவம் பெற்றிருந்ததை காட்டுகிறது.

இந்தக் குகை மணற்பாறையில் குடையப்பட்டுள்ளதால், அதில் இருந்த சில சிற்பங்கள் காலப்போக்கில் சிதைந்து காணப்படுகின்றன. இருப்பினும், அதன் அமைப்பும் வரலாறும் இன்றும் பார்வையாளர்களை ஈர்க்கின்றன.

இங்கு பக்தர்கள் குழந்தை வரம் வேண்டி மலைமேல் தொட்டில் கட்டி வழிபடும் பழக்கம் இன்றும் நிலவுகிறது. குகைக்குள் ஒரு தீர்த்தக் கிணறும் காணப்படுகிறது. மாலை நேரம் வரை பக்தர்கள் இங்கு சென்று வழிபடலாம்.

திருச்செந்தூர் வள்ளி குகை என்பது ஒரு சாதாரண குகை அல்ல. அது புராணக் கதைகள், சமய நம்பிக்கைகள் மற்றும் பண்டைய குடைவரைக் கட்டிடக்கலையின் இணைப்பை வெளிப்படுத்தும் ஒரு அரிய தலமாகும்.

இன்றும் அது பக்தியையும் வரலாற்றையும் இணைக்கும் ஒரு அமைதியான சாட்சியாக திகழ்கிறது.

62

மாமல்லபுரம்

தமிழ்நாட்டின் கிழக்குக் கடற்கரை ஓரத்தில் அமைந்துள்ள மாமல்லபுரம், பல்லவர் கால கட்டிடக்கலையின் ஒப்பற்ற சான்றாக உலகப் புகழ் பெற்ற இடமாகும். இந்தப் பண்டைய துறைமுக நகரில் காணப்படும் பல குடைவரைக் கோயில்களில் ஒன்றாக மும்மூர்த்தி குடைவரை முக்கியமான இடத்தைப் பெற்றுள்ளது.

இந்தக் குடைவரை பல்லவ மன்னன் பரமேசுவரவர்மன் காலத்தைச் சேர்ந்ததாக ஆய்வாளர்கள் கருதுகின்றனர். பொதுவாகக் காணப்படும் குடைவரைக் கோயில்களைப் போல அல்லாமல், இதில் மண்டபமோ தூண்களோ இல்லை என்பது இதன் தனிச்சிறப்பு. மூன்று கருவறைகள் நேரடியாக பாறையில் செதுக்கப்பட்டுள்ளன. அவை வரிசையாக அமைந்துள்ளதுடன், நடுப்பகுதியிலுள்ள கருவறை மற்ற இரண்டையும் விட பெரியதாகவும் சற்று முன்னோக்கி அமைந்ததாகவும் காணப்படுகிறது.

ஒவ்வொரு கருவறைக்கும் தனித்தனியாகப் படிகள் அமைக்கப்பட்டுள்ளன. மேலும், கருவறைகளுக்கு கீழே

தாங்குதளம் மற்றும் மேலே விமான வடிவமைப்பைக் கொண்ட அமைப்பும் செதுக்கப்பட்டுள்ளது. இதனால், பாறையில் நேரடியாக கோயில் வடிவமைப்பை உருவாக்கிய பல்லவர்களின் நுணுக்கமான கலைத் திறமை தெளிவாக வெளிப்படுகிறது.

ஒவ்வொரு கருவறையின் வாயிலிலும் வாயிற்காவலர்கள் சிற்பங்கள் அமைந்துள்ளன. அவற்றின் சடைமுடி, உடற்கட்டமைப்பு மற்றும் நிலைப்பாடு ஆகியவை அக்காலச் சிற்பக்கலையின் உயர்ந்த தரத்தை வெளிப்படுத்துகின்றன. அருகிலேயே கொற்றவை சிற்பமும் காணப்படுகிறது. மேலும், இங்கு கிரந்த எழுத்துக்களில் கல்வெட்டுகளும் உள்ளன.

மாமல்லபுரம் முழுவதும் பல்லவர் கலை மரபின் பொக்கிஷமாக விளங்குகிறது. இங்கு உள்ள வராக மண்டபம், மகிஷாசுரமர்த்தினி குகை, பஞ்ச பாண்டவர் மண்டபம் போன்ற குடைவரைகள் சிற்பக்கலையின் சிறந்த எடுத்துக்காட்டுகளாகும். மேலும், பாறையை ஒரே துண்டாகக் கொண்டு உருவாக்கப்பட்ட பஞ்ச ரதங்கள் மற்றும் கடற்கரையோரத்தில் அமைந்துள்ள கடற்கரை கோயில் ஆகியவை உலகப் பாரம்பரியச் சின்னங்களாக மதிக்கப்படுகின்றன.

இந்தக் கலைப் பொக்கிஷங்கள் பெரும்பாலும் நரசிம்மவர்மன் போன்ற பல்லவ மன்னர்களின் ஆட்சிக் காலத்தில் உருவாக்கப்பட்டவை. இவர்களின் ஆட்சியில்

பாறையை உயிர்ப்பூட்டும் அளவுக்கு சிற்பங்கள் செதுக்கப்பட்டுள்ளன.

மும்மூர்த்தி குடைவரை என்பது ஒரு சிறிய குகைக் கோயிலாக இருந்தாலும், அதன் அமைப்பும் சிந்தனையும் பல்லவர் கலை நுணுக்கத்தைக் காட்டும் ஒரு முக்கிய சான்றாக விளங்குகிறது. மாமல்லபுரம் முழுவதும் பரவி இருக்கும் இத்தகைய சிற்பங்கள், தமிழர் கட்டிடக்கலையின் பொற்காலத்தை நமக்கு நினைவூட்டுகின்றன.

IX

செப்பேடுகள்

வரலாற்றை அறிய செப்பேடுகளும் முக்கியமான ஆதாரங்களாக விளங்குகின்றன. இரும்பு போன்ற கருவியால் செம்புத்தகடுகளில் பொறிக்கப்பட்ட எழுத்துகள் "செப்பேடுகள்" என அழைக்கப்படுகின்றன. இவை "சாசனம்" என்றும் குறிப்பிடப்படுகின்றன. சின்னமனூர், கூரம், காசக்குடி போன்ற இடங்களில் செப்பேடுகள் கண்டுபிடிக்கப்பட்டுள்ளன. பல்லவர் காலத்தில் இருந்து இவை அதிக அளவில் கிடைக்கத் தொடங்கின. அந்தக் காலத்தில் தமிழ்மொழி எவ்வாறு எழுதப்பட்டிருந்தது என்பதை அறிய இவை பெரிதும் உதவுகின்றன. செப்பேடுகள் என்பது பழங்காலத்தில் கோவில் தானங்கள், அரச வம்ச வரலாறு, போர் சம்பவங்கள், மரபு வழக்கங்கள் போன்றவற்றை பதிவு செய்யப் பயன்படுத்தப்பட்ட முக்கியமான ஆதாரங்களாகும்.

ஓலைச்சுவடிகள் போல இவை எளிதில் அழிவதில்லை. அதனால் பண்டைய கால மக்கள் இவற்றை பாதுகாக்கும் நோக்கில் நிலத்திற்குள் புதைத்து வைத்தனர். பல

செப்பேடுகள் தொல்லியல் ஆய்வாளர்களால் பின்னர் கண்டுபிடிக்கப்பட்டுள்ளன. சில செப்பேடுகள் தனிப்பட்டவர்களிடமும் இருந்து, அவற்றின் நகல்கள் எடுக்கப்பட்டுள்ளன.

செப்பேடுகள் பொதுவாக அவை கண்டெடுக்கப்பட்ட இடத்தின் பெயரால் அழைக்கப்படுகின்றன. ஆனால் அவை கண்டெடுக்கப்பட்ட இடமே அவற்றின் மூல இடம் என்று உறுதியாகச் சொல்ல முடியாது. காரணம், செப்பேடுகளை எளிதில் எடுத்துச் செல்ல முடிவதால், ஒரு இடத்துக்குரியவை மற்றொரு தொலைவான இடத்திலும் கிடைக்க வாய்ப்பு உள்ளது.

தமிழ்ச்செப்பேடுகள் என்பது தென்னிந்திய அரசர்களால் தனிநபர்களுக்கும், நிறுவனங்களுக்கும் வழங்கப்பட்ட ஊர்கள், நிலங்கள் மற்றும் பிற கொடைகள் பற்றிய பதிவுகளாகும். தமிழ்நாட்டின் வரலாற்றை மீண்டும் உருவாக்குவதில் இவை மிகவும் முக்கியமானவை. இச்செப்பேடுகள் கி.பி. 10ஆம் நூற்றாண்டு முதல் 19ஆம் நூற்றாண்டு வரையிலான காலத்தைச் சேர்ந்தவையாகும். பெரும்பாலும் சோழர், சேரர், விஜயநகர அரசர்கள் காலத்தைச் சேர்ந்தவை. இவை நடுக்கால தென்னிந்திய சமூக நிலையைப் புரிந்து கொள்ள உதவுவதுடன், அரச மரபுகளின் வரலாற்றில் உள்ள இடைவெளிகளை நிரப்பவும் பெரிதும் துணைபுரிகின்றன.

63

வேள்விக்குடி செப்பேடு

வேள்விக்குடிச் செப்பேடுகள் பாண்டியர் வரலாற்றில் மிக முக்கியமான ஆவணங்களாகக் கருதப்படுகின்றன. இவை வெறும் நிலத் தானம் பற்றிய பதிவு மட்டுமல்ல; தமிழகத்தின் அரசியல், சமூக மற்றும் வரலாற்று மாற்றங்களை வெளிச்சமிடும் அரிய ஆதாரமாகவும் விளங்குகின்றன.

கி.பி. 8ஆம் நூற்றாண்டில் ஆட்சி செய்த பாண்டிய மன்னன் நெடுஞ்சடையன் பராந்தகன் வெளியிட்ட இந்தச் செப்பேடுகள் மொத்தம் 10 தகடுகளைக் கொண்டவை. இவை, களப்பிரர் ஆட்சிக் காலத்தில் பறிக்கப்பட்ட வேள்விக்குடி என்ற கிராமத்தை, கொற்கைக்கிழான் வழிவந்த நற்கொற்றன் என்பவருக்கு மீண்டும் வழங்கியதை விவரிக்கின்றன. இதன் மூலம், பாண்டிய மன்னர்கள் தங்கள் முன்னோர்களின் தானங்களை மதித்து மீண்டும் வழங்கியுள்ளமை தெளிவாகிறது.

இந்தச் செப்பேட்டின் முக்கியத்துவம் களப்பிரர் காலம் பற்றிய தகவல்களிலும் வெளிப்படுகிறது.

சங்க காலத்திற்குப் பிறகு தமிழகத்தில் ஆட்சி செய்த களப்பிரர்கள் குறித்து நேரடி ஆதாரங்கள் மிகக் குறைவு. ஆனால், இச்செப்பேடு அவர்கள் பாண்டிய நாட்டைக் கைப்பற்றி ஆட்சி செய்ததையும், பின்னர் பாண்டிய மன்னன் கடுங்கோன் அவர்களை வீழ்த்தி மீண்டும் ஆட்சியை நிறுவியதையும் குறிப்பிடுகிறது. இதனால், தமிழர் வரலாற்றில் "இருண்ட காலம்" என்று கருதப்படும் களப்பிரர் காலத்தைப் புரிந்துகொள்ள இது ஒரு முக்கிய ஆதாரமாகிறது.

வேள்விக்குடி செப்பேடு வெளியிடப்பட்ட காலம், நெடுஞ்சடையன் பராந்தகனின் ஆட்சியின் மூன்றாம் ஆண்டாகும். இச்சாசனத்தில், சங்க கால மன்னன் முதுகுடுமிப் பெருவழுதி வேள்விக்குடி கிராமத்தை இறையிலியாக வழங்கியதும், பின்னர் அது களப்பிரர் ஆட்சியில் பறிக்கப்பட்டதும், அதனை மீண்டும் வழங்கியதும் தெளிவாகக் கூறப்பட்டுள்ளது. கிட்டத்தட்ட ஆயிரம் ஆண்டுகளுக்குப் பிறகும் பழைய தானம் சான்றுகளுடன் மீண்டும் வழங்கப்பட்டிருப்பது குறிப்பிடத்தக்க அம்சமாகும்.

இச்செப்பேட்டின் அமைப்பும் மிகவும் தனிச்சிறப்புடையது. மொத்தம் 10 தகடுகள் கொண்ட இதில் 18 பக்கங்களில் 155 வரிகள் இடம்பெற்றுள்ளன. முதல் சில வரிகள் சமஸ்கிருதத்தில் கிரந்த எழுத்தில் எழுதப்பட்டுள்ளன; பின்னர் வரும் பகுதிகள் தமிழில் வட்டெழுத்தில் அமைந்துள்ளன.

இந்தச் செப்பேட்டில் முன் ஆட்சி செய்த பாண்டிய மன்னர்கள் பற்றிய விவரங்களும் இடம்பெற்றுள்ளன. குறிப்பாக, நெடுஞ்சடையனுக்கு முன் ஆட்சி செய்த ஆறு மன்னர்களின் தகவல்கள் இதில் முதன்முறையாகத் தெளிவாகக் கிடைக்கின்றன.

இன்றைக்கு, இந்த அரிய செப்பேடுகள் *British Library*-யில் பாதுகாக்கப்பட்டுள்ளன. *1893*ஆம் ஆண்டு இதன் பிரதிகள் இந்திய சாசன ஆய்வுத் துறைக்கு அனுப்பப்பட்டன. வேள்விக்குடிச் செப்பேடு பாண்டியர் வரலாறு, களப்பிரர் காலம், சங்க காலத் தொடர்ச்சி, மற்றும் தமிழ் சமூக அமைப்பு ஆகியவற்றைப் புரிந்துகொள்ள உதவும் ஒரு அபூர்வமான ஆவணமாகும். இது இல்லையெனில் தமிழக வரலாற்றின் முக்கியமான ஒரு பகுதி இன்று நமக்குத் தெரியாமல் போயிருக்கும்.

64

சின்னமனூர்

சின்னமனூர் செப்பேடுகள், தமிழ்நாட்டின் தேனி மாவட்டத்தில் உள்ள சின்னமனூரில் கண்டெடுக்கப்பட்ட மிக முக்கியமான வரலாற்றுச் சான்றுகளாகும். பாண்டியர் வரலாறு, அவர்களின் ஆட்சி மரபு, சமூக நிலைமை மற்றும் மதச் செயல்பாடுகள் குறித்து தெளிவான தகவல்களை வழங்கும்

இந்தச் செப்பேடுகள் பொதுவாக "பெரிய செப்பேடுகள்" மற்றும் "சிறிய செப்பேடுகள்" என இரண்டு வகைகளாகப் பிரிக்கப்படுகின்றன. குறிப்பாக, பாண்டிய மன்னன் இரண்டாம் இராசசிம்மன் வெளியிட்ட பெரிய செப்பேடுகள் மிகவும் முக்கியத்துவம் வாய்ந்தவை. இவை ஏழு தகடுகளைக் கொண்டதாகும். இதில் பாண்டிய மன்னர்களின் பரம்பரை வரிசை, அவர்கள் செய்த வீரச் செயல்கள் மற்றும் அரசியல் சாதனைகள் விரிவாக எடுத்துரைக்கப்படுகின்றன.

இந்தச் செப்பேடுகளில் தலையாலங்கானத்தில் நடந்த போரில் வெற்றி பெற்ற நெடுஞ்செழியன் போன்ற

மன்னர்களின் புகழும் கூறப்பட்டுள்ளது. மேலும், அரிகேசரி பராங்குச மாறவர்மன் *(கி.பி. 650–700)* பின்னர் வந்த முதலாம் வரகுணன், ஸ்ரீமாறன் ஸ்ரீவல்லபன், சடையவர்மன் இரண்டாம் வரகுணன் போன்ற பாண்டிய அரசர்களின் மரபு தொடர்ச்சியும் இதில் பதிவு செய்யப்பட்டுள்ளது. இதனால், பாண்டிய வம்ச வரலாற்றை தொடர்ச்சியாக அறிய இச்செப்பேடு ஒரு முக்கிய ஆதாரமாகிறது.

சின்னமனூர் செப்பேடுகளின் மற்றொரு சிறப்பம்சம், சங்க காலத்துடன் தொடர்புடைய தகவல்களையும் வழங்குவதில் உள்ளது. "மகாபாரதம் தமிழ்ப்படுத்தும் மதுராபுரிச் சங்கம் வைத்தும்" என்ற குறிப்பின் மூலம், மகாபாரதம் தமிழில் மொழிபெயர்க்கப்பட்டு மதுரையில் அரங்கேற்றப்பட்டதாக அறிய முடிகிறது. இது தமிழ் இலக்கிய வளர்ச்சியின் உயர்ந்த நிலையை உணர்த்துகிறது.

இச்செப்பேடுகள் நிலத் தானங்கள் பற்றிய விவரங்களையும் தெளிவாகச் சொல்லுகின்றன. பாண்டிய மன்னர்கள் தங்கள் சேவகர்களுக்கும், குறிப்பாக பிராமணர்களுக்கும் நிலங்களை வழங்கியதை இவை பதிவு செய்கின்றன.

இச்செப்பேடுகள் தமிழ் மற்றும் சமஸ்கிருத மொழிகளில் எழுதப்பட்டுள்ளன. தமிழ் பகுதி வட்டெழுத்திலும், சமஸ்கிருத பகுதி கிரந்த எழுத்திலும் பொறிக்கப்பட்டுள்ளன. தகடுகளின் இரு பக்கங்களிலும் எழுத்துக்கள் காணப்படுவது அவற்றின் சிறப்பாகும்.

*1923*ஆம் ஆண்டு கண்டுபிடிக்கப்பட்ட இந்தச் செப்புத் தகடுகள் கி.பி. *10*ஆம் நூற்றாண்டைச் சேர்ந்தவை என்று கருதப்படுகின்றன. அவை அந்தக் காலத்தில் பாண்டியர்கள் தென்னிந்தியாவின் பெரும்பகுதியை ஆட்சி செய்த சக்திவாய்ந்த அரசர்களாக இருந்ததற்கான சான்றாகும்.

சின்னமனூர் செப்பேடுகள் பாண்டியர் வரலாற்றை மட்டும் அல்லாமல், தமிழகத்தின் அரசியல், சமூக, பொருளாதார மற்றும் மத வரலாற்றையும் ஒருங்கிணைத்து வெளிப்படுத்தும் அரிய ஆவணங்களாகத் திகழ்கின்றன.

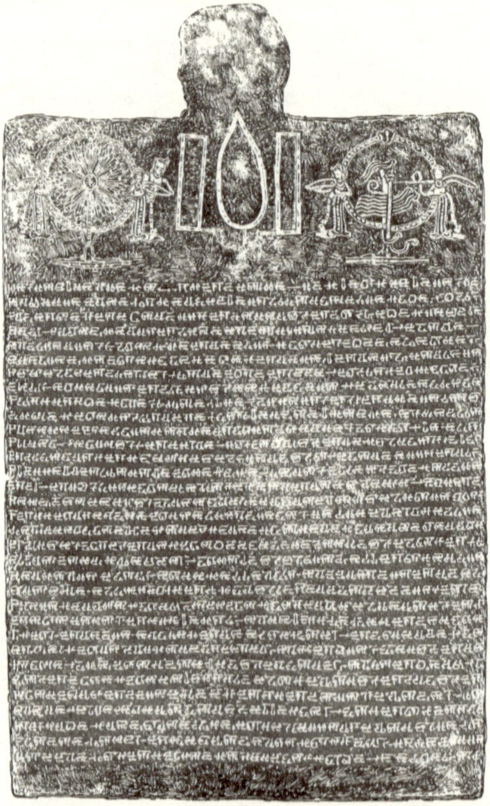

65

காசக்குடி

காசக்குடி செப்பேடு பல்லவர் கால வரலாற்றை விளக்கும் மிக முக்கியமான ஆவணங்களில் ஒன்றாகும். இது பொது ஆண்டுக் கணக்கில் 8–9ஆம் நூற்றாண்டைச் சேர்ந்த செப்புத் தகடாகக் கருதப்படுகிறது. பாண்டிச்சேரி அருகிலுள்ள காசக்குடி பகுதியில் 1879ஆம் ஆண்டு கண்டெடுக்கப்பட்ட இந்தச் செப்பேடு, பல்லவர் அரசின் அரசியல், சமூக மற்றும் நிர்வாக அமைப்புகளைப் புரிந்துகொள்ள உதவும் அரிய ஆதாரமாக விளங்குகிறது.

இந்தச் செப்பேட்டை பிரெஞ்சு அறிஞரான *M. Jules de la Fon* என்பவர் கண்டுபிடித்தார். பின்னர், இதன் முக்கியத்துவத்தை உணர்ந்த *E. Hultzsch* போன்ற கல்வெட்டு ஆய்வாளர்கள் இதை ஆராய்ந்து, அதன் விவரங்களை வெளியிட்டனர். 1895ஆம் ஆண்டு இதன் ஆங்கில மொழிபெயர்ப்பு மற்றும் ஆய்வு குறிப்புகள் தென்னிந்திய கல்வெட்டு தொகுப்புகளில் வெளியிடப்பட்டன.

இச்செப்பேடு முக்கியமாக பல்லவ மன்னன் இரண்டாம் நந்திவர்மன் ஆட்சிக் காலத்தைப் பற்றிய

விரிவான தகவல்களை வழங்குகிறது. அக்கால அரசர்களின் மெய்க்கீர்த்திகள், அவர்கள் நடத்திய போர்கள் மற்றும் ஆட்சிமுறை பற்றிய செய்திகளும் இதில் இடம்பெற்றுள்ளன. குறிப்பாக, புள்ளலூர் போரைக் குறித்து இதில் குறிப்பிடப்பட்டிருப்பது வரலாற்று முக்கியத்துவம் வாய்ந்ததாகும்.

பல்லவர் வம்சாவளி குறித்து தெளிவான பட்டியலையும் இச்செப்பேடு தருகிறது. சிம்மவிஷ்ணுவிலிருந்து நந்திவர்மன் வரை வந்த மன்னர்களின் பரம்பரை வரிசை இதில் பதிவு செய்யப்பட்டுள்ளதால், பல்லவர் அரச மரபை உறுதிப்படுத்தும் முக்கிய ஆதாரமாக இது விளங்குகிறது.

இச்செப்பேடு மொழி மற்றும் எழுத்து அமைப்பிலும் தனிச்சிறப்பு பெற்றது. இதில் தமிழ் மற்றும் சமஸ்கிருதம் ஆகிய இரு மொழிகளும் பயன்படுத்தப்பட்டுள்ளன. சமஸ்கிருதப் பகுதிகள் கிரந்த எழுத்திலும், தமிழ்ப் பகுதிகள் வட்டெழுத்திலும் எழுதப்பட்டுள்ளன. இதன் மூலம் அந்தக் காலத்தில் இருந்த மொழிப் பயன்பாடு மற்றும் கல்வெட்டு மரபு தெளிவாகப் புரிகிறது.

காசக்குடி செப்பேடுகள் மொத்தம் பதினாறு தகடுகளைக் கொண்டவை. அவை அனைத்தும் ஒரே வளையத்தில் இணைக்கப்பட்டிருந்தன. அந்த வளையத்தின் மேல் நந்தி உருவம் பொறிக்கப்பட்டிருந்தது; நந்தி இடதுபுறம் திரும்பிய நிலையில் காணப்பட்டதுடன், அதன் மேல் இலிங்கச் சின்னமும் இடம்பெற்றிருந்தது. இவை

அக்கால சமய நம்பிக்கைகள் மற்றும் கலைநயத்தை வெளிப்படுத்துகின்றன.

தற்போது, இச்செப்பேடுகள் சென்னை அருங்காட்சயத்தில் பாதுகாக்கப்பட்டுள்ளன. வரலாற்று ஆய்வாளர்களுக்கு பல்லவர் கால நிலத் தானங்கள், நிர்வாக முறை மற்றும் அரசியல் சூழ்நிலைகளை அறிய இவை மிகுந்த உதவியாக உள்ளன.

காசக்குடி செப்பேடு பல்லவர் காலத்தின் மெய்யான வரலாற்றுச் சான்றாக மட்டுமல்லாமல், அந்தக் காலத்தின் அரசியல், சமூக மற்றும் பண்பாட்டு வாழ்க்கையை முழுமையாகப் புரிந்துகொள்ள உதவும் முக்கியமான ஆவணமாகும்.

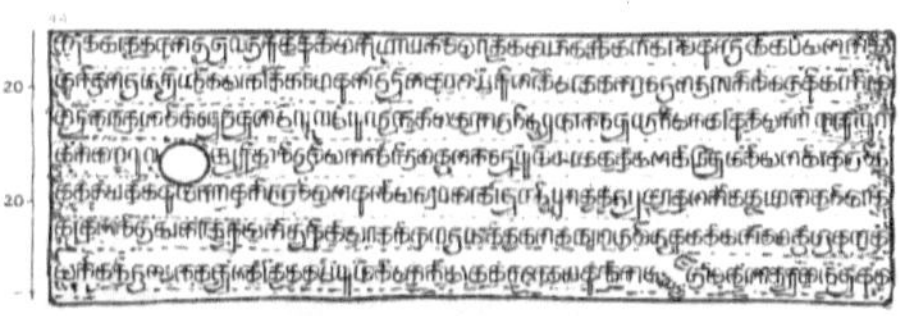

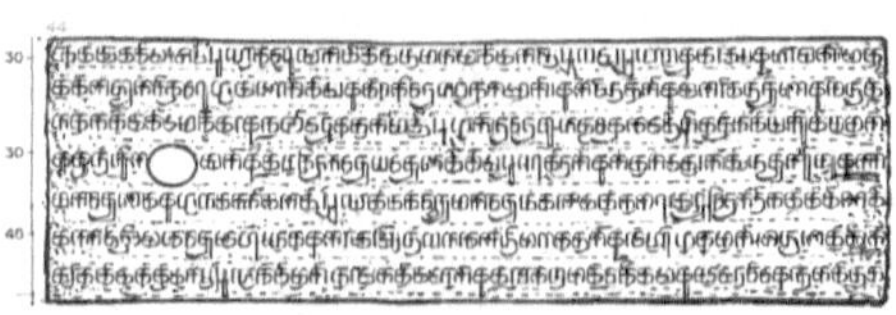

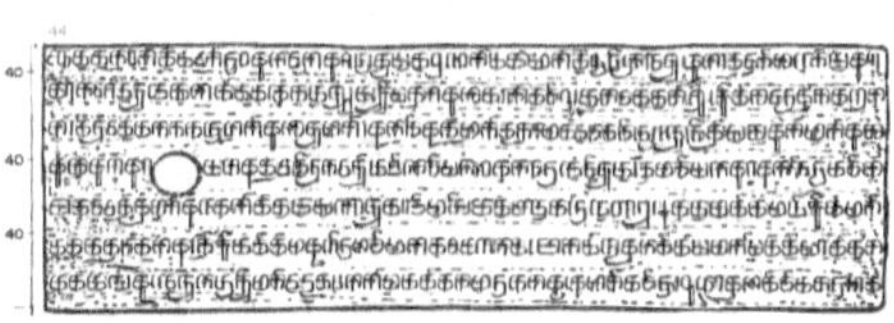

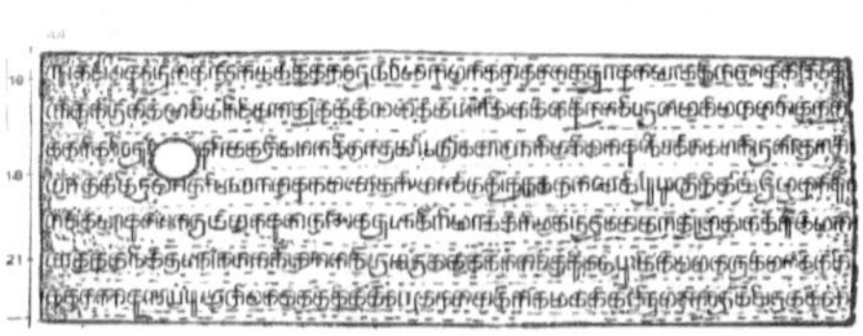

66

கரந்தை

கரந்தைச் செப்பேடுகள் சோழர் கால வரலாற்றில் மிக முக்கியமான மற்றும் விரிவான ஆவணங்களில் ஒன்றாகும். தஞ்சாவூர் அருகிலுள்ள கருந்தட்டாங்குடியில் கண்டெடுக்கப்பட்ட இந்தச் செப்பேடுகள், கி.பி. 1020ஆம் ஆண்டில் முதலாம் ராஜேந்திர சோழன்ஆட்சிக்காலத்தில் உருவாக்கப்பட்டவை. சோழர் பேரரசின் அரசியல் வலிமை, நிர்வாக திறன் மற்றும் பண்பாட்டு உயர்வு ஆகியவற்றை வெளிப்படுத்தும் அரிய சான்றாக இவை விளங்குகின்றன.

மொத்தம் 57 செப்பு இதழ்களைக் கொண்ட இந்தச் செப்பேடு தொகுப்பில் சுமார் 2500 வரிகள் இடம்பெற்றுள்ளன. இத்தகடுகள் அனைத்தும் ஒரு வளையத்தால் இணைக்கப்பட்டு, அதில் சோழ அரச முத்திரையாகப் புலி, கயல் மற்றும் வில் போன்ற சின்னங்கள் பொறிக்கப்பட்டுள்ளன. குறிப்பாக புலி சின்னம் வீரத்தையும் ஆட்சிச் செம்மையையும் பிரதிபலிக்கிறது.

இந்தச் செப்பேடு, இராஜேந்திர சோழனின் 8ஆம் ஆட்சியாண்டில் வெளியிடப்பட்டது. அவன் தாயார்

திரிபுவனமாதேவியின் பெயரில், "திரிபுவனமாதேவி சதுர்வேதி மங்கலம்" என்ற பெயரில் ஒரு பெரிய நிலப்பகுதியை பிராமணர்களுக்கு தானமாக வழங்கியதை இது பதிவு செய்கிறது. 57 கிராமங்கள் ஒன்றிணைக்கப்பட்டு இந்தத் தானம் வழங்கப்பட்டதாக இதில் குறிப்பிடப்பட்டுள்ளது. இதன் மூலம் சோழர்களின் நிலமானிய முறை மற்றும் சமூக அமைப்பு தெளிவாகப் புரிகிறது.

இச்செப்பேட்டில் சோழர் வம்சாவளியும் விரிவாகக் கூறப்பட்டுள்ளது. பராந்தக சோழன் முதல் இராஜேந்திர சோழன் வரை வந்த மன்னர்களின் வரிசை, அவர்களின் சாதனைகள் மற்றும் வெற்றிகள் இதில் இடம் பெற்றுள்ளன. குறிப்பாக, கங்கை நாட்டு வெற்றி மற்றும் கடாரம் மீது நடத்திய படையெடுப்புகள் போன்ற முக்கியமான போர் நிகழ்வுகள் இதில் விளக்கப்படுகின்றன. மேலும் சாளுக்கிய அரசன் சத்யாச்சிரியன் மீது பெற்ற வெற்றியும் குறிப்பிடப்பட்டுள்ளது.

இந்தச் செப்பேட்டில் நிலத் தானம் வழங்கப்பட்ட விதம் மிகவும் முறையாகப் பதிவு செய்யப்பட்டுள்ளது. முதலில் மன்னன் வாய்மொழியாக உத்தரவிட்டார்; பின்னர் அதிகாரிகள் நிலத்தை ஆய்வு செய்து அளந்து சரிபார்த்தனர்; இறுதியில் உரியவர்களுக்கு நிலம் வழங்கப்பட்டு, அதனைச் செப்பேட்டில் பதிவு செய்தனர். இந்த முழு செயல்முறை வெறும் 173 நாட்களில் நிறைவேற்றப்பட்டிருப்பது, சோழர் நிர்வாகத்தின் வேகத்தையும் திறமையையும் காட்டுகிறது.

கரந்தைச் செப்பேடுகள் சோழர் காலத்தின் அரசியல், நிர்வாகம், பொருளாதாரம் மற்றும் சமூக வாழ்க்கையை ஒருங்கிணைத்து விளக்கும் ஒரு பெரும் வரலாற்றுப் பொக்கிஷமாகும். இது சோழர்களின் வீரத்தையும், அதே நேரத்தில் அவர்களின் தர்ம சிந்தனையையும் சமநிலையுடன் காட்டும் அரிய ஆவணமாகத் திகழ்கிறது.

67

கூரம்

காஞ்சிபுரத்திலிருந்து சுமார் *10* கி.மீ. தொலைவில் அமைந்துள்ள கூரம் என்னும் சிற்றூருக்கு பல்லவர் வரலாற்றில் தனித்துவமான இடம் உண்டு. இவ்வூரில்தான் புகழ்பெற்ற கூரம் செப்பேடு கண்டெடுக்கப்பட்டது. கூரம் செப்பேடு கி.பி. *7*ஆம் நூற்றாண்டைச் சேர்ந்ததாகும். இது முதலாம் பரமேஸ்வரவர்மன் என்ற பல்லவ மன்னனின் ஆட்சிக்காலத்தில் *(*கி.பி. *672–701)* உருவாக்கப்பட்டது.

இந்தச் செப்பேடு மொத்தம் *7* தகடுகளைக் *(14* பக்கங்கள்*)* கொண்டது. இதில் முதல் நான்கு மற்றும் அரை பக்கங்கள் சமஸ்கிருத மொழியில் கிரந்த எழுத்தில் எழுதப்பட்டுள்ளன; மீதிப் பகுதிகள் தமிழில் பொறிக்கப்பட்டுள்ளன. இந்த இருமொழி அமைப்பு, அக்கால கல்வெட்டு மரபையும் மொழி பயன்பாட்டையும் வெளிப்படுத்துகிறது.

கூரம் செப்பேட்டின் முக்கிய அம்சங்களில் ஒன்று, மன்னன் கட்டிய கோயிலும் அதனுடன் தொடர்புடைய நிலத் தானங்களும் ஆகும். முதலாம் பரமேஸ்வரவர்மன்

தனது பெயரில் "பரமேஸ்வரமங்கலம்" என்ற பகுதியை உருவாக்கி, பிராமணர்களுக்கு நிலங்களை தானமாக வழங்கியதை இதில் பதிவு செய்துள்ளார். இதன் மூலம் அந்தக் காலத்தில் நிலமானிய முறை எவ்வாறு நடைமுறையில் இருந்தது என்பது தெளிவாகிறது.

போர் வரலாற்றிலும் கூரம் செப்பேடு முக்கியமான சான்றாக உள்ளது. சாளுக்கிய மன்னன் விக்கிரமாதித்தனுடன் நடந்த பெருவளநல்லூர் போரில் முதலாம் பரமேஸ்வரவர்மன் பெற்ற வெற்றியை இது விவரிக்கிறது. இதனால் பல்லவர்கள் மற்றும் சாளுக்கியர்கள் இடையிலான அரசியல் மோதல்கள் பற்றிய தெளிவான புரிதல் கிடைக்கிறது.

இந்தச் செப்பேட்டில் நகர அமைப்பைப் பற்றிய தகவல்களாகும். 1400 ஆண்டுகளுக்கு முன்பே திட்டமிடப்பட்ட நகர வளர்ச்சி நடைமுறையில் இருந்ததை இது காட்டுகிறது. "பரமேஸ்வரமங்கலம்" எனும் நகரம் திட்டமிட்டு உருவாக்கப்பட்டது. அதற்காக பெரிய நிலப்பரப்பு தேர்வு செய்யப்பட்டு, முதலில் "பரமேஸ்வர தடாகம்" என்ற ஏரி வெட்டப்பட்டது. பாலாற்றிலிருந்து நீரை கொண்டு வர "பெரும்பிடுகு" என்ற கால்வாய் அமைக்கப்பட்டது. நீர் மேலாண்மை விவசாயிகளிடம் ஒப்படைக்கப்பட்டதால், நீர் பகிர்வு சிக்கல்கள் தவிர்க்கப்பட்டன.

இந்தச் செப்பேடுகள் 19ஆம் நூற்றாண்டில் E. Hultzsch போன்ற தொல்லியல் ஆய்வாளர்களால் சேகரிக்கப்பட்டு

ஆய்வு செய்யப்பட்டன. தற்போது இவை சென்னை அருங்காட்சியத்தில் பாதுகாக்கப்பட்டுள்ளன.

கூரம் செப்பேடு பல்லவர் காலத்தின் முழுமையான படிமத்தை நமக்கு அளிக்கிறது. ஒரு மன்னன் எவ்வாறு நகரத்தை திட்டமிட்டு அமைத்தான், நிலத் தானங்களை வழங்கினான், போரில் வெற்றி பெற்றான், சமூக ஒற்றுமையை பேணினான் என்பதனை இது தெளிவாகச் சொல்கிறது.

68

ஆனைமங்கலம்

ஆனைமங்கலம் செப்பேடுகள் சோழர் காலத்தின் மிக முக்கியமான வரலாற்று ஆவணங்களில் ஒன்றாகக் கருதப்படுகின்றன. இவை முதலாம் இராஜராஜ சோழன் மற்றும் முதலாம் இராஜேந்திர சோழன் ஆகியோரின் ஆட்சிக்காலத்தைச் சேர்ந்தவை.

இந்தச் செப்பேடுகள் நாகப்பட்டினத்தில் அமைந்திருந்த "சூளாமணிவர்ம பௌத்த விகாரம்" தொடர்பான நிலத் தானங்களைப் பதிவு செய்கின்றன. ஸ்ரீவிஜய (கடாரம்) நாட்டின் மன்னனான மாற விஜயதுங்க வர்மன் தனது தந்தையின் நினைவாக அந்த விகாரத்தை அமைத்தபோது, அதற்குத் தேவையான ஆதரவாக சோழ மன்னன் ராஜராஜன் ஆனைமங்கலம் உள்ளிட்ட பல கிராமங்களை தானமாக வழங்கியதை இதில் கூறப்படுகிறது. இது சோழர்களின் மத சகிப்புத்தன்மையையும் வெளிநாட்டு அரசர்களுடன் கொண்ட நட்புறவையும் தெளிவாகக் காட்டுகிறது.

இச்செப்பேடுகள் இரண்டு முக்கிய தொகுப்புகளாக உள்ளன. "பெரிய லெய்டன் செப்பேடுகள்"

21 தகடுகளைக் கொண்டவை; "சிறிய லெய்டன் செப்பேடுகள்" 3 தகடுகளைக் கொண்டவை. பெரிய தொகுதி பெரும்பாலும் முதலாம் இராஜேந்திர சோழன் காலத்தில் உறுதிப்படுத்தப்பட்டது; சிறிய தொகுதி முதலாம் குலோத்துங்க சோழன் காலத்தில் தானம் மீண்டும் உறுதி செய்யப்பட்டதும் விரிவாக்கப்பட்டதும் குறித்ததாகும்.

மொழிஅமைப்பிலும் இவைதனிச்சிறப்புபெறுகின்றன. முதல் சில தகடுகள் சமஸ்கிருதத்தில் எழுதப்பட்டுள்ளன; அவை சோழர் வம்சாவளியையும் அரசர்களின் புகழையும் எடுத்துரைக்கின்றன. மீதித் தகடுகள் தமிழில் எழுதப்பட்டு, நிலத் தானங்கள் மற்றும் நடைமுறை நிர்வாக விவரங்களை விளக்குகின்றன. இது அந்தக் காலத்தின் இருமொழிக் கல்வெட்டு மரபை வெளிப்படுத்துகிறது.

இச்செப்பேடுகளில் இடம்பெற்றுள்ள தகவல்கள் மிகவும் விரிவானவை. நிலத் தானம் வழங்கப்பட்ட விதம், அளவுகள், வரி விவரங்கள், அளவிடும் முறைகள் போன்றவை மிகத் தெளிவாகப் பதிவு செய்யப்பட்டுள்ளன. குறிப்பாக, ராஜராஜ சோழனின் 21ஆம் ஆட்சியாண்டில் வழங்கப்பட்ட தானத்தை, பின்னர் அவரது மகன் ராஜேந்திர சோழன் தாமிரச் சாசனமாக உறுதிப்படுத்தியிருப்பது குறிப்பிடத்தக்கது. இந்தச்செயல்முறை சோழர்நிர்வாகத்தின் திட்டமிட்ட தன்மையையும் ஒழுங்கையும் காட்டுகிறது.

இந்தச் செப்பேடுகள் சோழர்களின் கடல்சார் திறனை வெளிப்படுத்துகின்றன. ஸ்ரீவிஜயப் பேரரசுடன் இருந்த உறவுகள், தென்கிழக்கு ஆசியாவுடன்

சோழர்களின் வாணிப மற்றும் அரசியல் தொடர்புகளை உறுதிப்படுத்துகின்றன.

இச்செப்பேடுகள் முதலில் இந்தியாவில் இருந்து 19ஆம் நூற்றாண்டில் நெதர்லாந்துக்கு கொண்டு செல்லப்பட்டன. தற்போது அவை லெய்டன் பல்கலைக்கழக அருங்காட்சியகத்தில் பாதுகாக்கப்பட்டுள்ளன. இதனால் அவை "லெய்டன் செப்பேடுகள்" என்ற பெயராலும் அறியப்படுகின்றன.

ஆனைமங்கலம் செப்பேடுகள் சோழர் காலத்தின் அரசியல், பொருளாதாரம், மதம் மற்றும் சர்வதேச உறவுகளை ஒருங்கிணைத்து வெளிப்படுத்தும் அரிய வரலாற்றுப் பொக்கிஷமாகும்.

பல நூற்றாண்டுகளாக நெதர்லாந்து நாட்டின் லெய்டன் பல்கலைக்கழகத்தில் பாதுகாக்கப்பட்ட வந்த இந்த வரலாற்றுப் பொக்கிஷம், சமீபத்தில் அதிகாரப்பூர்வமாக இந்தியாவிடம் திரும்ப ஒப்படைத்ததைத் தொடர்ந்து, அவை டெல்லியில் உள்ள மத்தியக் காப்பகத்தில் வைக்கப்பட்டுள்ளது.

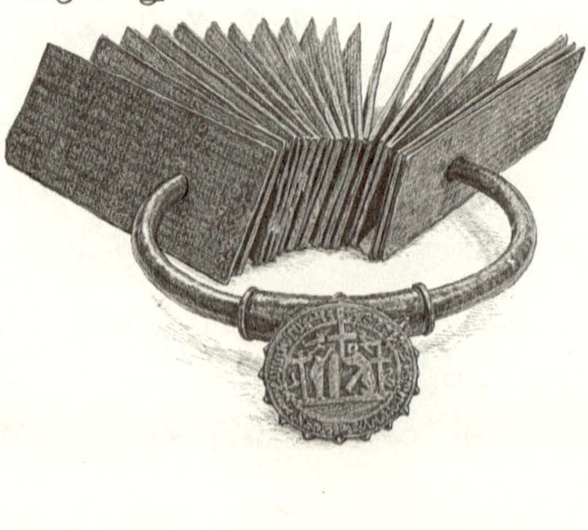

X

கோட்டைகள்

பகைவர்களிடமிருந்து மக்களை பாதுகாக்க அரசர்கள் பெரிய மதிற்சுவர்களைக் கட்டினர். இவை கோட்டைகள் அல்லது அரண்கள் என அழைக்கப்பட்டன. இக்கோட்டைகளுக்குள் நகரங்களும், கிராமங்களும் அமைக்கப்பட்டிருந்தன. கோட்டைகள் நீளமும் உயரமும் கொண்ட வலுவான கட்டமைப்பாக இருந்தன. அவை அரசர்களின் ஆற்றலும் அதிகாரமும் எவ்வளவு என்பதைக் காட்டும் அடையாளமாகவும் விளங்கின. பகைவர்களின் படையெடுப்புகளைத் தடுக்கவும் இவை பயன்பட்டன. மேலும் எல்லைப்புறக் காடுகளில் படைகள் தங்குவதற்காகவும் கோட்டைகள் அமைக்கப்பட்டன; இவை படைவீடுகள் அல்லது படைப்பற்றுகள் என அழைக்கப்பட்டன. இவற்றின் பராமரிப்புக்காக மக்களிடமிருந்து “கோட்டைப் பணம்” எனும் வரி வசூலிக்கப்பட்டது. தமிழ்நாட்டில் இவ்வகை கோட்டைகள் பல இருந்தன.

தமிழர் கோட்டைகள் பொதுவாக நான்கு வகைகளாகப் பிரிக்கப்படுகின்றன: தரையில் கட்டப்பட்ட கோட்டைகள், தண்ணீரால் சூழப்பட்ட கோட்டைகள், மலைமேல் அமைக்கப்பட்ட கோட்டைகள், காடுகளுக்குள் அமைக்கப்பட்ட கோட்டைகள். சங்ககாலத்தில் சேரர், சோழர், பாண்டியர் மற்றும் குறுநில மன்னர்கள் பல கோட்டைகளை கட்டியுள்ளனர். சங்க இலக்கியங்களிலும் கோட்டைகள் குறித்து பல இடங்களில் குறிப்பிடப்பட்டுள்ளது. பெரும்பாலும் கோட்டைகள் அரசன் தங்கியிருந்த தலைநகரைச் சுற்றியே அமைந்திருந்தன.

தமிழகத்தில் மதுரை, பூம்புகார், உறையூர், வஞ்சி, திருக்கோவலூர், காஞ்சி, தஞ்சாவூர், நாகப்பட்டினம், செஞ்சி, வேலூர், கிருஷ்ணகிரி, திருச்சி, புதுக்கோட்டை, நாமக்கல், சேலம், சங்ககிரி, ஆரணி, திருவண்ணாமலை போன்ற பல இடங்களில் முக்கியமான கோட்டைகள் இருந்தன.

குறுநில மன்னர்கள் ஆட்சி செய்த பகுதிகளிலும் இரண்யவர்மன் கோட்டை, விளாங்குடி, முள்ளிக்குப்பம், மேலூர், காரமடை போன்ற கோட்டைகள் இருந்தன. விஜயநகர–நாயக்கர் காலத்தில் 72 பாளையக்காரர்களும் தங்கள் பகுதிகளில் கோட்டைகள் கட்டினர். பாஞ்சாலக்குறிச்சி, சிவகிரி, திண்டுக்கல், திருவில்லிப்புத்தூர் போன்ற இடங்கள் இதற்கு எடுத்துக்காட்டுகள்.

ஆங்கிலேயர் ஆட்சி காலத்திலும் பல கோட்டைகள் கட்டப்பட்டன. சென்னை செயின்ட் ஜார்ஜ் கோட்டை,

வேலூர் கோட்டை, புதுச்சேரி கோட்டை, நாமக்கல் கோட்டை, கிருஷ்ணகிரி கோட்டை, சங்ககிரி கோட்டை போன்றவை குறிப்பிடத்தக்கவை. இக்கோட்டைகள் மூலம் அவர்கள் தங்கள் ஆட்சியை வலுப்படுத்தினர்.

இன்றைக்கு தமிழகத்தில் பல கோட்டைகள் அழிந்து போனாலும், அவற்றின் சிதிலங்கள் தொல்லியல் சின்னங்களாக பாதுகாக்கப்பட்டு வருகின்றன.

69

புனித ஜார்ஜ் கோட்டை

சென்னையின் அடையாளங்களாக விளங்கும் கட்டிடங்களில் ஒன்றாக புனித ஜார்ஜ் கோட்டை குறிப்பிடத்தக்கது. சென்ட்ரல் ரயில் நிலையத்துடன் இணைந்து, இந்த கோட்டை இந்தியாவில் ஆங்கிலேயர் ஆட்சிக் காலத்தில் உருவான முக்கியமான காலனித்துவச் சின்னமாக பார்க்கப்படுகிறது.

17ஆம் நூற்றாண்டில், கிழக்கிந்திய கம்பெனி தங்களின் வணிக நலன்களைப் பாதுகாக்கும் நோக்கில் இந்தக் கோட்டையை கட்டத் தொடங்கியது. பிரான்ஸிஸ் டே என்ற ஆங்கிலேய அதிகாரி, நிலம் தேடும் பணியில் முக்கிய பங்கு வகித்தார். விஜயநகரப் பேரரசின் கீழ் இருந்த நாயக்கர்களின் அனுமதியுடன், சோழமண்டல கடற்கரையில் இந்த இடம் தேர்ந்தெடுக்கப்பட்டது. 1644ஆம் ஆண்டு ஏப்ரல் 23, செயின்ட் ஜார்ஜ் தினத்தன்று கோட்டை கட்டி முடிக்கப்பட்டதால் இதற்கு “செயின்ட் ஜார்ஜ் கோட்டை” என்று பெயர் சூட்டப்பட்டது.

இந்தக் கோட்டை உருவானதன் மூலம் "வைட் டவுன்" என்ற ஐரோப்பிய குடியேற்றப் பகுதி உருவானது. அதன் சுற்றிலும் வளர்ந்த குடியிருப்புகள் பின்னர் "ஜார்ஜ் டவுன்" என அழைக்கப்பட்டு, காலப்போக்கில் அது மெட்ராஸ்—இன்றைய சென்னை—நகரமாக விரிந்தது. இவ்வாறு, இந்தக் கோட்டை சென்னையின் பிறப்புடன் நேரடியாக இணைந்திருக்கிறது.

அரசியல் மற்றும் இராணுவ முக்கியத்துவத்திலும் இந்தக் கோட்டை முக்கிய பங்கு வகித்தது. 18 மற்றும் 19ஆம் நூற்றாண்டுகளில் பிரெஞ்சுப் படைகளும், உள்ளூர் ஆட்சியாளர்களும் நடத்திய தாக்குதல்களை எதிர்கொள்ளும் வகையில், கோட்டை பலப்படுத்தப்பட்டது. சுமார் 6 மீட்டர் உயரமுள்ள அதன் சுவர்கள் பல போர்களையும் தாக்குதல்களையும் தாங்கியுள்ளன. அதனால், அது அந்தக் காலத்தில் ஆங்கிலேயரின் அதிகாரச் சின்னமாகக் கருதப்பட்டது.

இந்தக் கோட்டையின் உள்ளே அமைந்துள்ள அருங்காட்சியகம் அதன் முக்கிய அம்சங்களில் ஒன்றாகும். மூன்று தளங்களில் அமைந்துள்ள இந்த அருங்காட்சியகத்தில் ஆயிரக்கணக்கான வரலாற்றுப் பொருட்கள் காட்சிப்படுத்தப்பட்டுள்ளன. பழைய ஆயுதங்கள், ஆவணங்கள், நாணயங்கள், சீருடைகள் மற்றும் ஆட்சியாளர்களின் உருவப்படங்கள் ஆகியவை இதில் இடம் பெற்றுள்ளன.

விக்டோரியா மகாராணி, மூன்றாம் ஜார்ஜ், இராபர்ட் கிளைவ் போன்ற ஆங்கிலேய ஆட்சியாளர்களின் ஓவியங்கள் இங்கு காட்சிக்கு வைக்கப்பட்டுள்ளன. மேலும், இந்தியாவில் நடந்த பல போர்களில் பங்கேற்ற வீரர்களுக்கான பதக்கங்களும், பழமையான பொருட்களும் இதில் காணப்படுகின்றன.

கோட்டையின் உள்ளே அமைந்துள்ள செயின்ட் மேரி தேவாலயம் , இந்தியாவில் உள்ள மிகப் பழமையான பிரிட்டிஷ் கட்டிடங்களில் ஒன்றாகக் கருதப்படுகிறது. 1680ஆம் ஆண்டு புனிதப்படுத்தப்பட்ட இந்த தேவாலயம் ”கிழக்கின் வெஸ்ட்மின்ஸ்டர் அபேம்றுன்ள “ .துறகிடுபப்கக்ழைஅ

இந்த தேவாலயத்தின் கூரை மிகவும் வலுவாக வடிவமைக்கப்பட்டதால், அது அக்காலத்தில் வெடிகுண்டுகளையும் தாங்கக்கூடிய கட்டிடமாக இருந்தது. தேவாலயத்தில் 100க்கும் மேற்பட்ட கல்லறைகள் உள்ளன. அவற்றில் சில, 1782ஆம் ஆண்டு மைசூர் ஆட்சியாளர் ஹைதர் அலி சென்னை மீது நடத்திய தாக்குதலின்போது பாதுகாப்பு நடவடிக்கைகளுக்குப் பயன்படுத்தப்பட்டதாகக் கூறப்படுகிறது.

1600ஆம் ஆண்டு வணிக நோக்கில் இந்தியாவுக்குள் நுழைந்த கிழக்கிந்திய கம்பெனி, முதலில் சூரத்தில் தங்கள் வணிகத்தைத் தொடங்கியது. பின்னர், கடல் வாணிபத்தை விரிவுபடுத்துவதற்காக தென்னிந்திய கடற்கரைப் பகுதியில்

துறைமுகம் தேடியது. இந்தத் தேடலின் முடிவாகவே செயின்ட் ஜார்ஜ் கோட்டை உருவானது.

செயின்ட் ஜார்ஜ் கோட்டை ஒரு கட்டிடம் மட்டுமல்ல; அது சென்னையின் உருவாக்க வரலாறு, ஆங்கிலேயர் ஆட்சி, வாணிப வளர்ச்சி மற்றும் காலனித்துவ தாக்கம் ஆகிய அனைத்தையும் தன்னுள் கொண்ட ஒரு உயிருள்ள வரலாற்றுச் சின்னமாகும். இன்று கூட, தமிழக அரசின் முக்கிய நிர்வாக மையமாக இது செயல்பட்டு வருகிறது.

70

தரங்கம்பாடி கோட்டை

தமிழ்நாட்டின் கிழக்குக் கடற்கரையில், மயிலாடுதுறையிலிருந்து நாகப்பட்டினம் செல்லும் வழியில் அமைந்துள்ள துறைமுக நகரமே தரங்கம்பாடி. சங்க காலத்திலேயே வணிகத் துறைமுகமாக விளங்கிய இந்தப் பகுதி, காலப்போக்கில் முக்கியத்துவம் குறைந்தாலும், 16–17ஆம் நூற்றாண்டுகளில் மீண்டும் ஒரு முக்கிய வர்த்தக மையமாக உருவெடுத்தது. “அலைகள் பாடும் இடம்” என்ற பொருளில் தரங்கம்பாடி என்ற பெயர் வந்ததாகவும் கூறப்படுகிறது.

பழங்காலத்தில் இந்த இடம் “சடங்கன்பாடி” என்று அழைக்கப்பட்டது. இதற்கு ஆதாரமாக, இங்கு உள்ள மாசிலாமணிநாதர் கோயிலில் காணப்படும் கி.பி. 1305ஆம் ஆண்டைச் சேர்ந்த குலசேகர பாண்டியன் கல்வெட்டு குறிப்பிடத்தக்கது. இந்தக்கல்வெட்டு, அந்தக்காலத்திலேயே இந்தப் பகுதி ஒரு முக்கியமான குடியேற்றமும் துறைமுகமாகவும் இருந்ததைக் காட்டுகிறது.

*17*ஆம் நூற்றாண்டில், டென்மார்க் நாட்டைச் சேர்ந்த டச்சு கிழக்கிந்திய கம்பெனி இந்தியாவுடன் வணிகம் செய்யத் தொடங்கியது. அந்தக் கம்பெனியின் பிரதிநிதியாக வந்த *Ove Gjedde,* தஞ்சையை ஆட்சி செய்த ராகுநாத நாயக்கருடன் *1620*ஆம் ஆண்டு ஒப்பந்தம் செய்து கொண்டார். அதன் படி, ஆண்டு ரூ.*3111* குத்தகை அடிப்படையில் ஒரு பெரிய நிலப்பகுதி டேனிஷ் கம்பெனிக்குக் கிடைத்தது. இந்த ஒப்பந்தம் தங்க ஓலையில் எழுதப்பட்டு, இன்று கோபன்ஹேகனில் பாதுகாக்கப்படுகிறது.

இந்த ஒப்பந்தத்தின் பின்னர், *1620*ஆம் ஆண்டில் டேன்ஸ்பர்க் கோட்டை கட்டும் பணி தொடங்கப்பட்டது. கடற்கரையை ஒட்டி அமைந்த இந்தக் கோட்டை, டேனிஷ் கட்டிடக்கலை பாணியில் பெரிய அரங்குகள், உயரமான கூரைகள் மற்றும் வலுவான மதில்களுடன் கட்டப்பட்டது. சுமார் *60* மீட்டர் நீளமும் *11* மீட்டர் அகலமும் கொண்ட இந்தக் கோட்டை, இரண்டரை ஏக்கர் பரப்பளவில் பரந்துள்ளது.

கோட்டையைச் சுற்றி அகழி அமைக்கப்பட்டிருந்தது. அதற்கு தேவையான நீர் அருகிலுள்ள ஆற்றிலிருந்து கால்வாய் மூலம் கொண்டு வரப்பட்டது. வெளிப்புற மதிலும், அதனைத் தாண்டி பாலம் மூலம் கோட்டைக்குள் செல்லும் அமைப்பும் இருந்தது. இந்த அமைப்புகள் அனைத்தும் பாதுகாப்பு நோக்கத்துடன் திட்டமிட்டு உருவாக்கப்பட்டவை.

கோட்டையின் உள்ளமைப்பும் சிறப்புடையது. கீழ்தளத்தில் கிடங்குகள் மற்றும் வீரர்களுக்கான இடங்கள் இருந்தன. மேல்தளத்தில் ஆளுநர் மற்றும் அதிகாரிகள் தங்கும் அறைகள் அமைக்கப்பட்டிருந்தன. மையப் பகுதியில் தேவாலய அறை இருந்தது; இன்று அது அருங்காட்சியகமாக பயன்படுகிறது. மேலும், சிறைச்சாலைகள் மற்றும் மரண தண்டனை நிறைவேற்றும் மேடை போன்ற கட்டமைப்புகளும் இதில் இடம்பெற்றிருந்தன.

இந்தக் கோட்டையில் டேனிஷ் மற்றும் தஞ்சை மராட்டிய கட்டிடக்கலை பாணிகள் இணைந்துள்ளன. கோட்டையின் முன்புற மண்டபங்கள், கதவுகள், ஜன்னல்கள் டேனிஷ் பாணியில் அமைந்துள்ளன; அதே சமயம், சில கட்டமைப்புகளில் நாயக்கர் கால கட்டிடத் தாக்கமும் காணப்படுகிறது.

1620 முதல் *1845*ஆம் ஆண்டு வரை, இந்தக் கோட்டையை சுமார் *52* டேனிஷ் ஆளுநர்கள் நிர்வகித்தனர். பின்னர், வணிக இழப்புகள் மற்றும் அரசியல் காரணங்களால், *1845*ஆம் ஆண்டு டேனிஷ் சொத்துகள் அனைத்தும் ஆங்கிலேயர்களுக்கு விற்கப்பட்டன. அதன் பிறகு கோட்டை தனது பழைய முக்கியத்துவத்தை மெல்ல இழந்தது.

தரங்கம்பாடி வரலாற்றில் இன்னொரு முக்கிய நிகழ்வு, தமிழ் மொழியில் முதல் முறையாக அச்சிடப்பட்ட வேதாகமம் வெளியிடப்பட்டது என்பதுதான். டென்மார்க்

நாட்டைச் சேர்ந்த சீகன்பால்க், 1714ஆம் ஆண்டு இங்கு தமிழ் மொழியில் விவிலியத்தை அச்சிட்டு வெளியிட்டார். இது தமிழ்ச் செய்தித்துறையும் அச்சுத்தொழிலும் வளர்ச்சியடைய முக்கிய காரணமாக அமைந்தது.

தரங்கம்பாடி ஒரு சாதாரண கடற்கரை ஊர் மட்டுமல்ல; அது சங்க கால வர்த்தகம், ஐரோப்பிய காலனித்துவம், மதப் பரவல் மற்றும் பண்பாட்டு பரிமாற்றம் ஆகிய அனைத்தையும் தன்னுள் தாங்கி நிற்கும் ஒரு உயிருள்ள வரலாற்றுத் தளமாகும்.

71

பழவேற்காடு

தமிழக–ஆந்திர எல்லைப்பகுதியில், சென்னைக்கு வடக்கே சுமார் 60 கிலோமீட்டர் தொலைவில் வங்கக் கடற்கரையை ஒட்டி அமைந்துள்ள அழகிய கடற்கரை கிராமமே பழவேற்காடு.

16ஆம் நூற்றாண்டின் தொடக்கத்தில், போர்ச்சுகீசிய வணிகர்கள் கி.பி. 1502ஆம் ஆண்டு விஜயநகர மன்னர்களின் அனுமதியுடன் இங்கு வந்து தங்கள் வர்த்தக மையத்தையும் சிறிய கோட்டையையும் அமைத்தனர். பின்னர், இந்தப் பகுதி ஐரோப்பியர்களின் போட்டி மையமாக மாறியது. கி.பி. 1609ஆம் ஆண்டு டச்சுக்காரர்கள் இக்கோட்டையை கைப்பற்றி, மேலும் வலுப்படுத்தினர்.

அதன் தொடர்ச்சியாக, 1613ஆம் ஆண்டு டச்சு கிழக்கிந்திய சம்பெனி இங்கு “ஜெல்ட்ரியா கோட்டை” என்ற வலுவான கோட்டையை எழுப்பியது. இந்தக் கோட்டை, கோரமண்டல் கடற்கரையில் டச்சுக்காரர்களின் முதல் முக்கிய குடியேற்றமாக அமைந்தது. இந்தப் பெயர், அந்தக் கம்பெனியின் இயக்குநரான வெம்மர் வாக்

பெர்சம் அவர்களின் சொந்த ஊரான ஜெல்ட்ரியாவை நினைவுகூர்ந்து சூட்டப்பட்டது.

அந்தக் காலத்தில் போர்த்துகீசியர், டச்சுக்காரர் மற்றும் ஆங்கிலேயர் ஆகிய மூவருக்கும் இடையே கடுமையான வணிகப் போட்டி நிலவியது. இந்தப் போட்டியின் மையமாகவே பழவேற்காடு இருந்தது. இறுதியில், 18ஆம் நூற்றாண்டில் ஆங்கிலேயர் இப்பகுதியை தங்களின் கட்டுப்பாட்டுக்குள் கொண்டு வந்தனர். 19ஆம் நூற்றாண்டின் தொடக்கத்தில், ஜெல்ட்ரியா கோட்டை பெரும்பாலும் இடிக்கப்பட்டு அதன் தடயங்கள் மட்டுமே இன்று காணப்படுகின்றன.

இன்று அந்தப் பழைய கோட்டையின் முழு அமைப்பு இல்லை என்றாலும், அதன் நினைவுச் சின்னங்களாக கல்லறைகள் மட்டுமே நிலைத்து நிற்கின்றன. பழவேற்காட்டில் உள்ள டச்சு கல்லறைத் தோட்டம் மிகவும் பிரசித்தமானது. 1636ஆம் ஆண்டு உருவாக்கப்பட்ட இந்தக் கல்லறையில் மொத்தம் 70க்கும் மேற்பட்ட சமாதிகள் உள்ளன. அவற்றில் சில குவிமாட வடிவில் கட்டப்பட்டுள்ளன. கல்லறைகளில் இறந்தவர்களின் விவரங்கள் டச்சு மொழியில் பொறிக்கப்பட்டுள்ளன.

இந்தக் கல்லறைகளில் டச்சு அதிகாரிகள், வணிகர்கள், வீரர்கள் மற்றும் அவர்களது குடும்பத்தினர் உள்ளிட்ட பலர் அடக்கம் செய்யப்பட்டுள்ளனர். சில சமாதிகளில் கலைநயமிக்க வேலைப்பாடுகளும் குறியீடுகளும் காணப்படுகின்றன. குறிப்பாக, நுழைவாயிலில்

உள்ள தூண்களில் எலும்புக்கூடு வடிவ சிற்பங்கள் பொறிக்கப்பட்டுள்ளன; இது மரணத்தை நினைவூட்டும் சின்னமாக அமைந்துள்ளது.

இன்றளவும், அங்கு அடக்கம் செய்யப்பட்டுள்ள டச்சு மக்களின் வாரிசுகள் தங்கள் முன்னோர்களுக்கு அஞ்சலி செலுத்த வருவது இந்த இடத்தின் தனிச்சிறப்பாகும். தற்போது இந்தக் கல்லறைகள் இந்திய தொல்லியல் துறையால் பராமரிக்கப்பட்டு வருகின்றன.

ஒருகாலத்தில் முக்கியமான துறைமுகமாக விளங்கிய பழவேற்காடு, ஐரோப்பிய வணிகப் போட்டியின் மையமாக இருந்து, தென்னிந்தியாவின் பொருளாதார மற்றும் அரசியல் வரலாற்றில் தனித்துவமான இடத்தைப் பெற்றுள்ளது.

72

நாகப்பட்டிணம்

நாகப்பட்டினத்தில் டச்சுக்காரர்கள் கட்டிய கோட்டை "ஐம்புலன்களின் கோட்டை" என்று அழைக்கப்பட்டது. 17ஆம் நூற்றாண்டின் இறுதியில், குறிப்பாக சுமார் 1690ஆம் ஆண்டில், நாகப்பட்டினம் டச்சு ஆட்சியின் முக்கிய மையமாக இருந்த காலத்தில் இந்தக் கோட்டை உருவாக்கப்பட்டது. அந்த நேரத்தில், டச்சு கிழக்கிந்திய கம்பெனி தனது வணிக நலன்களைப் பாதுகாக்கும் நோக்கில் இதைப் பலப்படுத்தி கட்டியது.

டச்சுக்காரர்கள் முதலில் போர்த்துகீசியர்களுடன் போட்டியிட்டு, 1659ஆம் ஆண்டு நாகப்பட்டினத்தை அவர்களிடமிருந்து கைப்பற்றினர். பின்னர், இந்தப் பகுதியை தங்களின் முக்கிய நிர்வாகத் தலைமையகமாக மாற்றினர். பழவேற்காட்டிலிருந்து தலைநகரை மாற்றியதும், நாகப்பட்டினம் டச்சு சோழமண்டல கடற்கரையின் மையமாக உயர்ந்தது. இங்கு கோட்டை, கொத்தளங்கள் மற்றும் நிர்வாகக் கட்டிடங்கள் வலுவாக அமைக்கப்பட்டன.

இந்தக் கோட்டை வணிக பாதுகாப்பிற்காக மட்டுமல்லாமல், அரசியல் மற்றும் இராணுவ மையமாகவும் செயல்பட்டது. டச்சு கம்பெனியின் ஆளுநர்கள் இங்கிருந்தே நிர்வாகத்தை மேற்கொண்டனர். அந்தக் காலத்தில் *Sir Laurens van Slootland* போன்ற ஆளுநர்கள் நாகப்பட்டினத்தில் தங்கி ஆட்சி செய்ததாக வரலாறு கூறுகிறது.

ஆனால், ஐரோப்பிய வணிக சக்திகளுக்கிடையேயான போட்டி தொடர்ந்து தீவிரமடைந்தது. 18ஆம் நூற்றாண்டில் ஆக்யிலேயர்கள் மற்றும் டச்சுக்காரர்களுக்கு இடையேயான மோதல்கள் அதிகரித்தன. இறுதியாக, 1781ஆம் ஆண்டு நடைபெற்ற நாகப்பட்டினம் முற்றுகையின்போது, இந்தக் கோட்டை ஆங்கிலேயர்களால் கைப்பற்றப்பட்டது. பின்னர் 1784ஆம் ஆண்டு நடந்த பாரிஸ் உடன்படிக்கையுடன் ஆங்கிலோ-டச்சு போருக்கு முற்றுப்புள்ளி வைக்கப்பட்டது; இதன் மூலம் நாகப்பட்டினத்தில் டச்சு ஆட்சி முற்றிலும் முடிவுக்கு வந்தது.

இன்றைக்கு, இந்தக் கோட்டையின் முழுமையான கட்டிட அமைப்பு காணப்படவில்லை. அதன் இருப்பிடங்கள் மற்றும் வரலாற்றுச் சான்றுகள் மட்டுமே ஆவணங்களாக கிடைக்கின்றன. இருப்பினும், இது நாகப்பட்டினம் ஒரு காலத்தில் சர்வதேச வணிகத்தின் முக்கிய மையமாக இருந்ததையும், ஐரோப்பிய சக்திகள் இங்கு போட்டியிட்டதையும் நினைவூட்டும் ஒரு முக்கிய வரலாற்றுச் சின்னமாகும்.

நாகப்பட்டினம் கோட்டை டச்சு ஆட்சியின் வலிமையையும், பின்னர் ஆங்கிலேயர் ஆட்சியின் எழுச்சியையும் வெளிப்படுத்தும் ஒரு முக்கிய வரலாற்றுக் குறியீடாகத் திகழ்கிறது. இது தென்னிந்திய கடற்கரைப் பகுதிகளில் நடந்த காலனித்துவப் போட்டியின் முக்கிய அத்தியாயமாகவும் பார்க்கப்படுகிறது.

73

புன்னைக்காயல்

தூத்துக்குடி மாவட்டத்தில் தாமிரபரணி நதி கடலில் கலக்கும் பகுதியில் அமைந்துள்ள புன்னைக்காயல், சிறிய கடற்கரை கிராமமாக இருந்தாலும், அதன் பின்னணியில் ஆழமான வரலாறு மறைந்து கிடக்கிறது. திருச்செந்தூரிலிருந்து சுமார் *16* கி.மீ. தொலைவில் உள்ள இந்தப் பகுதி, ஒரு காலத்தில் வணிகமும் மதமும் இணைந்த முக்கிய மையமாக விளங்கியது.

*16*ஆம் நூற்றாண்டில், போர்ச்சுகீசியர் இப்பகுதியை தங்களின் கட்டுப்பாட்டில் கொண்டு வந்து, கடலோரப் பாதுகாப்பிற்காக ஒரு சிறிய கோட்டையை அமைத்தனர். அப்போது புன்னைக்காயல் “முத்துக்குளித்துறை” என அழைக்கப்பட்ட கடற்கரைப் பகுதிகளில் ஒன்றாக இருந்தது. முத்து வாணிபம், கடல் வர்த்தகம் மற்றும் கிறித்தவ மதப் பரப்புரை ஆகியவற்றால் இப்பகுதி செழித்து வளர்ந்தது.

இந்த இடம் கத்தோலிக்க மதப்பரப்புரையின் முக்கிய மையமாகவும் இருந்தது. *John de Faria* என்ற ஐரோப்பியர் *1578*ஆம் ஆண்டு தமிழகத்தில் முதல் அச்சுக்கூடத்தை

புன்னைக்காயலில் நிறுவியதாக கூறப்படுகிறது. இதன் மூலம் தமிழ் மொழியில் மத நூல்கள் அச்சிடப்பட்டு பரவத் தொடங்கின. பின்னர் *Dutch* வணிகர்களும் இங்கு வந்து தங்கள் வர்த்தகத்தை விரிவுபடுத்தினர்.

புன்னைக்காயலுக்கு அருகில் "பழைய காயல்" எனப்படும் இடம் உள்ளது. இது சங்க காலத்திலும், பின்னர் பாண்டியர் ஆட்சிக் காலத்திலும் மிகச் சிறந்த துறைமுகமாக விளங்கியது. அந்தத் துறைமுகத்தைப் பற்றி மார்கோ போலோ தனது பயணக் குறிப்புகளில் குறிப்பிடுகிறார். குதிரை வர்த்தகம், முத்து சேகரிப்பு மற்றும் சர்வதேச வாணிபம் ஆகியவற்றால் காயல் உலகப் புகழ் பெற்றிருந்தது.

மேலும், காயல்பட்டினம் பகுதியில் அரபு வணிகர்களின் குடியேற்றமும் இருந்தது. இதனால் இந்தப் பகுதி பல்வேறு கலாச்சாரங்களின் சங்கமமாக வளர்ந்தது. அருகிலுள்ள வீரபாண்டியன்பட்டினம் மற்றும் மணப்பாடு போன்ற இடங்களும் கிறித்தவ வரலாற்றுடன் தொடர்புடையவை.

போர்ச்சுகீசியர் கட்டிய கோட்டை இன்று முழுமையாக இல்லை என்றாலும், அதன் சுவடுகள் இப்பகுதியின் வரலாற்றைப் பேசுகின்றன. கடல், நதி, மதம், வணிகம் ஆகிய அனைத்தும் ஒன்றாக கலந்த இந்தப் புன்னைக்காயல் ஒரு சாதாரண மீனவ கிராமம் அல்ல; அது காலனித்துவ வரலாறு, கடல் வாணிபம், மதப் பரவல் மற்றும் தமிழ் பண்பாட்டு வளர்ச்சி ஆகியவற்றை இணைக்கும் ஒரு உயிருள்ள வரலாற்றுப் பகுதி ஆகும்.

74

பரங்கிப்பேட்டை

பரங்கிப்பேட்டை என்பது கடலூர் மாவட்டத்தில் வங்காள விரிகுடா கடற்கரையை ஒட்டி அமைந்துள்ள ஒரு முக்கிய வரலாற்றுத் தளம். இன்று அமைதியான கடற்கரை நகரமாகத் தோன்றினாலும், காலனித்துவ காலத்தில் இது வணிகம், போர் மற்றும் கலாச்சார பரிமாற்றம் ஆகியவற்றின் மையமாக விளங்கியது.

இந்த இடத்தின் பெயரே அதன் வரலாற்றை எடுத்துரைக்கிறது. “பரங்கி” என்றால் ஐரோப்பியர்கள், “பேட்டை” என்றால் குடியேற்றம்—அதாவது “ஐரோப்பியர்களின் இடம்” என்பதே பரங்கிப்பேட்டை. போர்த்துகீசியர்கள் இங்கு புதிய துறைமுகம் அமைத்தபோது, அதற்கு *“Porto Novo”* (புதிய துறைமுகம்) என்று பெயரிட்டனர். பின்னர் டச்சுக்காரர்கள் மற்றும் ஆங்கிலேயர்கள் ஆகியோரும் இப்பகுதியை கட்டுப்பாட்டுக்குள் கொண்டு வந்தனர்.

பரங்கிப்பேட்டை ஒரு காலத்தில் சர்வதேச வர்த்தக மையமாக இருந்தது. அரேபியர்கள், ரோமானியர்கள்

உள்ளிட்ட பல வெளிநாட்டு வணிகர்களும் இங்கு வந்து வணிகம் செய்தனர். செஞ்சி நாயக்கர் ஆட்சிக்காலத்தில் இந்தப் பகுதி "கிருஷ்ணப்பட்டினம்" என்ற பெயரிலும் அழைக்கப்பட்டது. பின்னர், ஐரோப்பியர்களின் வருகையால் இது ஒரு முக்கிய கடற்கரைத் துறைமுகமாக வளர்ச்சி பெற்றது.

இந்த நகரத்தின் இன்னொரு சிறப்பு, ஆசியாவின் முதல் இரும்புத் தொழிற்சாலை இங்கு நிறுவப்பட்டிருந்தது என்பதாகும். சேலம் பகுதியில் இருந்து இரும்புத் தாதுக்கள் ஆற்றுப்பாதை வழியாக கொண்டு வரப்பட்டு, இங்கு செயலாக்கப்பட்டன. 19ஆம் நூற்றாண்டின் ஆரம்பம் வரை இந்த தொழிற்சாலை இயங்கியிருந்தது.

வரலாற்றில் மிக முக்கியமான நிகழ்வாக 1781ஆம் ஆண்டு நடைபெற்ற "போர்டோ நோவா போர்" குறிப்பிடப்படுகிறது. இந்தப் போர், இரண்டாம் ஆங்கிலேய–மைசூர் போரில் திருப்புமுனையாக அமைந்து, தென்னிந்தியாவில் ஆங்கிலேயரின் ஆட்சியை வலுப்படுத்தியது.

பரங்கிப்பேட்டைக்கு மகாத்மா காந்தியுடனும் தொடர்பு உண்டு. 1921ஆம் ஆண்டு மகாத்மா காந்தி அடிக்கல் நாட்டிய "சேவா மந்திர்" பள்ளி, சமூக சேவைக்கும் கல்விக்கும் முக்கிய மையமாக உருவானது.

பரங்கிப்பேட்டையில் போரின் நினைவுச்சின்னங்கள், கல்லறைகள் மற்றும் பழைய கட்டிட எச்சங்கள் இன்றும் காணப்படுகின்றன. இவை அனைத்தும் இப்பகுதி

ஒருகாலத்தில் எவ்வளவு முக்கியமான வரலாற்றுத் தளமாக இருந்தது என்பதை நினைவூட்டுகின்றன.

பரங்கிப்பேட்டை ஒரு சாதாரண கடற்கரை நகரம் அல்ல; அது வணிகம், காலனித்துவம், போர் மற்றும் சமூக மாற்றங்கள் ஆகிய அனைத்தையும் தன்னுள் கொண்ட ஒரு வரலாற்றுப் பதிவாக திகழ்கிறது.

75

கடலூர்

புனித டேவிட் கோட்டை எனப்படும் கடலூர் கோட்டை, தேவனாம்பட்டினம் பகுதியில் அமைந்துள்ள, *300* ஆண்டுகளுக்கும் மேலான வரலாற்றைப் பேணிக் கொண்டிருக்கும் ஒரு முக்கிய காலனித்துவச் சின்னமாகும். இன்று சிதிலமடைந்த நிலையில் இருந்தாலும், தென்னிந்தியாவின் அரசியல் மற்றும் இராணுவ வரலாற்றில் இது தனி இடம் பெற்றுள்ளது.

இந்தக் கோட்டை முதலில் செஞ்சி நாயக்கர்களின் கட்டுப்பாட்டில் இருந்த சிறிய கோட்டையாக இருந்தது. பின்னர் மராட்டியர்களின் ஆட்சிக்குள் சென்றது. *1690*ஆம் ஆண்டு, கிழக்கிந்திய கம்பெனி இந்தக் கோட்டையை மராட்டியர்களிடமிருந்து வாங்கியது. அப்போது சென்னை ஆளுநராக இருந்த எலிவ் யாலே, இதற்கு "செயின்ட் டேவிட் கோட்டை" என்று பெயரிட்டார். வேல்ஸ் நாட்டின் இளவரசர் புனிதர் டேவிடின் பெயரால் இந்தப் பெயர் சூட்டப்பட்டது.

கோட்டையின் எல்லைகளை வரையறுக்கும் விதமும் மிகவும் வினோதமானது. கோட்டையிலிருந்து பீரங்கி குண்டு சுடப்பட்டு அது விழுந்த இடம் வரை கோட்டைக்குச் சொந்தமான பகுதியாக அறிவிக்கப்பட்டது. இதனால் உருவான கிராமங்கள் இன்றும் "பீரங்கிக்குண்டு கிராமங்கள்" என்று அழைக்கப்படுகின்றன.

18ஆம் நூற்றாண்டில், இந்தக் கோட்டை மிகுந்த முக்கியத்துவம் பெற்றது. குறிப்பாக 1746 முதல் 1752 வரை, இது பிரிட்டிஷ் இந்தியாவின் முக்கிய நிர்வாக மையமாகவும் தற்காலிக தலைநகராகவும் செயல்பட்டது. அக்காலத்தில் நடந்த கர்நாடகப் போர்களில், இந்தக் கோட்டை ஆங்கிலேயர்களின் முக்கிய பாதுகாப்புக் கோட்டையாக இருந்தது.

இந்தக் கோட்டையுடன் தொடர்புடைய முக்கிய நபர்களில் ஒருவர் ராபர் கிளைவ் ஆவார். 1756ஆம் ஆண்டு அவர் இக்கோட்டையின் ஆளுநராகப் பணியாற்றினார். அவரின் காலத்தில் கோட்டை மேலும் வலுப்படுத்தப்பட்டது.

கோட்டைக்கு அருகில் உள்ள "கேப்பர் ஹில்ஸ்" போன்ற கட்டிடங்கள் பின்னர் காலங்களில் சிறைச்சாலையாகப் பயன்படுத்தப்பட்டன. சுதந்திரப் போராட்ட காலத்தில் பலரும் இங்கு அடைக்கப்பட்டதாக கூறப்படுகிறது.

செயின்ட் டேவிட் கோட்டை ஒரு பழைய கட்டிடம் மட்டுமல்ல; அது தென்னிந்தியாவில் நடந்த காலனித்துவப்

போட்டி, போர்கள் மற்றும் அரசியல் மாற்றங்களின் உயிருள்ள சாட்சியாகத் திகழ்கிறது. இன்று அதன் சிதிலங்களே இருந்தாலும், அதன் வரலாறு இன்னும் பல கதைகளைச் சொல்லிக் கொண்டே இருக்கிறது.

76

தேவனாம்பட்டிணம்

தேவனாம்பட்டினம் கோட்டை ஆங்கிலேயர்கள் கட்டிய கோட்டை என நினைப்பார்கள். ஆனால், வரலாற்று உண்மை என்னவென்றால் இந்தக் கோட்டை முதலில் டச்சு வணிகர்களால் கட்டப்பட்டது.

17ஆம் நூற்றாண்டின் தொடக்கத்தில், மேற்குக் கடற்கரையில் வணிகம் செய்து வந்த டச்சுக்காரர்கள், வங்காள விரிகுடா கடற்கரையிலும் தங்கள் ஆதிக்கத்தை விரிவுபடுத்த விரும்பினர். இதற்காக அவர்கள் செஞ்சி அரசர் கிருஷ்ணப்ப நாயக்கரை அணுகினர். 1608 நவம்பர் 30ஆம் தேதி, டச்சுக்காரர்களுக்கு தேவனாம்பட்டினத்தில் தங்கவும், வணிக நகரம் அமைக்கவும் அனுமதி வழங்கப்பட்டது. மேலும், போர்த்துகீசியர்களை அப்பகுதியில் நுழைய விடமாட்டோம் என்ற உறுதியும் நாயக்கர் தரப்பில் அளிக்கப்பட்டது.

இந்த அனுமதியின் பேரில் கெடிலம் ஆற்றின் முகத்துவாரத்தில் தேவனாம்பட்டினம் கோட்டை உருவானது. ஆனால் டச்சுக்காரர்களின் வணிகம் இங்கு

நீண்ட நாட்கள் நிலைக்கவில்லை. அதிக செலவுகள் மற்றும் போர்த்துகீசியர்களுடன் ஏற்பட்ட மோதல்கள் காரணமாக, அவர்கள் சில ஆண்டுகளில் கோட்டையை காலி செய்தனர்.

1680களில் தொடங்கிய பேச்சுவார்த்தைகளில், ஆங்கிலேயர்கள் தேவனாம்பட்டினம் கோட்டையை வாங்குவதில் தீவிரமாக இருந்தனர். காரணம் புதிய கோட்டை கட்டுவதைவிட, ஏற்கனவே இரட்டைச் சுவர்களுடன் வலுவாக கட்டப்பட்ட இந்தக் கோட்டையை வாங்குவது குறைந்த செலவாக இருந்தது. மேலும், இது வணிகத்துக்கு ஏற்ற ஆற்று முகத்துவாரத்தையும் கொண்டிருந்தது.

செஞ்சி அரசர் ராஜாராம் ஆட்சிக்காலத்தில், கடும் நிதி நெருக்கடி நிலவியது. இதை பயன்படுத்தி, 1690ஆம் ஆண்டு சுமார் 40,000 பணத்திற்கு ஆங்கிலேயர்கள் கோட்டையை வாங்கினர். கோட்டையின் எல்லையை நிர்ணயிக்கும் விதமும் சுவாரஸ்யமானது. துப்பாக்கியால் சுடப்பட்ட குண்டு விழுந்த இடம் வரை அந்தப் பகுதி கோட்டையின் எல்லையாக அறிவிக்கப்பட்டது. இன்றும் “குண்டுசாலை”, “குண்டு கிராமம்” போன்ற பெயர்கள் அதற்குச் சான்றாக உள்ளன.

கோட்டை கைப்பற்றப்பட்ட பிறகு, ஆங்கிலேயர்கள் அங்கு தங்கள் நிர்வாக அமைப்பை ஏற்படுத்தினர். சிவில் மற்றும் குற்றவியல் வழக்குகளை விசாரிக்க நீதிபதிகள் நியமிக்கப்பட்டனர். வாரத்தில் குறிப்பிட்ட நாட்களில் விசாரணைகள் நடத்தப்பட்டன. இந்தப்

பகுதியை வாங்கியதன் மூலம், ஆங்கிலேயர்கள் வணிகத்தையும் அரசியல் அதிகாரத்தையும் ஒன்றாக இணைத்து நிலைநிறுத்தத் தொடங்கினர். இதுவே பின்னர் தென்னிந்தியாவில் அவர்களின் ஆட்சிக்கு அடித்தளமாக அமைந்தது.

தேவனாம்பட்டினம் கோட்டை டச்சு தொடக்கம், மராத்தியர் அரசியல், ஆங்கிலேயர் வணிகத் திட்டம் இவற்றின் சங்கமமாக உருவான ஒரு முக்கிய வரலாற்றுக் குறியீடாகும்.

77

திருச்சி மலைக்கோட்டை

திருச்சி மலைக்கோட்டை எனப்படும் தமிழ்நாட்டின் மிகவும் புகழ்பெற்ற வரலாற்று நினைவுச்சின்னங்களில் ஒன்றாகும். காவிரி ஆற்றின் தென்கரையில் அமைந்துள்ள இந்த மலைக்கோட்டை, சுமார் 83 மீட்டர் (275 அடி) உயரமுள்ள ஒரு மாபெரும் பாறையின் மீது எழுந்துள்ளது. இந்தப் பாறை நிலவியல் அடிப்படையில் ஒரு பில்லியன் ஆண்டுகளுக்கும் மேலான பழமையானது என்பதும் இதன் தனிச்சிறப்பாகும்.

இந்த மலைக்கோட்டை வெறும் கோட்டை அல்ல; கோயில்கள், குகைகள் மற்றும் அரண் அமைப்புகள் இணைந்த ஒரு வரலாற்றுத் தொகுப்பாகும். மலைக்குள் மூன்று நிலைகளில் முக்கியக் கோயில்கள் அமைந்துள்ளன. அடிவாரத்தில் மாணிக்க விநாயகர் கோயில், நடுப்பகுதியில் தாயுமானவர் சிவன் கோவில், மற்றும் உச்சியில் உச்சி பிள்ளையார் கோவில் அமைந்துள்ளன. இந்தக் கோயில்களை அடைய 400க்கும் மேற்பட்ட படிகளை ஏறிச் செல்ல வேண்டும்.

மலைக்கோட்டையின் வரலாறு மிகவும் பழமையானது. கி.பி. 6ஆம் நூற்றாண்டிலேயே பல்லவர்கள் இங்கு குகைக் கோயில்களை உருவாக்கினர். பின்னர் சோழர்கள், விஜயநகர அரசர்கள் மற்றும் மதுரை நாயக்கர்கள் ஆகிய பல அரசுகள் இப்பகுதியை ஆண்டன. குறிப்பாக நாயக்கர் காலத்தில் இந்தக் கோட்டை பெரிதும் விரிவுபடுத்தப்பட்டு வலுப்படுத்தப்பட்டது.

இக்கோட்டை பல முக்கியமான போர்களின் களமாக இருந்துள்ளது. பிஜாப்பூர்சுல்தான்கள், மராத்தியர்கள், மைசூர் ஆட்சியாளர்கள் ஆகியோருடனான மோதல்களிலும் இது முக்கிய பங்கு வகித்தது. குறிப்பாக கர்நாடகப் போர்களின் போது, ஆய்கிலேயர் மற்றும் பிரெஞ்சுக்காரர்களுக்கு இடையேயான போராட்டங்களில் இந்தக் கோட்டை முக்கியமான இராணுவ மையமாக இருந்தது.

வரலாற்றில் ஒரு முக்கிய நிகழ்வாக, சந்தா சாகிப் மற்றும் ஆற்காடு நவாப் இடையேயான மோதல்கள் குறிப்பிடப்படுகின்றன. இந்தப் போராட்டங்களின் பின்னர், ஆங்கிலேயர்கள் திருச்சியை கைப்பற்றினர். இதுவே தென்னிந்தியாவில் அவர்களின் ஆட்சிக்கு வலுவான அடித்தளமாக அமைந்தது. ராபர்ட் கிளைவ் போன்ற ஆங்கிலேய அதிகாரிகளும் இந்தக் கோட்டையுடன் தொடர்புடையவர்கள்.

மலைக்கோட்டையின் அடிவாரத்தில் உள்ள தெப்பக்குளம் (பெரிய குளம்) மற்றும் அதன் சுற்றுப்புற அமைப்புகளும் குறிப்பிடத்தக்கவை. இந்தக் குளம்,

நகரத்தின் நீர்ப்பாசனத்திற்கும் மத நிகழ்ச்சிகளுக்கும் முக்கிய பங்காற்றியது.

இன்றைக்கு, மலைக்கோட்டை திருச்சியின் அடையாளச் சின்னமாக விளங்குகிறது. வரலாறு, ஆன்மீகம் மற்றும் இயற்கை என்ற வகையில் இது தனித்துவம் பெற்றது. இந்தியத் தொல்லியல் துறையால் பராமரிக்கப்படும் இந்த இடம், கடந்த கால அரசாட்சிகள், போர்கள் மற்றும் கலாச்சார வளர்ச்சியின் உயிருள்ள சாட்சியாக இன்று வரை நிலைத்து நிற்கிறது.

78

வேலூர் கோட்டை

வேலூர் கோட்டை தமிழ்நாட்டின் மிகவும் புகழ்பெற்ற மற்றும் உறுதியான கோட்டைகளில் ஒன்றாகும். 16ஆம் நூற்றாண்டில் கட்டப்பட்ட இந்தக் கோட்டை, தனது வலுவான கட்டிடக்கலை, அகழி மற்றும் வரலாற்று சம்பவங்களால் தனித்துவமான இடத்தைப் பெற்றுள்ளது.

இந்தக் கோட்டை முழுவதும் கருங்கற்களால் கட்டப்பட்டு, சுமார் 133 ஏக்கர் பரப்பளவில் பரந்து விரிந்துள்ளது. இதைச் சுற்றி 191 அடி அகலமும் 29 அடி ஆழமும் கொண்ட அகழி அமைந்துள்ளது. இந்த அகழி எதிரிகளைத் தடுக்க முக்கிய பாதுகாப்பு அமைப்பாக இருந்தது. ஒரே ஒரு நுழைவாயிலுடன் கட்டப்பட்டிருப்பதும், அதன் பாதுகாப்புத் திட்டமிடலின் சிறப்பைக் காட்டுகிறது.

இந்தக் கோட்டை விஜயநகர பேரரசு காலத்தில், நாயக்க மன்னர்களான சின்ன பொம்மி நாயக்கரும் திம்மா ரெட்டி நாயக்கரும் கட்டியதாகக் கூறப்படுகிறது. பின்னர், இக்கோட்டை பல ஆட்சியாளர்களின் கைகளில் மாறி

வந்தது—பிஜாப்பூர் சுல்தான்கள், மராத்தியர்கள், ஆற்காடு நவாப்கள் மற்றும் இறுதியில் *British* ஆகியோர் இதை கைப்பற்றினர்.

வேலூர் கோட்டையின் முக்கிய சிறப்புகளில் ஒன்று, அதன் உள்ளே அமைந்துள்ள பல மதக் கட்டிடங்கள் ஆகும். இங்கு ஜலகண்டீஸ்வர் கோவில், ஒரு பழமையான தேவாலயம், பள்ளிவாசல் ஆகியவை ஒரே வளாகத்தில் அமைந்துள்ளன.

ஆங்கிலேயர் ஆட்சிக்காலத்தில், இந்தக் கோட்டை சிறைச்சாலையாகவும் பயன்படுத்தப்பட்டது. திப்பு சுல்தான் அவர்களின் குடும்பத்ினரும், இலங்கையின் கண்டி அரசின் கடைசி மன்னனான ஸ்ரீ விக்ரம ராஜசின்கா அவர்களும் இங்கு சிறை வைக்கப்பட்டிருந்தனர்.

இந்தக் கோட்டை இந்திய சுதந்திர வரலாற்றிலும் முக்கிய பங்கு வகிக்கிறது. 1806ஆம் ஆண்டு நடைபெற்ற வேலூர் கலகம் எனப்படும் கிளர்ச்சி, இந்தியாவில் ஆங்கிலேயர்களுக்கு எதிரான முதல் பெரிய எழுச்சியாகக் கருதப்படுகிறது. இது பின்னர் 1857 சிப்பாய் கலகத்திற்கான முன்னோட்டமாகவும் பார்க்கப்படுகிறது.

இன்றைக்கு, இந்தக் கோட்டைக்குள் அரசு அருங்காட்சியகம் இயங்கி வருகிறது. இதில் பழமையான ஆயுதங்கள், நாணயங்கள், கல்வெட்டுகள், செப்பேடுகள் மற்றும் பல தொல்பொருட்கள் காட்சிக்கு வைக்கப்பட்டுள்ளன. மேலும், அகழியில் படகு சவாரி போன்ற சுற்றுலா வசதிகளும் ஏற்படுத்தப்பட்டுள்ளன.

வேலூர் கோட்டை ஒரு சாதாரண பாதுகாப்பு அமைப்பு அல்ல; அது பல அரசுகளின் எழுச்சி-வீழ்ச்சி, மத ஒற்றுமை, காலனித்துவ ஆட்சி மற்றும் சுதந்திரப் போராட்ட வரலாறு ஆகிய அனைத்தையும் தன்னுள் சுமந்து நிற்கும் ஒரு பெரும் வரலாற்றுச் சின்னமாகும்.

79

இராயக்கோட்டை

ராயக்கோட்டை என்பது கிருஷ்ணகிரி மாவட்டத்தில், தேன்கனிக்கோட்டை வட்டத்தில் அமைந்துள்ள முக்கியமான மலைக் கோட்டையாகும். வரலாற்று பெருமையும் இயற்கை அழகும் இணைந்த இந்த இடம், இன்று சுற்றுலாப் பயணிகளுக்கும் மலையேற்ற ஆர்வலர்களுக்கும் மிகவும் பிடித்த தலமாக உள்ளது.

இந்தக் கோட்டை முதன்முதலில் விஜயநகர ஆட்சி காலத்தில், சுமார் 14ஆம் நூற்றாண்டில் கட்டப்பட்டது. பின்னர் திப்பு சுல்தான் ஆட்சிக்காலத்தில் இது ஒரு முக்கிய இராணுவத் தளமாக பயன்படுத்தப்பட்டது. குறிப்பாக மூன்றாம் மைசூர் போர நடைபெற்ற காலத்தில், ஆங்கிலேயர்களுக்கு எதிரான போரில் இந்தக் கோட்டை முக்கிய பங்கு வகித்தது.

கடல் மட்டத்திலிருந்து சுமார் 1500 அடி உயரத்தில் அமைந்துள்ள இந்த மலைக்கோட்டை, இரு பகுதிகளாகப் பிரிக்கப்படுகிறது. தரைக்கோட்டை மற்றும் மலைக்கோட்டை. மலைப்பகுதியில் அரசர்கள்

தங்கியிருந்ததாகக் கூறப்படுகிறது; அதேசமயம், கீழ்பகுதி பாதுகாப்பு அரணாக இருந்தது. கோட்டையின் உள்ளே பலகுளங்கள், வெடிமருந்துக் கிடங்குகள், மறைவிடங்கள் மற்றும் சிதிலமடைந்த கட்டிடங்கள் போன்றவை காணப்படுகின்றன.

1791ஆம் ஆண்டு, ஆங்கிலேய படைகள் மேஜர் கௌடி தலைமையில் தாக்குதல் நடத்தி, கடுமையான போராட்டத்திற்கு பின் இந்தக் கோட்டையை கைப்பற்றினர். பீரங்கிக் குண்டுகளால் வடக்கு மதில் உடைக்கப்பட்டதாகக் கூறப்படுகிறது. பின்னர் இந்த இடம் ஆங்கிலேயர்களின் கட்டுப்பாட்டில் நீண்ட காலம் இருந்தது.

ராயக்கோட்டை, பாராமகால் என அழைக்கப்படும் பன்னிரண்டு முக்கிய கோட்டைகளில் ஒன்றாகவும், அவற்றின் தலைமை கோட்டையாகவும் விளங்கியது. பல நூற்றாண்டுகளாக பல அரசர்களின் ஆட்சியை கண்ட இந்த இடம், ஒவ்வொரு காலத்திலும் ஒரு வரலாற்றுச் சின்னத்தை தன்னகத்தே சேர்த்துள்ளது.

இன்றைக்கு, இந்திய தொல்லியல் துறையால் பாதுகாக்கப்படும் இந்தக் கோட்டை, மலையேற்றத்திற்கு ஏற்ற இடமாகவும் உள்ளது. மிதமான சிரமத்துடன் சுமார் 45 நிமிடங்களில் உச்சியை அடையலாம். மேலே சென்றவுடன் சுற்றியுள்ள இயற்கைக் காட்சிகள் மிகவும் அழகாக கண்ணில் படுகின்றன.

ராயக்கோட்டை ஒரு "மறைந்திருக்கும் வரலாற்றுப் பொக்கிஷம்" என்று சொல்லலாம். வரலாறு, போர்,

கட்டிடக்கலை மற்றும் இயற்கை இடமாக இது விளங்குகிறது.

80

கிருஷ்ணகிரி கோட்டை

கிருஷ்ணகிரி புதிய பேருந்து நிலையத்திற்கு அருகில் உயரமாகத் திகழும் கிருஷ்ணகிரி கோட்டை, காலத்தையும், பல ஆட்சிகளின் எழுச்சியும் வீழ்ச்சியும் அமைதியாகக் கண்டிருக்கும் ஒரு முக்கிய வரலாற்றுச் சின்னமாகும். இன்று இது இந்திய தொல்லியல் ஆய்வு துறை பாதுகாப்பில் உள்ள தேசிய நினைவுச்சின்னமாக விளங்குகிறது.

கோட்டையும் அதன் சுற்றுப்புறப் பகுதிகளும் பொதுவாக “பாரமஹால்” என்று அழைக்கப்படுகின்றன. “பன்னிரண்டு கோட்டைகள்” என்ற பொருளை தரும் இந்தப் பெயர், அந்தப் பகுதியில் இருந்த பன்னிரண்டு மலைக்கோட்டைகளின் இருப்பை எடுத்துக்காட்டுகிறது. இந்த வலிமையான கோட்டை விஜயநகரப் பேரரசு காலத்தில் கட்டப்பட்டது என்பது குறிப்பிடத்தக்கது.

அந்தக் காலத்தில் வீரத்திற்கும் தலைமைத்திறமைக்கும் பெயர் பெற்றவர் முதலாம் ஜெகதேவராயர். இவர் பீஜப்பூர் படைகளை எதிர்த்து போராடி வெற்றி பெற்றார். இவரது வீரத்தை கவனித்த இரண்டாம் ரங்கராயர்,

அவருக்கு பாரமஹால் பகுதியின் ஆட்சியை வழங்கினார். ஜெகதேவராயரின் தலைமையில், கிருஷ்ணகிரி கோட்டையும் அதைச் சூழ்ந்த மற்ற கோட்டைகளும் இணைந்து, எதிரிகளிடமிருந்து இப்பகுதியை பாதுகாக்க முக்கிய பங்கு வகித்தன. இதனால் இந்தப் பகுதி "தமிழகத்தின் நுழைவாயில்" என்ற பெயரையும் பெற்றது.

பின்னர், கி.பி. 1670களில், மராட்டிய மன்னர் சிவாஜி தனது தெற்குப் பயணத்தின் போது இந்தக் கோட்டையை கைப்பற்றினார். 1768ஆம் ஆண்டு முதல் ஆங்கிலோ-மைசூர் போரின்போது, நீண்ட முற்றுகைக்குப் பிறகு கோட்டை கிழக்கிந்திய கம்பெனி படைகளிடம் சரணடைந்தது. ஆனால் பின்னர் ஒப்பந்தத்தின் மூலம் ஹைதர் அலி மீண்டும் அதைத் தனது கட்டுப்பாட்டுக்குள் கொண்டுவந்தார். அதன் பின், 1792ஆம் ஆண்டு மூன்றாம் ஆங்கிலோ-மைசூர் போர் முடிவில், திப்பு சுல்தான் தோல்வியடைந்து ஒப்பந்தத்தில் கையெழுத்திட்டதால், கோட்டை மீண்டும் கிழக்கிந்திய கம்பெனியின் கட்டுப்பாட்டுக்குள் சென்றது.

பின்னர் ஆங்கிலேயர்கள் இந்தக் கோட்டையை ஒரு முக்கிய ஆயுதக் கிடங்காக பயன்படுத்தினர். 1857ஆம் ஆண்டு நடந்த சிப்பாய் கலகம் பிறகு, இப்பகுதியில் அவர்களின் ஆட்சி உறுதியாக நிலைநிறுத்தப்பட்டது. காலப்போக்கில் இராணுவ முக்கியத்துவம் குறைந்ததால், கோட்டை மெதுவாக பயன்படுத்தப்படாமல் போனது. 1947ஆம் ஆண்டு இந்தியா சுதந்திரம் பெற்றபின், இந்தக் கோட்டை இந்திய அரசின் கட்டுப்பாட்டுக்குள் வந்தது.

இன்று கிருஷ்ணகிரி கோட்டை, அதன் நீண்ட வரலாற்றையும் எண்ணற்ற போராட்டங்களையும் நினைவூட்டும் சான்றாக அமைந்துள்ளது. "கிருஷ்ணகிரி" என்பது "கருப்பு மலை" என்று பொருள்; இப்பகுதியில் காணப்படும் கருப்பு கிரானைட் கற்களாலேயே இந்தப் பெயர் வந்தது.

81

செஞ்சிக்கோட்டை

தமிழ்நாட்டின் செஞ்சி பகுதியில் உயரமாக நிமிர்ந்து நிற்கும் செஞ்சிக் கோட்டை, இந்தியாவில் மிகச் சில முழுமையான பழமையான கோட்டைகளில் ஒன்றாகும். விழுப்புரம் மாவட்டம் எல்லைக்குள் அமைந்துள்ள இது, சென்னை நகரத்திலிருந்து சுமார் *160* கிலோமீட்டர் தொலைவில், புதுச்சேரி அருகே உள்ளது. இதன் பாதுகாப்பு அமைப்பை பார்த்து, மராட்டிய மன்னர் சிவாஜிகூட "இந்தியாவில் எவராலும் எளிதில் கைப்பற்ற முடியாத கோட்டை" என்று புகழ்ந்ததாக கூறப்படுகிறது. பிரித்தானியர்கள் இதனை "கிழக்கின் ட்ரோய்" என அழைத்தனர்; அதன் வலிமையையும் அரண்முறையையும் அது வெளிப்படுத்துகிறது.

இயற்கையோடு ஒன்றிணைந்த இந்தக் கோட்டை, மூன்று பெரிய மலைகளையும் இரண்டு சிறிய குன்றுகளையும் இணைக்கும் வகையில் சுமார் *12* கி.மீ. நீளமுள்ள மதில்சுவர்களால் முக்கோண வடிவில் அமைந்துள்ளது. பல நூற்றாண்டுகளாகப் பல போர்களை எதிர்கொண்டபோதும், இன்றும் அதே

கம்பீரத்துடன் நிற்கிறது. சோழர் காலத்தில் "சிங்கபுரி" என்று அழைக்கப்பட்ட இந்த இடம், காலப்போக்கில் "செஞ்சி" என மாறியது. அருகிலுள்ள சிங்கவரம் போன்ற ஊர்கள், இந்தப் பகுதியின் பழமையான பெருமையை நினைவூட்டுகின்றன.

இந்தக் கோட்டை யாரால் கட்டப்பட்டது என்பது குறித்து பல கருத்துகள் உள்ளன. சிலர், பல்லவர் வழி வந்த காடவ மன்னன் கட்டியதாகக் கூறுகின்றனர்; மற்றவர்கள் இடையர் குலத்தைச் சேர்ந்த ஆனந்தக்கோன் என்பவரை குறிப்பிடுகின்றனர். இவை பற்றிய தகவல்கள் மெக்கன்சி சுவடித் தொகுப்புகள் போன்ற ஆதாரங்களில் காணப்படுகின்றன. பின்னர், விஜயநகரப் பேரரசு மற்றும் அதன் கீழ் ஆட்சி செய்த நாயக்கர்கள் இந்தக் கோட்டையை மேலும் வலுப்படுத்தினர். குறிப்பாக பெத்த கிருஷ்ணப்ப நாயக்கர் காலத்தில், மூன்று மலைகளையும் இணைக்கும் பெரிய மதில் கட்டப்பட்டது.

காலப்போக்கில், செஞ்சிக் கோட்டை பல ஆட்சியாளர்களின் கைகளில் மாறியது. 1649ஆம் ஆண்டு பிஜப்பூர் சுல்தான் இதை கைப்பற்றினார். பின்னர் 1677ல் சிவாஜிமீண்டும் இதைப் பிடித்து மராட்டிய பேரரசுடன் இணைத்தார். அவரின் மரணத்திற்குப் பிறகு, அவரது மகன் ராஜாராம் இங்கு தஞ்சம் அடைந்தார். இதனால் அவுரங்கசீப் கவனம் இந்தக் கோட்டையின் மீது திரும்பியது. நீண்ட முற்றுகைக்குப் பிறகு, 1698ல் கோட்டை முகலாயர்களிடம் சென்றது.

பின்னர் ஆட்சியில் வந்தவர் சரூப் சிங்; அவரின் மகனே புகழ்பெற்ற தேசிங்கு ராஜா. வெறும் 22 வயதில் ஆட்சிக்கு வந்த இவர், ஆற்காடு நவாபின் எதிர்ப்பை எதிர்கொண்டு வீரமரணம் அடைந்தார். இதன் பிறகு கோட்டை ஆற்காடு நவாப் கட்டுப்பாட்டுக்குள் சென்றது. அதன் பின் பிரெஞ்சு மற்றும் ஆங்கிலேயர்களிடையே மாறி மாறி ஆட்சி நடந்தது. 1780ல் ஹைதர் அலி இதைக் கைப்பற்றினார்; இறுதியில் 1799ல் ஆங்கிலேயர்கள் இதை முழுமையாகக் கட்டுப்பாட்டுக்குள் கொண்டுவந்தனர்.

இந்தக் கோட்டையின் அமைப்பு அதன் சிறப்பை வெளிப்படுத்துகிறது. 60 அடி அகல மதில்சுவர், 80 அடி அகழி, இயற்கை மலைகள்—இவை அனைத்தும் இணைந்து இதை மிகப் பாதுகாப்பான கோட்டையாக மாற்றின. உள்ளே கல்யாண மகால், தானியக் களஞ்சியம், சிறைச்சாலை, படைவீரர் தங்குமிடம், கோயில்கள், பள்ளிவாசல் போன்ற அனைத்தும் அமைந்துள்ளன. குறிப்பாக எட்டு அடுக்குகள் கொண்ட கல்யாண மகாலின் கட்டிடத் திறமை இன்றும் ஆச்சரியப்படுத்துகிறது.

ராஜகிரி, கிருஷ்ணகிரி, சந்திரகிரி ஆகிய மலைகள் கோட்டையின் முக்கிய அங்கங்களாகும். ராஜகிரி உயரமானது; அதன் உச்சியை அடைய நூற்றுக்கணக்கான படிகளை ஏற வேண்டும். அங்கு உள்ள இழுவைப்பாலம், போர்க்காலங்களில் எதிரிகளைத் தடுக்கப் பயன்பட்டது. கிருஷ்ணகிரியில் அரசவைக் கூடம் அமைந்திருந்தது. இவ்வாறான அமைப்புகள், அந்தக் கால மன்னர்களின்

தந்திரமும் கட்டடக் கலையும் எவ்வளவு மேம்பட்டிருந்தது என்பதை காட்டுகின்றன.

*1921*ஆம் ஆண்டு, செஞ்சிக் கோட்டை தேசிய நினைவுச்சின்னமாக அறிவிக்கப்பட்டு இந்திய தொல்லியல் ஆய்வு துறை பராமரிப்பில் கொண்டுவரப்பட்டது. அண்மைக் காலங்களில், இது யுனெஸ்கோ பாரம்பரியப் பட்டியலிலும் சேர்க்கப்பட்டுள்ளது.

ஒரு காலத்தில் செழிப்பும் செல்வமும் நிறைந்த தலைநகரமாக விளங்கிய செஞ்சி, இன்று அமைதியான சிற்றூராக மாறிவிட்டது. இருந்தாலும், அதன் மலைகள், மதில்கள், இடிபாடுகள்—எல்லாமும் இணைந்து ஒரு பெரும் வரலாற்றைக் கதைக்கின்றன. தமிழர் ஆட்சி, போர்திறன், கட்டிட நுட்பம் ஆகியவற்றின் உயிரோட்டமான சான்றாக, செஞ்சிக் கோட்டை இன்றும் கம்பீரமாக நிமிர்ந்து நிற்கிறது.

82

ரஞ்சன்குடி கோட்டை

ரஞ்சன்குடி கோட்டை — பெரம்பலூர் மாவட்டத்தின் மத்தியில் அமைந்துள்ள இந்தப் பழமையான கோட்டை, காலத்தைத் தாண்டி நிற்கும் ஒரு உயிருள்ள வரலாற்றுச் சின்னமாகும். "துருவக்கோட்டை" என்றும் அழைக்கப்படும் இது, பல தலைமுறைகளின் கதைகளை தன்னுள் தாங்கி நிற்கிறது. ஒருகாலத்தில் மக்கள் கூட்டம் கூட்டமாக வந்து அதன் பெருமையை ரசித்த இந்த இடம், கொரோனா காலத்தில் ஓரளவு அமைதியாகி இருந்தாலும், அதன் வரலாற்றுச் சுவடு இன்று வரை அழியாமல் தொடர்கிறது.

பெரம்பலூர் மாவட்டம் பகுதியில், திருச்சி – சென்னை தேசிய நெடுஞ்சாலையில் இருந்து சுமார் 16 கிலோமீட்டர் தொலைவில் அமைந்துள்ள இந்தக் கோட்டை, பல போர்களின் சாட்சியாக விளங்குகிறது. இதன் பெயரையே தாங்கி ஒரு ஊர் உருவாகி இருப்பது இதன் தனிச்சிறப்பு.

சுமார் 1600 ஆண்டுகள் பழமையான இந்தக் கோட்டை, பாண்டிய மன்னன் "தூங்கானை மறவன்" காலத்தில்

கட்டப்பட்டதாகக் கூறப்படுகிறது. கோட்டையின் சில இடங்களில் காணப்படும் மீன் சின்னம், பாண்டியரின் அடையாளமாக இதை உறுதிப்படுத்துகிறது. பாதுகாப்புக்காக அகழி மற்றும் மதில்கள் அமைக்கப்பட்ட இந்தக் கோட்டை, சுமார் 57 ஏக்கர் பரப்பளவில் விரிந்துள்ளது. ஆனால், மன்னன் நோயால் இறந்ததால் கட்டுமானம் முழுமையாக நிறைவேறாமல் போனதாகக் கூறப்படுகிறது.

பின்னர், சேரர், சோழர், பாண்டியர், விஜயநகர மன்னர்கள், நாயக்கர்கள் போன்ற பல ஆட்சியாளர்கள் இந்தப் பகுதியை ஆண்டாலும், கோட்டையில் பெரிதாக மாற்றங்கள் செய்யப்படவில்லை. 17ஆம் நூற்றாண்டில் இஸ்லாமிய ஆட்சியாளர்கள் இந்த இடத்தை கைப்பற்றி, கோட்டையை மறுசீரமைத்தனர். குறிப்பாக டெல்லி முகமது கான் மற்றும் பின்னர் தோஸ்த்தலி, அவரது மகன் சப்தர் அலி ஆகியோர் கோட்டையை முழுமைப்படுத்த முக்கிய பங்காற்றினர்.

1751ஆம் ஆண்டு, இந்தக் கோட்டை மிகப்பெரிய போரின் மையமாக மாறியது. முகமது அலி மற்றும் சந்தா சாகிப் ஆகியோருக்கிடையே நடந்த இந்தப் போர், ஆங்கிலேயரும் பிரெஞ்சரும் கலந்து கொண்ட முக்கியமான வரலாற்றுச் சம்பவமாகும். பின்னர் ராபர்ட் கிளைவ் தலைமையிலான படைகள் இங்கு வெற்றி பெற்றன.

இந்தக் கோட்டை பல கட்டங்களாக அமைக்கப்பட்டுள்ளது—கீழ்கோட்டை, மேல்கோட்டை,

உட்கோட்டை என மூன்று அடுக்குகளாக உயர்ந்து நிற்கிறது. மேலிருந்து பார்க்கும்போது அரைக்கோள வடிவில் அமைந்துள்ள இதன் கட்டமைப்பு, அக்கால கட்டிடக்கலையின் மேம்பாட்டை வெளிப்படுத்துகிறது. கோட்டையின் சுற்றிலும் அகழிகள் அமைக்கப்பட்டுள்ளன; அருகிலுள்ள நீரோடைகளிலிருந்து தண்ணீர் கொண்டு வந்து நிரப்பியுள்ளனர்.

உள்ளே சென்றால், வழிபாட்டு மண்டபம், பள்ளிவாசல், தானியக் களஞ்சியம், படைவீரர்கள் தங்குமிடம், பீரங்கி மேடைகள்போன்ற பல அம்சங்கள்காணப்படுகின்றன. இது ஒரே இடத்தில் பல மதங்களும் கலாச்சாரங்களும் இணைந்து இருந்ததற்கான சான்றாகும். குறிப்பாக, சிவபெருமானை பசு வழிபடும் சிற்பங்கள் மற்றும் இஸ்லாமிய தொழுகை மண்டபம் ஒன்றாக இருப்பது வரலாற்று ஆய்வாளர்களை ஆச்சரியப்படுத்துகிறது.

கோட்டையின் உள்ளே சுரங்கப்பாதைகள் அமைக்கப்பட்டுள்ளன. போர்காலங்களில் மன்னர்கள் தப்பிச் செல்லவும், ரகசியமாக நகரத்தை அடையவும் இந்தப் பாதைகள் பயன்பட்டன. மேலும், "தண்டனை கிணறு" எனப்படும் இடம் அக்கால தண்டனை முறையின் கடுமையை எடுத்துக்காட்டுகிறது.

இந்தக் கோட்டை, பல நூற்றாண்டுகளாகப் பல ஆட்சியாளர்களின் கைகளில் மாறி மாறி சென்றது. ஹைதர் அலி காலத்திலும் இது முக்கியத்துவம் பெற்றது. இறுதியில் ஆங்கிலேயர்கள் இதை கட்டுப்பாட்டுக்குள் கொண்டு

வந்தனர். பின்னர், 1946ஆம் ஆண்டு இந்திய தொல்லியல் ஆய்வு துறை பராமரிப்பில் கொண்டு வரப்பட்டு, இன்று வரை பாதுகாக்கப்படுகிறது.

இன்றைக்கு, ரஞ்சன்குடி கோட்டை ஒரு சுற்றுலாத் தலமாக மட்டும் இல்லாமல், நம்மை ஆண்ட மன்னர்களின் வாழ்க்கை, போர், கட்டிடக்கலை ஆகியவற்றை உணர்த்தும் ஒரு வரலாற்றுப் பாடமாக உள்ளது. காலத்தின் சோதனைகளைத் தாண்டியும் கம்பீரமாக நிற்கும் இந்தக் கோட்டை, தமிழ்நாட்டின் மறக்க முடியாத பாரம்பரியச் சின்னங்களில் ஒன்றாகத் திகழ்கிறது.

83

சங்ககிரி கோட்டை

சங்ககிரி கோட்டை — சேலம் மாவட்டத்தின் பெருமையாக விளங்கும் இந்த மலைக்கோட்டை, தமிழ்நாட்டின் உயரமான மற்றும் வரலாற்று சிறப்புமிக்க கோட்டைகளில் ஒன்றாகும். இந்திய தொல்லியல் ஆய்வு துறை பாதுகாப்பில் இன்று இருக்கும் இந்தக் கோட்டை, பல நூற்றாண்டுகளாக பல அரசர்களின் ஆட்சியையும் போராட்டங்களையும் அமைதியாகக் கண்டு நிற்கிறது.

சேலம் மாவட்டம் பகுதியில் உள்ள சங்ககிரி மலை மீது அமைந்துள்ள இந்தக் கோட்டை, சுமார் *1200* ஆண்டுகள் பழமையானதாகவும், கடல்மட்டத்திலிருந்து உயரமான இடத்தில் கட்டப்பட்டதாகவும் கருதப்படுகிறது. மலையை குடைந்து எடுக்கப்பட்ட பெரிய கற்களாலேயே இந்தக் கோட்டை கட்டப்பட்டிருப்பது, அக்கால கட்டிட நுட்பத்தின் சிறப்பை வெளிப்படுத்துகிறது.

இந்தக் கோட்டை முதலில் விஜயநகரப் பேரரசு காலத்தில் உருவாக்கப்பட்டது. பின்னர் ஹைதர் அலி, திப்பு சுல்தான் ஆகியோரின் ஆட்சியிலும், அதன் பிறகு

ஆங்கிலேயர்களின்கட்டுப்பாட்டிலும் இருந்தது. ஒவ்வொரு ஆட்சியாளரும் இதை தனித்துவமான நோக்கங்களுக்காக பயன்படுத்தினர்—விஜயநகரர்களுக்கு இது வர்த்தகப் பாதை; திப்பு சுல்தானுக்கு ராணுவ தளம்; ஆங்கிலேயர்களுக்கு வரி வசூல் மையம்.

ஆனால், இந்தக் கோட்டையின் வரலாற்றில் மிக வேதனையான பகுதி, இது ஒரு தண்டனை நிறைவேற்றும் இடமாக பயன்படுத்தப்பட்டதுதான். குறிப்பாக, தீரன் சின்னமலை 1805ஆம் ஆண்டு இங்கே தூக்கிலிடப்பட்டார் என்பது இக்கோட்டையின் முக்கிய நினைவாக உள்ளது. இன்றும் அந்த தூக்கு மேடை காணப்படுவது, வரலாற்றை நம் கண்முன் நிறுத்துகிறது.

இந்தக் கோட்டையில் பல கொடூரமான தண்டனை முறைகள் இருந்ததாகக் கூறப்படுகிறது. "உருட்டிவிட்டான் பாறை"யில் கை, கால் கட்டப்பட்டவர்களை உயரத்தில் இருந்து உருட்டி விடுவார்கள். "தோலுச்சான் மேடு"வில் சாட்டையடி தண்டனை வழங்கப்பட்டது. "தொங்கவிட்டான் குகை" மற்றும் "ஆள் இறங்கும் குழி" போன்ற இடங்கள், அந்தக் கால தண்டனை முறைகளின் கடுமையை வெளிப்படுத்துகின்றன.

கட்டிட அமைப்பில் சங்ககிரி கோட்டை மிகவும் வித்தியாசமானது. சுமார் 10க்கும் மேற்பட்ட நுழைவாயில்கள், 12 மதில்கள், நீண்ட மலைப் பாதைகள்—இவை அனைத்தும் இணைந்து பாதுகாப்பை உறுதி செய்தன. கோட்டையின் உச்சியை அடைய, கல் படிக்கட்டுகள்

வழியாக கடினமான ஏற்றத்தை கடக்க வேண்டும். பொதுவாக ஒரு பயணிக்கு சுமார் 2 மணி நேரம் ஆகும்.

கோட்டையின் உள்ளே பல கட்டடங்கள் மற்றும் வழிபாட்டு தலங்கள் உள்ளன. சென்ன கேசவ பெருமாள் கோவில், சோமேஸ்வரர் கோவில், அனுமன் கோவில் போன்ற இந்து கோவில்களுடன், தஸ்தகீர் மகான் தர்கா மற்றும் மசூதிகளும் உள்ளன. இது பல மதங்கள் இணைந்து இருந்த வரலாற்றை வெளிப்படுத்துகிறது. மேலும் தானியக் கிடங்கு, படைவீடு, பீரங்கி மேடைகள், நிர்வாக கட்டிடங்கள் போன்றவை இங்கு காணப்படுகின்றன.

இந்தக் கோட்டையின் பெயர் “சங்கு” போன்ற தோற்றம் கொண்ட மலையிலிருந்து வந்ததாக ஒரு கருத்து உள்ளது. மேலும் சங்கிலியால் கட்டப்பட்டு தண்டிக்கப்பட்ட இடமாக இருந்ததால் “சங்ககிரி” என பெயர் வந்ததாகவும் கூறப்படுகிறது.

இன்று, சங்ககிரி கோட்டை ஒரு முக்கியமான வரலாற்றுத் தளமாக இருந்தாலும், போதிய பராமரிப்பு இல்லாமல் சிதிலமடைந்து வருகிறது என்பது வருத்தமளிக்கும் உண்மை. இருந்தாலும், அதன் மதில்கள், வாயில்கள், பாறைகள்—அனைத்தும் இணைந்து நம்முடைய கடந்த காலத்தை நினைவூட்டுகின்றன.

வரலாறு, வீரத்துவம், தியாகம்—இந்த மூன்றையும் ஒரே இடத்தில் உணரச் செய்யும் இடம் தான் சங்ககிரி கோட்டை. தமிழ்நாட்டின் பெருமையை எடுத்துச் சொல்லும் இந்தக்

கோட்டை, இன்னும் பல தலைமுறைகளுக்கு ஒரு பாடமாகத் தொடர்ந்து நிற்கும்.

84

சதுரங்கப்பட்டினம்

சதுரங்கப்பட்டினம் செங்கல்பட்டு மாவட்டத்தின் கடற்கரைப் பகுதியிலுள்ள இந்த நகரம், வரலாறும் வணிகச் செழிப்பும் கலந்த ஒரு சிறப்பான இடமாக திகழ்கிறது. மாமல்லபுரம் நகரத்திலிருந்து சுமார் 22 கி.மீ தொலைவில் அமைந்துள்ள இப்பகுதி, 17ஆம் நூற்றாண்டில் நெதர்லாந்து வணிகர்களான டச்சுக்காரர்களால் முக்கிய வணிக மையமாக வளர்க்கப்பட்டது.

டச்சுக்காரர்கள் இங்கு ஒரு வலிமையான கோட்டையை அமைத்தனர். பெரிய மதில் சுவர்கள், அகன்ற சுற்றுச்சுவர், தானியக் கிடங்குகள், குதிரை லாயங்கள், யானைகளை கட்டும் இடங்கள்—இவை அனைத்தும் அக்கால கட்டிடத் திறமையையும் திட்டமிடலையும் வெளிப்படுத்துகின்றன. அழகிய சிற்பங்களுடன் கூடிய கல்லறைகள் அமைந்துள்ள இடுகாடு, அந்தக் காலத்தின் கலாச்சாரத் தாக்கத்தை நமக்கு உணர்த்துகிறது.

சதுரங்கப்பட்டினம், பல்லவர் காலத்திலேயே ஒரு துணை துறைமுகமாக விளங்கியது. காலப்போக்கில்,

இந்த ஊர் பல்வேறு பெயர்களால் அழைக்கப்பட்டது—ராஜநாராயணன் பட்டினம், சம்பூவராயர்பட்டினம், சதிரவாசகன்பட்டினம் இவ்வாறு பெயர் மாறி வந்ததே பின்னர் "சதுரங்கப்பட்டினம்" என நிலைபெற்றதாக கருதப்படுகிறது.

டச்சுக்காரர்கள் முதலில் பழவேற்காடு பகுதியில் தங்கள் வணிகத்தைத் தொடங்கினர். பின்னர் 1622ஆம் ஆண்டு சதுரங்கப்பட்டினத்தில் கோட்டை அமைத்து, அதை முக்கிய வர்த்தக மையமாக மாற்றினர். இங்கு தயாரிக்கப்பட்ட மெல்லிய துணிகள், மஸ்லின் வகை ஆடைகள், நறுமணப் பொருட்கள், தாவர எண்ணெய்கள் ஆகியவை கப்பல்களில் ஏற்றி ஐரோப்பா மற்றும் அரபு நாடுகளுக்கு அனுப்பப்பட்டன.

இந்தக் கோட்டையின் உள்ளே உணவுக்கூடம், நடன அரங்கம் போன்ற வசதிகளும் இருந்தன என்பது அதன் செழுமையை காட்டுகிறது. மேலும், நான்கு திசைகளிலும் பீரங்கிகள் அமைக்கப்பட்டிருந்ததால், இது ஒரு வலுவான பாதுகாப்பு மையமாகவும் இருந்தது.

18ஆம் நூற்றாண்டில், இந்தக் கோட்டையை கைப்பற்ற ஆங்கிலேயர்கள் முயன்றனர். 1782ஆம் ஆண்டு சர் எட்வர்டு ஹியூஸ் தலைமையில் தாக்குதல் நடந்தது. ஆனால் அப்போது டச்சுக்காரர்கள், பிரெஞ்சு தளபதி பெய்லி டி சஃப்ரான் உதவியுடன் எதிர்த்து வெற்றி பெற்றனர். பின்னர் 1818ஆம் ஆண்டு ஆங்கிலேயர்கள் இறுதியாக கோட்டையை

கைப்பற்றினர். அதன் பின் இது பிரிட்டிஷ் கிழக்கிந்திய கம்பெனி கட்டுப்பாட்டுக்குள் சென்றது.

இன்று, இந்த வரலாற்றுச் சிறப்புமிக்க கோட்டை இந்திய தொல்லியல் ஆய்வு துறை பராமரிப்பில் பாதுகாக்கப்படுகிறது. *1620* முதல் *1769* வரை உருவாக்கப்பட்ட கல்லறைகள், இன்றும் அங்கு நின்று அந்தக் காலத்தின் நினைவுகளைப் பகிர்கின்றன.

சென்னை மற்றும் புதுச்சேரி நகரங்களுக்கு நடுவில் அமைந்துள்ளதால், சதுரங்கப்பட்டினத்தை எளிதாகச் சென்றடைந்துவிடலாம்.

XI

அகழாய்வுகள்

மண்ணில் புதைந்துள்ள தொல்லியல் சான்றுகளையும், அவை காணப்படும் சூழல்களையும் அறிவியல் முறையில் தோண்டி எடுத்து, அவற்றை முறையாக பதிவு செய்து ஆய்வு செய்வதே அகழாய்வு ஆகும். பண்பாட்டு எச்சங்களை வகைப்படுத்தி அறிவியல் அடிப்படையில் ஆராயும் இம்முறை, தொல்லியல் வரலாற்றின் முக்கியமான பகுதியாகும்.

அகழாய்வுகள் பொதுவாக இரண்டு இடங்களில் நடைபெறுகின்றன: மக்கள் வாழ்ந்த பகுதிகள் மற்றும் ஈமச்சின்னங்கள் அமைந்த பகுதிகள். மக்கள் வாழ்ந்த இடங்களாக அரண்மனை, கிராமம், நகரம், கோயில், கோட்டை, ஆற்றங்கரை, கடற்கரைப் பகுதிகள் போன்றவை அடங்கும். இவ்விடங்களை அகழ்ந்து ஆய்வு செய்வதன் மூலம் அந்தக் கால வரலாற்றை அறிய முடியும். அதேபோல், மனிதர்கள் இறந்த பின் புதைக்கப்பட்ட இடங்களில் அமைந்த கல்வட்டம், கல்திட்டம், கற்குவை, நெடுங்கல்,

தாழி, நடுகல் போன்ற ஈமச்சின்னங்களையும் அகழாய்வு செய்து தகவல்கள் பெறப்படுகின்றன.

அகழாய்வில் கிடைக்கும் பொருட்கள் அறிவியல் நுட்பங்களின் மூலம் ஆய்வு செய்யப்படுகின்றன. அவற்றின் காலத்தைத் தீர்மானிக்க கரிமக்கணிப்பு முறை, வெப்ப ஒளி முறை, மர வளையக் கணிப்பு போன்ற முறைகள் பயன்படுத்தப்படுகின்றன.

அகழாய்வு முடிந்த பின், கண்டுபிடிப்புகள் மற்றும் அவற்றின் வரலாற்றுப் பின்னணி குறித்து அறிக்கைகள் வெளியிடப்படுகின்றன. இவ்வறிக்கைகள் ஆய்வின் முடிவுகளை தெளிவாக விளக்குகின்றன. மேலும், அகழாய்வில் கிடைத்த பொருட்கள் அருங்காட்சியகங்களில் மக்கள் மற்றும் சுற்றுலா பயணிகள் பார்வைக்கு வைக்கப்படுகின்றன.

தமிழகத்தில் கரூர், பூம்புகார், அழகன்குளம், மாங்குளம், மாங்குடி, கொடுமணல், கொற்கை, வசவசமுத்திரம், கீழடி போன்ற சங்ககாலப் பகுதிகளில் அகழாய்வுகள் மேற்கொள்ளப்பட்டுள்ளன. இவை தமிழகத்தின் பழமையான சமூக வாழ்க்கை, பண்பாடு ஆகியவற்றை புரிந்து கொள்ள உதவுவதோடு, வரலாற்றுக் காலத்தை மேலும் தெளிவுபடுத்துகின்றன.

அத்திரம்பாக்கம், குடியம், பரிகுளம், பல்லாவரம் போன்ற பல இடங்கள் தமிழகத்தில் தொல் பழங்கால வாழ்விடங்களாகும். இவ்விடங்களில் மேற்கொள்ளப்பட்ட அகழாய்வுகள் மூலம், தமிழகத்தில் சுமார் ஐந்து இலட்சம்

ஆண்டுகளுக்கு முன்பே மனிதர்கள் வாழ்ந்துள்ளனர் என்று அறிஞர்கள் கருதுகின்றனர்.

இவை தமிழகத்தின் பண்பாட்டு வரலாற்றை வெளிக்கொணர உதவுகின்றன. தமிழ்நாடு அரசு தொல்லியல் துறை *1961*ஆம் ஆண்டு தொடங்கப்பட்டு, தொல்லியல் சின்னங்களை ஆய்வு செய்து பாதுகாக்கும் பணியில் ஈடுபட்டு வருகிறது. தமிழ்நாடு மொழி, பண்பாடு, கலை, வரலாறு ஆகிய அனைத்திலும் சிறப்புடைய தொன்மையான மாநிலமாக திகழ்கிறது.

85

பையம்பள்ளி

திருப்பத்தூர் அருகே உள்ள பையம்பள்ளி, பர்கூரிலிருந்து சுமார் 5 கி.மீ தூரத்திலும், நாட்டறம்பள்ளியிலிருந்து 8 கி.மீ தூரத்திலும் அமைந்துள்ளது. தமிழ்நாட்டில் முக்கியமான அகழாய்வு தளமாக இது அறியப்படுகிறது.

இந்திய தொல்லியல் துறை 1964–65 மற்றும் 1967–68 ஆண்டுகளில் எஸ். ஆர். ராவ் தலைமையில் இங்கு அகழாய்வுகளை மேற்கொண்டது. இந்த அகழாய்வுகளில் இரண்டு காலப்பண்பாடுகள் வெளிச்சமிட்டன: புதிய கற்காலமும், பெருங்கற்காலமும்.

இங்கு கண்டுபிடிக்கப்பட்ட புதிய கற்கால நாகரிகம் இரண்டுகட்டங்களாகப் பிரிக்கப்படுகிறது. இந்தக்காலத்தில் சாம்பல் நிற மண் பானைகள் பயன்படுத்தப்பட்டன. கற்கள், கருவிகள், உரைக்கும் கற்கள் போன்றவை உணவுப் பொருட்களை தயாரிக்க பயன்படுத்தப்பட்டன. மக்கள் மரக்கட்டைகளால் செய்யப்பட்ட வீடுகளில் வசித்தனர். வீடுகளின் கூரைகளை தாங்க குச்சிகள் நட்ட தடயங்களும் கண்டுபிடிக்கப்பட்டுள்ளன. இரண்டாம் கட்டத்தில் வாழ்ந்த

மக்கள் சிவப்பு மற்றும் சாம்பல் நிற பானைகளையும் பயன்படுத்தினர். இவை பெருங்கற்கால பானைகளுடன் ஒப்பிடும்போது தரம் குறைவானவை.

இந்தக் காலத்தில் மக்கள் கொள்ளு, பச்சைப்பயறு போன்ற பயிர்களை வளர்த்தனர். அதனால் அவர்கள் விவசாயத்தில் ஈடுபட்டிருந்தனர் என்பது தெரிகிறது. மேலும், அவர்கள் கால்நடைகளையும் வளர்த்தனர்.

கருப்பு-சிவப்பு, சிவப்பு மற்றும் பழுப்பு நிற பானைகள் இக்காலத்தில் பயன்படுத்தப்பட்டன. அரைக்கும் கற்கள், அரிவாள்கள் போன்ற கருவிகளும் கிடைத்துள்ளன. இரும்பு, வெண்கலம், செம்பு போன்ற உலோக கருவிகளும் இருந்துள்ளன. விளக்குகளும் கண்டுபிடிக்கப்பட்டுள்ளன.

புதிய மற்றும் பெருங்கற்காலத்துக்குரிய கல்லறைகள் இங்குகண்டுபிடிக்கப்பட்டுள்ளன. பெருங்கற்கால நினைவுச் சின்னங்களும் காணப்படுகின்றன. ஒரு கல்லறையில் மனித எலும்புக்கூடு கண்டுபிடிக்கப்பட்டுள்ளது.

இங்கு பல்வேறு கற்கருவிகள் (அம்மி, திரிகை போன்றவை) கிடைத்துள்ளன. இவற்றின் மூலம் தானியங்களை அரைத்து உணவாக பயன்படுத்தியதையும், விதைகளை பிரித்தெடுக்கும் அறிவும் இருந்ததை அறிய முடிகிறது.

மேலும், மக்கள் தரையில் பள்ளங்கள் தோண்டி அதன்மேல் புல் கூரைகள் அமைத்து வாழ்ந்தனர். வீடுகளின் தரை கற்களால் பதிக்கப்பட்டிருந்தது. வட்ட மற்றும் நீள்வட்ட வடிவிலான கூரை வீடுகளில் அவர்கள்

வசித்தனர் என்பதற்கான சான்றாக கம்புகள் நட்ட குழிகள் கண்டுபிடிக்கப்பட்டுள்ளன.

தமிழ்நாட்டில் வாழ்ந்த கற்கால மக்கள் மற்றும் ஈரான் பகுதிகளில் வாழ்ந்தவர்கள் ஒரே இனத்தைச் சேர்ந்தவர்கள் என்று சிலர் கருதுகின்றனர். ஆனால் சில அறிஞர்கள் அவர்கள் தென்னிந்தியாவின் பழங்குடியினராகவே இருந்தனர் என்று கூறுகின்றனர்.

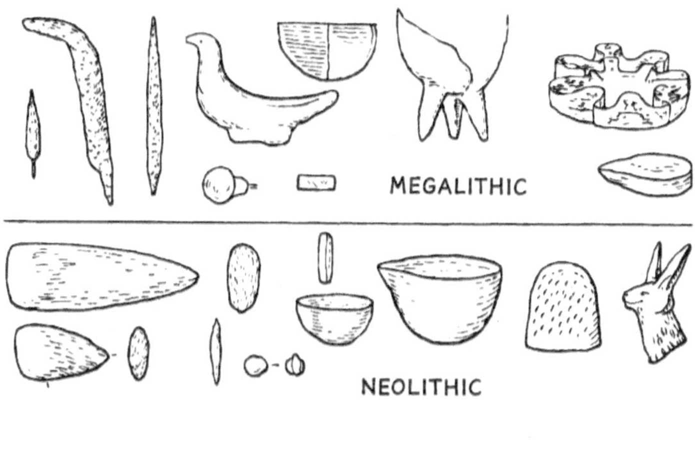

86

அத்திரம்பாக்கம்

அத்திரம்பாக்கம் தமிழ்நாட்டின் திருவள்ளூர் மாவட்டத்தில் அமைந்துள்ள முக்கியமான தொல்பழங்கால மனித வாழ்விடமாகும். இது சென்னையிலிருந்து சுமார் 60 கிலோமீட்டர் தொலைவில் கொற்றலையாறு அருகில் உள்ளது. இப்பகுதி கற்கருவிகள் தயாரிக்க ஏற்ற கற்கள் அதிகமாகக் கிடைத்ததால், பழங்கால மனிதர்களின் வாழ்விற்கு உகந்ததாக இருந்தது. குவார்சைட் போன்ற கற்களைப் பயன்படுத்தி அவர்கள் கைக்கோடரி, கிளீவர், சுரண்டி போன்ற கருவிகளை உருவாக்கினர்.

19ஆம் நூற்றாண்டில் ராபர்ட் புரூஸ் பூட் மற்றும் வில்லியம் கிங் ஆகியோர் இங்கு கற்காலக் கருவிகளை கண்டுபிடித்ததால், அத்திரம்பாக்கம் உலக தொல்லியல் முக்கியத்துவம் பெற்றது. பின்னர் நடைபெற்ற அகழாய்வுகளில் கீழைப் பழங்கற்காலம் முதல் இடைக்கற்காலம் வரை பல்வேறு கால அடையாளங்கள் கண்டறியப்பட்டுள்ளன. இங்கு காணப்படும் மண்ணடுக்குகள் மற்றும் ஆற்றடுக்குகள் கருவிகளின் காலத்தை நிர்ணயிக்க உதவுகின்றன.

அத்திரம்பாக்கத்தின் நான்கு முக்கிய மண்ணடுக்குகள் காணப்படுகின்றன. ஒவ்வொரு மண்ணடுக்கிலும் வெவ்வேறு வகையான கற்கருவிகள் கிடைத்துள்ளன. இது அந்தந்த காலகட்டங்களில் மனிதர்கள் பயன்படுத்திய தொழில்நுட்ப வளர்ச்சியை விளக்குகிறது. மேலும் 100, 60, 20 மற்றும் 8 அடி உயரங்களில் காணப்படும் ஆற்றடுக்குகள், கற்கருவிகளின் காலத்தை நிர்ணயிக்க உதவுகின்றன என்று அறிஞர்கள் கூறுகின்றனர்.

மனித கால் எலும்பு போன்ற புதைபடிவங்களும் கிடைத்துள்ளதால், மனிதர்கள் இங்கு வாழ்ந்ததற்கான நேரடி ஆதாரம் கிடைக்கிறது. அத்திரம்பாக்கத்தில் கண்டுபிடிக்கப்பட்ட கைக்கோடரிகள் ஆப்பிரிக்க கருவிகளுடன் ஒத்துள்ளதால் "சென்னைக் கைக்கோடரி" என அழைக்கப்படுகின்றன.

அத்திரம்பாக்கம் மனிதன் எவ்வாறு தனது ஆரம்ப வாழ்க்கையை நடத்தினான், எவ்வாறு கருவிகளை உருவாக்கிக் கொண்டு முன்னேறினான் என்பதற்கான ஒரு உயிரோட்டமான சான்றாக திகழ்கிறது. இது தமிழ்நாட்டின் வரலாற்றுப் பெருமையை உலகிற்கு எடுத்துக் காட்டும் ஒரு முக்கியமான தொல்லியல் தளமாகும். அத்திரம்பாக்கத்தின் மூலம் மனித வரலாற்றின் தொன்மையான அத்தியாயங்களை நம்மால் தெளிவாக அறிய முடிகிறது.

87

ஆதிச்சநல்லூர்

ஆதிச்சநல்லூர் தமிழ்நாட்டின் முக்கியமான தொல்லியல் தளங்களில் ஒன்றாகும். இது இரும்புக்காலத்தையும் அதன் பின்னர் வந்த வரலாற்றுத் துவக்ககாலத்தையும் பிரதிபலிக்கும் சிறப்புடைய இடமாக கருதப்படுகிறது. குறிப்பாக, இறந்தவர்களை தாழிகளில் வைத்து புதைக்கும் மரபு அதிகமாகக் காணப்படுவதால், இது ஒரு பெரிய ஈமக்காடாக விளங்கியுள்ளது. ஆயிரக்கணக்கான தாழிகள் கண்டுபிடிக்கப்பட்டுள்ளன; அவை அக்கால மக்களின் வாழ்க்கை முறை, மரபுகள் மற்றும் நம்பிக்கைகளை வெளிப்படுத்துகின்றன. சுமார் *116* ஏக்கர் பரப்பளவில் விரிந்துள்ள இந்த இடம், பெருங்கற்கால தளங்களில் முக்கியமானதாகும்.

தூத்துக்குடி மாவட்டத்தில் தாமிரபரணி ஆற்றங்கரையில் அமைந்துள்ள ஆதிச்சநல்லூர், இயற்கை வளமிக்க பகுதி என்பதால் பழங்கால மனிதர்கள் வாழ ஏற்ற சூழலை வழங்கியிருக்கலாம். *19*ஆம் நூற்றாண்டில் ஜெர்மன் ஆய்வாளர் *Jagor* முதன்முதலில் அகழாய்வு மேற்கொண்டார்; பின்னர் *Alexander Rea* பல தொல்பொருட்களை கண்டுபிடித்து அவற்றை

பதிவு செய்தார். *2004*ஆம் ஆண்டு இந்திய தொல்லியல் துறையினரால் மேற்கொள்ளப்பட்ட அகழாய்வில் *150*க்கும் மேற்பட்ட தாழிகள் கண்டறியப்பட்டன; அவை மூன்று அடுக்குகளாக இருந்தன என்பது குறிப்பிடத்தக்கது.

இங்கு கிடைத்த தாழிகள் சிவப்பு மற்றும் கருப்பு-சிவப்பு நிறங்களில் காணப்படுகின்றன. அவற்றில் மனித எலும்புகள் இருந்தாலும் முழுமையான எலும்புக்கூடுகள் இல்லாததால், இறப்பு சடங்குகள் தனித்துவமானதாக இருந்திருக்கலாம் என கருதப்படுகிறது. பல வகை பானைகள், கலை வடிவங்கள், தங்க நெற்றிப்பட்டம், இரும்பு ஆயுதங்கள், வெண்கலப் பொருட்கள் ஆகியவை கண்டுபிடிக்கப்பட்டுள்ளன. இது அக்கால மக்களின் தொழில்நுட்ப திறனையும் கலைநயத்தையும் காட்டுகிறது.

மேலும், தாழிகளில் ஆண்-பெண், தாய்-குழந்தை இணைந்து புதைக்கப்பட்டுள்ள சான்றுகள் குடும்ப அமைப்பை வெளிப்படுத்துகின்றன. சில இடங்களில் தானியங்களும் பொருட்களும் புதைக்கப்பட்டிருப்பது மறுமை வாழ்க்கை நம்பிக்கையை சுட்டுகிறது. காலக்கணிப்பின் அடிப்படையில், இந்த தளம் கிமு *1500* முதல் கிபி *500*க்குள் சேர்ந்ததாக மதிப்பிடப்படுகிறது.

ஆதிச்சநல்லூர் தமிழர் பழமையான நாகரிகத்தின் சிறப்பை உலகிற்கு எடுத்துக் காட்டும் ஒரு முக்கியமான தொல்லியல் தளமாகும். இது நம் முன்னோர்களின் வாழ்க்கை முறை, நம்பிக்கைகள், தொழில்நுட்ப அறிவு மற்றும் கலாச்சார வளம் ஆகியவற்றை அறிய உதவும் அரிய சான்றாக திகழ்கிறது.

88

கொற்கை

தூத்துக்குடி மாவட்டத்தின் அமைதியான ஒரு சிற்றூராக இன்று காணப்படும் கொற்கை, ஒருகாலத்தில் தமிழர் நாகரிகத்தின் பிரகாசமான மையமாகத் திகழ்ந்தது. தாமிரபரணி ஆற்றின் வடக்கே சுமார் 3 கி.மீ. தொலைவில் அமைந்துள்ள இந்தப் பகுதி, பண்டைய காலங்களில் ஆற்றின் ஓட்டம் மாறுபட்டதால் நேரடியாக அதன் கரையில் இருந்ததாக ஆதாரங்கள் தெரிவிக்கின்றன.

சங்ககாலத்தில் கொற்கை, பாண்டியர்களின் முக்கியமான கடற்கரைத் துறைமுகப் பட்டினமாகவும், அவர்களின் ஆரம்பத் தலைநகரமாகவும் விளங்கியது. “கொற்கைப் பாண்டியர்கள்” என அழைக்கப்பட்ட அரசர்கள், பாண்டிய வம்சத்தின் முக்கியப் பகுதியாக இருந்தனர். முத்துக்குளித்தல் இங்குள்ள மக்களின் பிரதான தொழிலாக இருந்தது. இதனால், கொற்கை உலகளவில் புகழ்பெற்ற வணிகத் தளமாக உயர்ந்தது.

அந்தக் காலத்தில் கிரேக்க, ரோமானிய வணிகர்கள் கூட இங்கு வந்து முத்துக்களை வாங்கிச் சென்றதாக

வெளிநாட்டு பயணக் குறிப்புகள் கூறுகின்றன. தமிழ்நாட்டின் முத்துக்கள் வெளிநாடுகளில் மிகுந்த வரவேற்பைப் பெற்றிருந்தன; குறிப்பாக பெண்கள் அதிக விலைக்கு அவற்றை வாங்கி அணிந்ததாகவும் பதிவுகள் சுட்டிக்காட்டுகின்றன.

கொற்கையில் நடைபெற்ற தொல்லியல் அகழாய்வுகள் இந்தப் பகுதியின் பெருமையை உறுதிப்படுத்துகின்றன. அகழாய்வில் 75 செ.மீ. ஆழத்தில் ஒன்பது அடுக்குகளுடன் கூடிய செங்கற் கட்டிட அமைப்பு கண்டுபிடிக்கப்பட்டது. அதற்குக் கீழே மூன்று பெரிய சுடுமண் வளையங்கள் ஒன்றின் மீது ஒன்று அடுக்கப்பட்டிருந்தன. மேலும், தமிழ் பிராமி எழுத்துகள் பொறிக்கப்பட்ட பானை ஓடுகள், அடுப்பு கரித் துண்டுகள் போன்றவை கிடைத்துள்ளன. இவை ஆய்வுக்காக அனுப்பப்பட்டபோது, கி.மு. 785-ஆம் ஆண்டைச் சேர்ந்தவை என கணிக்கப்பட்டது என்பது குறிப்பிடத்தக்கது.

1968 மற்றும் 1969-ஆம் ஆண்டுகளில் முதன்முதலாக இங்கு அகழாய்வு மேற்கொள்ளப்பட்டது. அது தமிழக தொல்லியல் துறை உருவான பின்னர் செய்யப்பட்ட முதல் முக்கியமான ஆய்வாகும். அந்த ஆய்விலேயே கொற்கை நகரம் சுமார் 2,800 ஆண்டுகள் பழமையானது என்றும், இங்கு கடல் வழி வாணிபம் நடைபெற்றது என்றும் உறுதிப்படுத்தப்பட்டது.

பல ஆய்வுக் குழிகள் தோண்டப்பட்டு, சங்குகள், சங்கு வளையல் துண்டுகள், இரும்பு உருக்கு கழிவுகள்,

கறுப்பு-சிவப்பு பானை ஓடுகள், கண்ணாடி மணிகள் போன்ற பல்வேறு தொல்பொருட்கள் கண்டெடுக்கப்பட்டுள்ளன.

நான்கு அடுக்குகளைக் கொண்ட திரவ வடிகட்டும் சுடுமண் குழாய்கள், ஒன்பது அடுக்கு செங்கல் கட்டிடங்கள் போன்றவை அக்கால கட்டுமான நுட்பத்தின் மேம்பாட்டை காட்டுகின்றன. மேலும், அந்தக் கட்டுமானத்தின் அடியில் இரு அடுக்குகளாக அமைந்த பெரிய கொள்கலன் கண்டுபிடிக்கப்பட்டுள்ளது.

வெளிநாட்டு தமிழ் அறிஞர் கால்டுவெல் கூட, இப்பகுதியில் நடந்த அகழாய்வின்போது தெருக்களெல்லாம்சங்குகளும் வெளிநாட்டு நாணயங்களும் கிடைத்ததாக குறிப்பிடுகிறார். இன்றும் அகழாய்வுகளில் சங்குகள் அதிக அளவில் கிடைப்பது, அந்த வரலாற்றை மீண்டும் நினைவூட்டுகிறது.

89

வஞ்சி

சங்க காலத்தில் “வஞ்சி மாநகரம்” எனப் புகழப்பட்ட கரூர், பின்னர் “கருவூர்” என்றும், ஆங்கிலேயர் காலத்தில் “கரூர்” என்றும் அழைக்கப்பட்டு வந்தது. தமிழ்நாட்டின் மிகப் பழமையான நகரங்களில் ஒன்றான இது, அரசியல், வாணிபம் மற்றும் கலாச்சார வளர்ச்சியில் முக்கிய பங்கு வகித்துள்ளது. அமராவதி ஆறும் காவிரியும் சங்கமிக்கும் இடத்தில் அமைந்துள்ளதால், கரூர் இயற்கையாகவே ஒரு முக்கிய வணிக மையமாக வளர்ந்தது. சேரன் செங்குட்டுவன் காலத்தில், இது சேரர்களின் தலைநகரமாகவும், வணிகத் தலைநகரமாகவும் விளங்கியது. மேலும், சேரர் மற்றும் சோழர் நாடுகளுக்கிடையே பொதுவான வணிக நகரமாகவும் இருந்தது.

கரூரின் வரலாற்றுப் பெருமையை உறுதிப்படுத்த *1973–74, 1977, 1979* ஆகிய ஆண்டுகளில் தொல்லியல் அகழாய்வுகள் மேற்கொள்ளப்பட்டன. “நத்தமேடு” போன்ற இடங்களில் பெருங்கற்கால சான்றுகள் கண்டுபிடிக்கப்பட்டன. மண்மங்கலம் பகுதியில் கிடைத்த சுடுமண் பொம்மைகள், குறிப்பாக தாய் மற்றும்

குழந்தை உருவம், அக்கால குடும்ப வாழ்க்கையையும் கலைநயத்தையும் வெளிப்படுத்துகின்றன. காவிரி மற்றும் அமராவதி ஆற்றங்கரைகளிலும் இதுபோன்ற பல உருவங்கள் கண்டுபிடிக்கப்பட்டுள்ளன.

திருக்காம்புலியூர் மற்றும் அழகரை பகுதிகளில் தானியங்களை சேமிக்க கூடிய கட்டட அமைப்புகள் கண்டுபிடிக்கப்பட்டது, திட்டமிட்ட நகர வாழ்வை சுட்டிக்காட்டுகிறது. மாயனூர் "மதிற்கரை" பகுதி சேர, சோழ, பாண்டிய அரசர்களின் பொதுவான வழிபாட்டு மையமாக இருந்தது. 1979ஆம் ஆண்டு கண்டுபிடிக்கப்பட்ட கறுப்பு-சிவப்பு பானைகள் மற்றும் குறியீடுகள், கரூரின் காலவரிசையை அறிய உதவின.

1996ஆம் ஆண்டு கிடைத்த தமிழ் எழுத்துகள் பொறிக்கப்பட்ட மோதிரங்கள் மற்றும் அணிகலன்கள், அக்கால எழுத்தறிவையும் சமூக அமைப்பையும் காட்டுகின்றன. கரூரில் கண்டுபிடிக்கப்பட்ட ஆம்பொரா மற்றும் ரௌலட்டட் பானைகள், ரோமானியர்களுடன் இருந்த வணிகத் தொடர்பை உறுதிப்படுத்துகின்றன. வடஇந்திய தொடர்பையும் சில அரிய பானைகள் சுட்டிக்காட்டுகின்றன.

பொன்னால் செய்யப்பட்ட இலச்சினை மோதிரம் மற்றும் பெயர்கள் பொறிக்கப்பட்ட உலோகப் பொருட்கள், அக்கால சமூக அடையாளங்களை வெளிப்படுத்துகின்றன. இவ்வாறு, கரூர் தமிழர் நாகரிகத்தின் அரசியல், வணிக மற்றும் கலாச்சாரச் செழிப்பை பிரதிபலிக்கும் முக்கியமான வரலாற்றுச் சான்றாக திகழ்கிறது.

90

தொண்டி

தமிழ்நாடு மூன்று பக்கங்களிலும் கடலால் சூழப்பட்டிருப்பதால், பண்டைய காலத்திலிருந்தே கடல் வாணிப வளர்ச்சிக்குத் தகுந்த பிராந்தியமாக விளங்கியது. இதன் காரணமாக பல முக்கிய துறைமுகங்கள் உருவாகி, அயல்நாடுகளுடன் வணிகத் தொடர்புகள் விரிவடைந்தன. அவற்றில் சங்க காலம் தொட்டே புகழ்பெற்ற துறைமுக நகரமாகத் தொண்டி விளங்கியது. சங்க இலக்கியங்களில் குறிப்பிடப்படும் இந்த நகரம், தொல்லியல் ஆய்வுகளாலும் அதன் வரலாற்றுச் சிறப்பை உறுதிப்படுத்தியுள்ளது.

கொற்கை, அழகன்குளம் போன்ற துறைமுகங்கள் முக்கியத்துவம் இழந்தபின், தொண்டி மிகுந்த செழிப்புடன் வளர்ந்தது. அதன் வளம் காரணமாக பல பேரரசுகளுக்கிடையே இதைப் பிடிக்கப் போர்களும் நடந்ததாக இலக்கியங்கள் கூறுகின்றன. சோழப் படைகள் இலங்கை படைகளை தொண்டியில் தோற்கடித்ததாக கல்வெட்டுச் சான்றுகள் தெரிவிக்கின்றன. கி.பி. 12 முதல் 15ஆம் நூற்றாண்டு வரை, தொண்டி கிழக்கு நாடுகளுடன் வணிகத் தொடர்பு கொண்ட முக்கிய தளமாக இருந்தது;

இதற்கு சான்றாக சீன நாட்டுப் பானைகள் அகழாய்வில் கிடைத்துள்ளன.

ஆங்கிலேயர் காலத்தில் நாட்டுக்கோட்டை நகரத்தார் சமூகத்தினர், பர்மா போன்ற நாடுகளிலிருந்து தேக்கு மரங்களை தொண்டி துறைமுகம் வழியாக இறக்குமதி செய்தனர். தொண்டி சிவன் கோயில் கல்வெட்டில், இந்த நகரம் “பவித்திரமாணிக்கப்பட்டினம்” என அழைக்கப்பட்டதாக குறிப்பிடப்பட்டுள்ளது. இது முதலாம் இராஜராஜ சோழன் காலத்தில் இதன் முக்கியத்துவத்தை காட்டுகிறது. அக்காலத்தைச் சேர்ந்த நாணயங்களும் இதை உறுதிப்படுத்துகின்றன.

*1980, 1994, 1995*ஆம் ஆண்டுகளில் நடைபெற்ற அகழாய்வுகளில் சுடுமண் காதணிகள், மணிகள், அணிகலன்கள், சோழர் மற்றும் நாயக்கர் கால நாணயங்கள் போன்ற பல பொருட்கள் கண்டுபிடிக்கப்பட்டன. மருங்கூர், ஓரியூர் போன்ற சுற்றுப்பகுதிகளிலும் கருப்பு-சிவப்பு பானைகள், சீன போர்சலைன், சங்குகள் போன்றவை கிடைத்துள்ளன.

தொண்டி தமிழர் கடல்சார் வாணிப திறமையையும் நாகரிகச்செழிப்பையும் வெளிப்படுத்தும் முக்கிய துறைமுக நகரமாகத் திகழ்கிறது.

91

பூம்புகார்

நாகப்பட்டினம் மாவட்டத்தில் காவேரி ஆறு கடலில் கலக்கும் இடத்தில் பூம்புகார் இருக்கிறது. சங்க காலத்தில் சோழர்களின் முக்கிய துறைமுகமாகவும், அவர்களின் இரண்டாவது தலைநகரமாகவும் இது இருந்தது. இலக்கியங்களில் இதை "காவேரிப்பூம்பட்டினம்" என்று சொல்கிறார்கள். அந்த காலத்தில் வியாபாரம், பண்பாடு என எல்லாவற்றிலும் இந்த நகரம் முன்னணியில் இருந்தது.

தமிழக அரசுத் தொல்லியல் துறை கீழார்வேளி, தர்மகுளம் பகுதிகளில் நடத்திய அகழ்வாய்வுகள் மூலம் பழைய கட்டிடங்களின் பகுதிகள் கிடைத்துள்ளன. கீழார்வேளியில் தரைமட்டத்தில் இருந்து 20 சென்டிமீட்டர் ஆழத்திலேயே செங்கல் சுவர்கள் தென்பட்டன.

சுவர்களுக்கு இடையே இடைவெளி இருந்ததைப் பார்த்தால், ஆற்று நீர் வந்து செல்ல வசதி செய்திருக்கலாம் என்று தோன்றுகிறது. நான்கு மூலைகளிலும் பனை, இலுப்பை மரத்தூண்கள் செங்குத்தாக நடப்பட்டிருந்தன. இதையெல்லாம் வைத்துப் பார்க்கும்போது, இது ஒரு

படகுத்துறையாகவோ அல்லது துறைமுகத்தின் ஒரு பகுதியாகவோ இருந்திருக்க வாய்ப்பு அதிகம்.

1996, 1997 ஆண்டுகளில் கோவாவில் உள்ள தேசிய கடல் ஆராய்ச்சி நிறுவனத்துடன் சேர்ந்து கடலுக்கு அடியில் ஆய்வுகள் நடந்தன. அப்போது ஈயக்கட்டிகள் போன்ற சில பொருட்கள் கிடைத்தன. கடற்கரையில் இருந்து சுமார் *30* முதல் *40* கிலோமீட்டர் தூரத்தில், ஆழமான பகுதியில் ஒரு நகரத்தின் சிதைவுகள் இருப்பதை ஆராய்ச்சியாளர்கள் கண்டுபிடித்தனர்.

இந்த நகரம் சுமார் *250* சதுர கிலோமீட்டர் பரப்பளவில் இருந்திருக்கலாம்: *2,500* ஆண்டுகளுக்கு முன்பே சோழர்கள் இதை உருவாக்கியிருக்கிறார்கள். காலப்போக்கில் இது கடலுக்குள் மூழ்கிவிட்டது.

சிலப்பதிகாரம், மணிமேகலை, பட்டினப்பாலை போன்ற நூல்களில் பூம்புகாரைப் பற்றி நிறைய குறிப்புகள் உள்ளன. வெளிநாட்டு வணிகர்கள் வந்து சென்ற ஒரு செழிப்பான இடமாக இதை அந்தப் பாடல்கள் விவரிக்கின்றன.

இவ்வளவு பெரிய நகரம் அழிந்து போனது வருத்தமான விஷயம். கடல் மட்டம் உயர்ந்ததோ அல்லது சுனாமி போன்ற இயற்கை சீற்றங்களோ இதற்குக் காரணமாக இருக்கலாம்.

1980 மற்றும் *1990*களில் நடந்த ஆய்வுகள் கடலுக்கு அடியில் மனிதர்கள் கட்டிய கட்டிடங்கள் இருப்பதை உறுதி செய்தன. இதன் மூலம் இலக்கியங்களில் சொல்லப்பட்ட

பூம்புகார் வெறும் கற்பனை அல்ல, அது உண்மையான நகரம் என்பது உறுதியாகிறது.

தமிழர்களின் கடல் வணிகத்திற்கும், நகர அமைப்பு முறைக்கும் பூம்புகார் ஒரு சிறந்த உதாரணம். இன்னும் ஆழமாக ஆய்வு செய்தால், மண்ணுக்குள்ளும் கடலுக்குள்ளும் மறைந்துள்ள பல விஷயங்கள் தெரியவரும்.

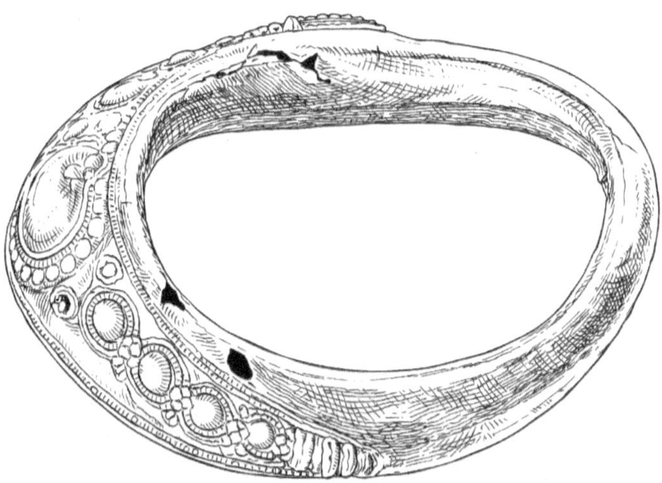

92

கீழடி

மதுரைக்கு பக்கத்தில் இருக்கும் கீழடி, தமிழ்நாட்டின் வரலாறுபற்றியபழையநம்பிக்கைகளைஉடைத்திருக்கிறது. சிவகங்கை மாவட்டத்தில், மதுரையிலிருந்து *13* கிலோமீட்டர் தொலைவில் உள்ள இந்த கிராமத்தில் *2014*-ல் ஆய்வுகள் தொடங்கின. ஆரம்பத்தில் மத்திய அரசு செய்த இந்த வேலையை, பிறகு மாநில அரசு தொடர்ந்தது.

அமெரிக்காவின் புளோரிடா ஆய்வகத்தில் *(Beta Analytic Lab)* செய்யப்பட்ட சோதனையில், இங்கே கிடைத்த பொருட்கள் கி.மு. *6*-ம் நூற்றாண்டைச் சேர்ந்தவை என்று தெரியவந்தது. இது ஒரு பெரிய மாற்றம். கங்கைச் சமவெளியில் நகரங்கள் உருவான அதே நேரத்தில், தமிழகத்திலும் ஒரு முன்னேறிய நகர நாகரிகம் இருந்திருக்கிறது என்பதை இது உறுதி செய்கிறது. இதற்கு முன்பு வரை, தமிழகத்தில் கி.மு. *3*-ம் நூற்றாண்டில்தான் நகரங்கள் உருவானதாகக் கருதப்பட்டது. ஆனால் கீழடி அந்த வரலாற்றை இன்னும் முன்னால் கொண்டு சென்றிருக்கிறது.

வைகை ஆற்றின் கரையில் உள்ள 110 ஏக்கர் தென்னந்தோப்பில் நடந்த அகழ்வாய்வில் சுட்ட செங்கற்களால் ஆன கட்டிடங்கள் கிடைத்துள்ளன. மழைநீர் செல்வதற்கான வசதியுடன் கூடிய கூரை ஓடுகள், உறை கிணறுகள் என ஒரு திட்டமிடப்பட்ட நகர அமைப்பு அங்கே தெரிகிறது. இதுவரை சுமார் 5,820 பொருட்கள் கண்டெடுக்கப்பட்டுள்ளன. தங்க நகைகள், இரும்பு கருவிகள், சதுரங்க காய்கள், சுடுமண் பொம்மைகள் என மக்கள் பயன்படுத்திய பல பொருட்கள் அங்கே கிடைத்துள்ளன.

குறிப்பாக, தமிழ் பிராமி எழுத்துக்கள் பொறிக்கப்பட்ட பானை ஓடுகள் மற்றும் ரோமானிய பானை ஓடுகள் கிடைத்துள்ளன. இது அன்றைய தமிழர்களுக்கும் வெளிநாடுகளுக்கும் இருந்த வணிகத் தொடர்பைக் காட்டுகிறது. கீழடி நமக்குச் சொல்வது ஒன்றுதான்: தமிழர்களின் பண்பாடு நாம் நினைத்ததை விட மிகத் தொன்மையானது. இந்தத் தேடலைத் தொடர்வது நம் அடையாளத்தைத் துல்லியமாகப் புரிந்துகொள்ள உதவும்.

93

பொருந்தல்

பழனிமலையின் தென்மேற்கில் அமைந்துள்ள பொருந்தல் கிராமம், தமிழர் வரலாற்றில் முக்கிய திருப்புமுனையாகத் திகழும் தொல்லியல் தளமாகும். *2009*ஆம் ஆண்டு முனைவர் கா. ராஜன் தலைமையில் மேற்கொள்ளப்பட்ட அகழாய்வு, தமிழின் வரலாறு, மொழி மற்றும் பண்பாட்டை புதிய கோணத்தில் புரிந்துகொள்ள வழிவகுத்தது. இவ்வாய்வில் கிடைத்த முக்கியமான கண்டுபிடிப்புகளில் ஒன்று நெல் மாதிரிகள் ஆகும். அவை அமெரிக்காவில் உள்ள ஆய்வகத்தில் *"Accelerator Mass Spectrometry"* முறையில் பரிசோதிக்கப்பட்டபோது, கி.மு. *490* மற்றும் கி.மு. *450* காலத்தைச் சேர்ந்தவை எனத் தெரியவந்தது.

இந்தக் கண்டுபிடிப்பு, தமிழ்பிராமி எழுத்தின் தொன்மையை மறுபரிசீலனை செய்யத் தூண்டியது. இதன் அடிப்படையில், தமிழ்பிராமி எழுத்து கி.மு. *5*ஆம் நூற்றாண்டிலேயே பயன்படுத்தப்பட்டிருக்கலாம் என்றும், அசோகர்

கால பிராமியைக் காட்டிலும் இது பழமையானதாக இருக்கலாம் என்றும் ஆய்வாளர்கள் கருதுகின்றனர். மேலும், 2600 ஆண்டுகள் பழமையான நெல் மணிகள், தமிழர்கள் வேட்டை வாழ்க்கையிலிருந்து வேளாண் சமூகமாக மாறியதற்கான உறுதியான சான்றாகும்.

பொருந்தலில் கிடைத்த மட்பாண்டங்களில் "வயர" என்ற தமிழ்பிராமி எழுத்து காணப்படுவது, அக்காலத்தில் எழுத்தறிவு இருந்ததை நிரூபிக்கிறது. குறியீடுகளும் எழுத்துகளும் ஒன்றாகக் காணப்படுவது, எழுத்து வளர்ச்சியின்இடைநிலைக்கட்டத்தைவெளிப்படுத்துகிறது. மேலும், கண்ணாடி, அகேட், கார்னீலியன் போன்ற கற்களால் செய்யப்பட்ட மணிகள், தந்தப் பொருட்கள் ஆகியவை அதிக அளவில் கிடைத்துள்ளன. ஒரு கல்லறையில் ஆயிரக்கணக்கான மணிகள் கண்டுபிடிக்கப்பட்டது, அக்கால மக்களின் செழிப்பையும் வணிகச் செயல்பாடுகளையும் காட்டுகிறது.

செங்கல் கட்டிட அமைப்புகள், குறிப்பாக 1:3:6 அளவிலான செங்கற்கள் பயன்படுத்தப்பட்டிருப்பது, திட்டமிட்ட நகர வாழ்வை உணர்த்துகிறது. இதுபோன்ற கட்டுமான்ங்கள் கொற்கை, கரூர் போன்ற சங்ககால நகரங்களிலும் காணப்படுகின்றன. மேலும், கருப்பு-சிவப்பு பானைகள், ஆயுதங்கள் மற்றும் பல கருவிகள் இப்பகுதியின் தொன்மையை வலியுறுத்துகின்றன.

இவ்வாறு, பொருந்தல் அகழாய்வு தமிழர் நாகரிகத்தின் பழமை, எழுத்து வளர்ச்சி, வேளாண் முன்னேற்றம் மற்றும்

வணிகச் செழிப்பை வெளிப்படுத்தும் முக்கியமான சான்றாக விளங்குகிறது. இன்னும் முழுமையாக ஆய்வு செய்யப்படாத இந்தத் தளம், எதிர்காலத்தில் மேலும் பல புதிய தகவல்களை வழங்கும் திறன் கொண்டதாகும்.

94

கொடுமணல்

அகழாய்வு என்பது அறிவியல் முறையில் பூமியைத் தோண்டி, பண்டைய மனிதர்களின் வாழ்க்கைச் சுவடுகளை வெளிக்கொணரும் செயலாகும். அந்த வகையில், தமிழ்ப் பல்கலைக்கழகத்தின் கல்வெட்டியல் மற்றும் தொல்லியல் துறை மேற்கொண்ட கொடுமணல் அகழாய்வு, உலகளவில் கவனம் பெற்ற முக்கிய ஆய்வாகும். இவ்விடத்தின் வரலாற்றுப் பெருமையை முதன்முதலில் செ. இராசு தனது "நொய்யல் ஆற்று நாகரிகம்" என்ற அறிக்கையின் மூலம் வெளிக்கொணர்ந்தார். பின்னர் எ. சுப்பராயலு தலைமையில் 1985 முதல் 1991 வரை பல கட்டங்களாக அகழாய்வுகள் நடைபெற்றன.

ஈரோடு மாவட்டத்தில் நொய்யல் ஆற்றின் வடகரையில் அமைந்துள்ள கொடுமணல், இரும்புக்காலம் முதல் சங்ககாலம் வரை மக்கள் வாழ்ந்த நாகரிக மையமாக இருந்தது. சங்க இலக்கியங்களின் அடிப்படையில், இது "பந்தர்" எனப்படும் பன்னாட்டு வணிகத் தளமாக விளங்கியது; கிரேக்கம், ரோம், எகிப்து போன்ற நாடுகளின் வணிகர்கள் இங்கு வந்துள்ளனர். இத்தளத்தில் வாழ்விடப்

பகுதிகளிலும் புதைகுழி பகுதிகளிலும் அகழாய்வு செய்யப்பட்டதில், பெருங்கற்படை பண்பாட்டைச் சேர்ந்த அடக்க முறைகள் கண்டறியப்பட்டன.

அகழாய்வில் கிடைத்த பொருட்கள் மிகுந்த சிறப்புடையவை. இரும்பு ஆயுதங்கள்—கத்தி, வாள், ஈட்டி, கேடயம்—மட்டுமன்றி குதிரை அங்கவடி போன்றவையும் கிடைத்துள்ளன. இது குதிரை வணிகத்தின் முக்கியத்துவத்தை காட்டுகிறது. கார்னீலியன், அகேட், ஜாஸ்பர், பெரில், லாபிஸ் லஸூலி போன்ற அரிய கற்களால் செய்யப்பட்ட ஆயிரக்கணக்கான மணிகள் கண்டுபிடிக்கப்பட்டுள்ளன. இதனால், கொடுமணல் ஒரு பெரிய தொழிற்சாலை மற்றும் வணிக மையமாக இருந்தது உறுதியாகிறது.

கருப்பு-சிவப்பு பானைகள் மற்றும் ரோமானிய அரிட்டைன், ரூலெட்டட் பானைகள் ஒன்றாகக் கிடைத்துள்ளன; இது உள்ளூர் மற்றும் வெளிநாட்டு பண்பாட்டு தொடர்பை வெளிப்படுத்துகிறது. 400க்கும் மேற்பட்ட பானை ஓடுகளில் தமிழ் பிராமி எழுத்துகள் கண்டுபிடிக்கப்பட்டுள்ளன. "ஆதன்", "சாத்தன்", "கோன்" போன்ற பெயர்கள் சங்க இலக்கியங்களுடன் ஒத்துப்போகின்றன. மேலும், "நிகம", "விசாகீ" போன்ற பெயர்கள் வெளிநாட்டு வணிகர்களின் இருப்பை சுட்டிக்காட்டுகின்றன.

தங்கம், வெள்ளி, ஈயம் போன்ற உலோக ஆபரணங்கள், வளையல்கள், மோதிரங்கள், வீட்டு

உபயோகப் பொருட்கள், உலைகள் மற்றும் எலும்புச் சான்றுகள் ஆகியவை அக்கால வாழ்க்கையை முழுமையாக வெளிப்படுத்துகின்றன. இவ்வாறு, கொடுமணல் அகழாய்வு தமிழர் நாகரிகத்தின் தொழில்நுட்பம், வாணிபம், எழுத்தறிவு மற்றும் உலகத் தொடர்புகளை விளக்கும் முக்கியச் சான்றாக திகழ்கிறது.

95

அழகன் குளம்

இராமநாதபுரத்திலிருந்து கிழக்கே சுமார் 18 கிலோமீட்டர் தொலைவில், வைகை நதி கடலுடன் சங்கமிக்கும் இடத்தில் அமைந்துள்ள அழகன்குளம், சங்க இலக்கியங்களில் "மருங்கூர்ப் பட்டினம்" எனப் போற்றப்பட்ட முக்கிய துறைமுக நகரமாகும். இன்று சிறிய கிராமமாகத் தோன்றினாலும், பண்டைய காலத்தில் இது மிகச் செழிப்பான வணிக மையமாக இருந்தது என்பதை தொல்லியல் அகழாய்வுகள் தெளிவுபடுத்துகின்றன. 1980களில் கிடைத்த நாணயங்கள் மூலம் இந்த இடம் ஆய்வாளர்களின் கவனத்திற்கு வந்தது; பின்னர் 1986 முதல் 2017 வரை பல கட்டங்களாக அகழாய்வுகள் நடத்தப்பட்டன.

இந்த ஆய்வுகளில் 200க்கும் மேற்பட்ட குறியீடுகள் கொண்ட பானைகள் மற்றும் 50க்கும் மேற்பட்ட தமிழ் பிராமி எழுத்துப் பொறிப்புகள் கண்டுபிடிக்கப்பட்டன. இது அக்காலத்தில் எழுத்தறிவு பரவலாக இருந்ததைக் காட்டுகிறது. கப்பல் உருவம், விலங்கு ஓவியங்கள் கொண்ட

பானைகள், இப்பகுதி கடல்சார் வணிகத்தில் முக்கிய பங்கு வகித்ததற்கான சான்றுகளாகும். மேலும், அரபு எழுத்துகள் கொண்ட சங்கு கிடைத்தது, அரேபிய நாடுகளுடனான தொடர்பை உறுதிப்படுத்துகிறது.

கிரேக்கக் கலைப்பாணியை ஒத்த சுடுமண் சிற்பங்கள், குறிப்பாக தாய்-குழந்தை உருவம், அக்கால கலைநயத்தையும் வெளிநாட்டு கலாச்சாரத் தாக்கத்தையும் வெளிப்படுத்துகின்றன. மணிகள், சங்கு வளையல்கள், கண்ணாடி பொருட்கள் ஆகியவை இங்கு ஆபரண உற்பத்தி நடைபெற்றதைக் காட்டுகின்றன. ரோமானிய தொடர்பை உறுதிப்படுத்தும் வகையில் ஆம்போரா, ரௌலட்டட் பானைகள் மற்றும் ரோமானிய நாணயங்களும் கண்டுபிடிக்கப்பட்டுள்ளன.

"சமுதஹ" என்ற சொல் பொறிக்கப்பட்ட பானை ஓடு, இலங்கையுடனான வணிகத் தொடர்பையும் சுட்டிக்காட்டுகிறது. அகழாய்வுகளில் தங்கம், வெள்ளி, செம்பு நாணயங்கள், இரும்புப் பொருட்கள், யானைத் தந்த ஆபரணங்கள், விளையாட்டு பொருட்கள் போன்றவை கண்டெடுக்கப்பட்டுள்ளன. செங்கற்களால் செய்யப்பட்ட தானியக் கொள்கலன், அக்கால மக்களின் வாழ்க்கை முறையையும் சேமிப்பு பழக்கத்தையும் வெளிப்படுத்துகிறது.

அழகன்குளம் கி.மு. 4ஆம் நூற்றாண்டு முதல் கி.பி. 12ஆம் நூற்றாண்டு வரை தொடர்ந்து வணிகச் செழிப்புடன் இருந்ததாக ஆய்வுகள் தெரிவிக்கின்றன. ரோம், கிரேக்கம்,

எகிப்து, அரேபியா, இலங்கை போன்ற நாடுகளுடன் வணிகத் தொடர்பு கொண்ட இந்த நகரம், தமிழர் கடல்சார் திறமை மற்றும் பண்பாட்டு வளத்தின் முக்கியச் சான்றாக திகழ்கிறது.

96

அரிக்கமேடு

இன்றைய "அரிக்கமேடு" என அழைக்கப்படும் இந்தப் பகுதி, பழமையில் "அருகன் மேடு" என்ற பெயரிலிருந்து வந்ததாகக் கருதப்படுகிறது. புதுச்சேரிக்கு தெற்கே சுமார் 4 கி.மீ. தொலைவில், அரியாங்குப்பம் ஆற்றின் கரையில் அமைந்துள்ள இவ்விடம், ஒருகாலத்தில் உலகப் புகழ்பெற்ற துறைமுக நகரமாக விளங்கியது. 18ஆம் நூற்றாண்டிலேயே பிரெஞ்சு ஆய்வாளர்கள் இப்பகுதியின் முக்கியத்துவத்தை உணர்ந்தனர். பின்னர் சர் மார்டிமர் வீலர் 1945ஆம் ஆண்டு மேற்கொண்ட அகழாய்வு, அரிக்கமேட்டின் வரலாற்றை அறிவியல் அடிப்படையில் உலகிற்கு அறிமுகப்படுத்தியது. அதன்பின் பல ஆய்வுகள் தொடர்ந்து நடைபெற்றன.

அகழாய்வுகளில் செங்கற்களால் கட்டப்பட்ட பெரிய கட்டிடங்கள், பண்டகசாலைகள் மற்றும் தானியக் கிடங்குகள் கண்டுபிடிக்கப்பட்டன. இவை உள்நாட்டிலும் வெளிநாடுகளிலும் இருந்து வந்த பொருட்களை சேமிக்கப் பயன்படுத்தப்பட்டதாக கருதப்படுகிறது. மேலும், சாயத் தொட்டிகள் (dyeing vats) மற்றும் நீர்வெளியேற்ற அமைப்புகள் கண்டுபிடிக்கப்பட்டுள்ளன;

இது அக்காலத்தில் துணிநூல் மற்றும் நிறமிடும் தொழில் மேம்பட்ட நிலையில் இருந்ததை காட்டுகிறது.

அரிக்கமேட்டின் முக்கியத்துவத்தை வெளிப்படுத்தும் முக்கிய சான்றுகள் ரோமானியப் பொருட்களாகும். அரிட்டைன், ஆம்போரா, ரௌலட்டட் போன்ற பானைகள் பெருமளவில் கிடைத்துள்ளன. இவை ரோமாபுரியுடன் இருந்த வணிகத் தொடர்பை உறுதிப்படுத்துகின்றன. குறிப்பாக, அகஸ்டஸ் சீசரின் உருவம் பொறிக்கப்பட்ட மணிக்கல், இந்தத் தொடர்பின் வலிமையை எடுத்துக்காட்டுகிறது. ஆம்போரா குடுவைகள் மூலம் ரோமாபுரியிலிருந்து மதுபானங்கள் இறக்குமதி செய்யப்பட்டதாக கருதப்படுகிறது.

கார்னீலியன், அகேட், பளிங்கு போன்ற கற்களால் செய்யப்பட்ட மணிகள் இங்கு அதிகமாகக் கிடைத்துள்ளன. இவை இப்பகுதியில் தயாரிக்கப்பட்டு வெளிநாடுகளுக்கு ஏற்றுமதி செய்யப்பட்டிருக்கலாம். இதனால், அரிக்கமேடு ஒரு முக்கிய தொழிற்சாலை மற்றும் வணிக மையமாக இருந்தது தெளிவாகிறது. சங்கு வளையல்கள், காதணிகள், கண்ணாடிப் பொருட்கள், விளையாட்டு உபகரணங்கள் போன்றவை அக்கால மக்களின் வாழ்க்கை முறையை வெளிப்படுத்துகின்றன.

ரோமானிய நாணயங்களுடன் சங்ககால சோழர் நாணயங்களும் கிடைத்துள்ளன. இது உள்நாட்டு மற்றும் வெளிநாட்டு வணிகத் தொடர்புகளை உறுதிப்படுத்துகிறது.

மேலும், தமிழ் பிராமி எழுத்துகள் கொண்ட பானை ஓடுகள் இங்கு கண்டுபிடிக்கப்பட்டுள்ளன.

அரிக்கமேடு தமிழர்கள் கடல் கடந்து வணிகம் செய்ததற்கான முக்கியச் சான்றாகவும், அவர்களின் தொழில்நுட்பம், கலைநயம் மற்றும் உலகத் தொடர்பை வெளிப்படுத்தும் சிறப்பான தொல்லியல் தளமாகவும் திகழ்கிறது.

97

உறையூர்

இன்றைய திருச்சிராப்பள்ளி நகரின் ஒரு பகுதியாக விளங்கும் உறையூர், சங்ககாலச் சோழர்களின் புகழ்பெற்ற தலைநகரமாக இருந்தது. காவேரி ஆற்றின் மேற்குக் கரையில் அமைந்திருந்த இந்நகரம், அரசியல், பொருளாதாரம் மற்றும் கலாச்சார வளர்ச்சியில் முக்கிய மையமாக விளங்கியது. "மக்கள் உறையும் ஊர்" என்பதிலிருந்து "உறையூர்" என்ற பெயர் வந்ததாகக் கருதப்படுகிறது. இது சங்க இலக்கியங்களில் கோழியூர், கோழிமாநகர், வாரணம் போன்ற பெயர்களாலும், வெளிநாட்டு நூல்களில் "*Orthura Regi Somati*" என்றும் குறிப்பிடப்பட்டுள்ளது.

அகநானூறு, குறுந்தொகை, பட்டினப்பாலை போன்ற சங்க இலக்கியங்கள் உறையூரின் செழிப்பையும் நகர வாழ்க்கையையும் விரிவாக விவரிக்கின்றன. கரிகால சோழனின் தலைநகரமாக இருந்த இந்நகரம், அரண்களுடன் கூடிய பெரிய நகரமாகவும், ஆற்றுத் துறைமுகமாகவும் இருந்தது. பங்குனித் திருவிழா போன்ற விழாக்கள் சிறப்பாகக் கொண்டாடப்பட்டதோடு, நீதியை வழங்கும் சபையும் இங்கு இருந்தது.

1964 முதல் *1969* வரை டி.வி. மகாலிங்கம் தலைமையில் மேற்கொள்ளப்பட்ட தொல்லியல் அகழாய்வுகள், உறையூரின் தொன்மையை உறுதிப்படுத்தின. இதில் இரண்டு முக்கிய பண்பாட்டுக் காலங்கள் அடையாளம் காணப்பட்டன. முதற்பண்பாட்டுக் காலத்தில் கறுப்பு-சிவப்பு மட்பாண்டங்கள், ரௌலட்டட் பானைகள், கண்ணாடி மணிகள், உலோக மற்றும் சங்கு பொருட்கள் கண்டுபிடிக்கப்பட்டன. இரண்டாம் காலத்தில் மெருகூட்டப்பட்ட சிவப்பு பானைகள், பெரிய தானியக் கொள்கலன்கள் போன்றவை அதிகம் காணப்பட்டன.

தமிழ் பிராமி எழுத்துப் பொறிப்புகள் உறையூரின் முக்கிய அம்சமாகும். “மூலன்பேடு அந்தணன்”, “பூனாகன்”, “அரைசகாளன்” போன்ற எழுத்துகள் கொண்ட பானை ஓடுகள் கண்டுபிடிக்கப்பட்டுள்ளன. இவை கி.மு. *1*ஆம் நூற்றாண்டைச் சேர்ந்தவை எனக் கருதப்படுகின்றன. மேலும், அலைவரி, சூரியன், அம்பு, இலை போன்ற குறியீடுகளும் பானைகளில் காணப்படுகின்றன.

சாயத் தொட்டிகள், நெசவுத் தொழிலும் துணி நிறமிடும் பணிகளும் வளர்ந்திருந்ததை காட்டுகின்றன. சுடுமண் பொம்மைகள், சதுரங்கக் காய்கள், காதணிகள், நூற்பு கருவிகள் போன்றவை அக்கால மக்களின் நாளாந்த வாழ்க்கையை வெளிப்படுத்துகின்றன.

உறையூர் ஒரு அரசியல் மையம் மட்டுமல்ல; அது சங்ககால தமிழர்களின் நகரமைப்பு, தொழில், கலாச்சாரம் மற்றும் சமூக வாழ்க்கையை பிரதிபலிக்கும் முக்கியமான வரலாற்றுச் சான்றாகும்.

98

சிவகளை

தூத்துக்குடி மாவட்டத்தில், ஏரல் வட்டத்தில் தாமிரபரணி ஆற்றின் வடக்குக் கரையில் அமைந்துள்ள சிவகளை, சமீப காலங்களில் முக்கியத்துவம் பெற்ற தொல்லியல் தளமாக உருவெடுத்துள்ளது. தூத்துக்குடியிலிருந்து சுமார் *31* கி.மீ. தொலைவில் உள்ள இந்தப் பகுதி, பண்டைய தமிழர் வாழ்க்கையின் பல மறைந்த அம்சங்களை வெளிக்கொணர்கிறது. *2020*ஆம் ஆண்டு முதல் தமிழ்நாடு அரசு தொல்லியல் துறை மேற்கொண்ட அகழாய்வுகள், இப்பகுதியின் தொன்மையையும் சமூக வளர்ச்சியையும் தெளிவுபடுத்துகின்றன.

இந்த அகழாய்வில் கண்டுபிடிக்கப்பட்ட முக்கியச் சான்றுகளில் ஒன்று “ஆதன்” என்ற தமிழ்பிராமி எழுத்துப் பொறிப்புடன் கூடிய பானை ஓடு ஆகும். இது அக்காலத்தில் எழுத்தறிவு இருந்ததை உறுதிப்படுத்துகிறது. மேலும், கருப்பு-சிவப்பு பானைகள், சிவப்பு பானைகள், குடுவைகள், கிண்ணங்கள் மற்றும் தானியச் சேமிப்பு கலன்கள் போன்ற பல்வேறு பொருட்கள் கிடைத்துள்ளன. இவற்றில் காணப்படும் வெள்ளை அலங்கார வடிவங்கள்,

அக்கால மக்களின் கலைநயத்தையும் சமூக முன்னேற்றத்தையும் வெளிப்படுத்துகின்றன.

சிவகளையில் கண்டுபிடிக்கப்பட்ட நெல் மாதிரிகள் மிகவும் முக்கியமானவை. அவற்றின் கரிமப் பரிசோதனை முடிவுகள், அவை கி.மு. 1155ஆம் ஆண்டைச் சேர்ந்தவை எனக் காட்டுகின்றன. இதன் மூலம், 3,000 ஆண்டுகளுக்கு முன்பே இப்பகுதியில் விவசாயம் நடைமுறையில் இருந்தது உறுதியாகிறது. மேலும், இரும்புத் துகள்கள் மற்றும் கருவிகள் கிடைத்துள்ளதால், இரும்பு பயன்பாடு மிகவும் பழமையான காலத்திலேயே இருந்திருக்கலாம் என அறியப்படுகிறது.

இப்பகுதியில் பெருங்கற்கால அடக்க முறைகளும் காணப்படுகின்றன. தாழிகளில் நெல் மணிகள் வைக்கப்பட்டிருந்தது, வேளாண்மை மற்றும் மரபுச் சடங்குகளின் முக்கியத்துவத்தை காட்டுகிறது. மேற்பரப்பு ஆய்வுகளில் கிடைத்த பொருட்கள், சிவகளை ஒரு ஈமக்காடு மட்டுமல்லாமல், வாழ்விடமாகவும் இருந்திருக்கலாம் என்பதைக் குறிப்பிடுகின்றன.

சிவகளை, ஆதிச்சநல்லூர் போன்ற தளங்களுடன் இணைந்து பார்க்கப்படும் போது, தாமிரபரணி நாகரிகத்தின் முக்கிய மையமாகத் திகழ்கிறது. இங்கு கிடைத்த நெல், இரும்பு மற்றும் பானைப் பொருட்கள், தமிழர் நாகரிகத்தின் தொன்மையும் மேம்பாடும் வெளிப்படுத்துகின்றன.

சிவகளை அகழாய்வு தமிழர் வரலாற்றின் ஆழத்தையும், அவர்களின் வேளாண்மை, தொழில்நுட்ப மற்றும் சமூக முன்னேற்றத்தையும் எடுத்துக்காட்டும் முக்கியச் சான்றாக விளங்குகிறது. தொடர்ந்த ஆய்வுகள் இந்தப் பகுதியின் மறைந்த வரலாற்றை மேலும் வெளிச்சத்துக்கு கொண்டுவரும் என்பது உறுதி.

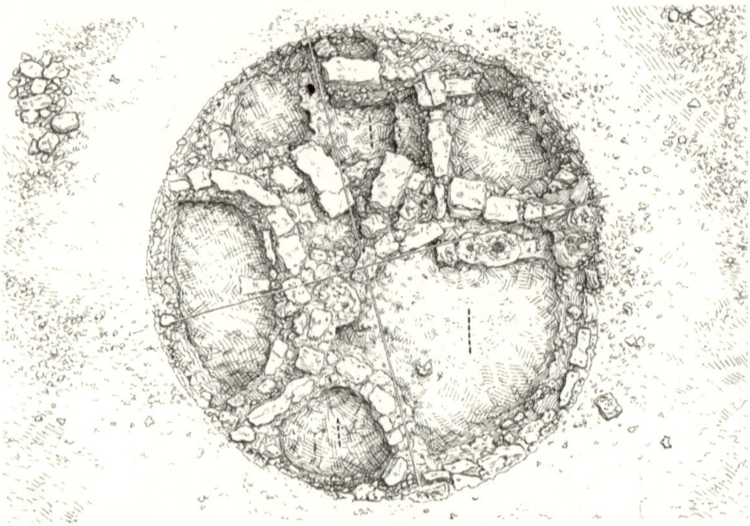

99

வசவசமுத்திரம்

தமிழகத்தின் தொண்டை மண்டலத்தில் அமைந்துள்ள வசவசமுத்திரம், சங்க இலக்கியங்களில் அதிகமாக குறிப்பிடப்படாதபோதிலும், தொல்லியல் ஆதாரங்கள் மூலம் அதன் முக்கியத்துவம் வெளிப்பட்ட ஒரு சிறப்பான துறைமுகத் தளமாகும். காஞ்சிபுரம் மாவட்டத்தில், மாமல்லபுரத்திலிருந்து தெற்கே சுமார் 16 கி.மீ. தொலைவில், பாலாறு நதி வங்கக்கடலில் கலக்கும் பகுதியில் இது அமைந்துள்ளது. இந்த புவியியல் அமைப்பு, கடல் மற்றும் நதி வழி வணிகத்துக்கு ஏற்றதாக இருந்ததால், இப்பகுதி பழங்காலத்தில் முக்கிய வணிக மையமாக வளர்ந்திருக்கலாம்.

சங்க இலக்கியங்களில் நேரடி குறிப்புகள் இல்லாவிட்டாலும், பெரும்பாணாற்றுப்படையில் குறிப்பிடப்படும் "நீர்ப்பெயற்று" என்ற துறைமுக நகரத்தின் விவரங்கள்—வெளிநாட்டு கப்பல்கள், குதிரைகள், பண்டகசாலைகள், கலங்கரை விளக்கம் போன்ற அம்சங்கள்—வசவசமுத்திரத்துடன் தொடர்புடையதாக இருக்கலாம் என ஆய்வாளர்கள் கருதுகின்றனர். மேலும்,

பல்லவர் மற்றும் சோழர் காலங்களிலும் இப்பகுதி முக்கியத்துவம் பெற்றிருந்தது; முதலாம் இராஜராஜ சோழன் காலத்தில் இது "ஜனநாத நல்லூர்" என அழைக்கப்பட்டதாக அறியப்படுகிறது.

*1970*ஆம் ஆண்டு தமிழ்நாடு அரசு தொல்லியல் துறை மேற்கொண்ட அகழாய்வுகள், வசவசமுத்திரத்தின் வரலாற்றை தெளிவுபடுத்தின. இதில் ரோமானிய ஆம்போரா பானை ஓடுகள், ரௌலட்டட் பானைகள், உறைகிணறுகள், செங்கல் கட்டுமான சாயத் தொட்டிகள், கூம்பு வடிவ ஜாடிகள் போன்றவை கண்டுபிடிக்கப்பட்டன. இவை அனைத்தும் இப்பகுதி பன்னாட்டு வணிகத் தொடர்புகளைக் கொண்டிருந்ததற்கான உறுதியான சான்றுகளாகும். குறிப்பாக சாயத் தொட்டிகள், நெசவு மற்றும்துணி நிறமிடும் தொழில்கள்இங்கு வளர்ந்திருந்ததை காட்டுகின்றன.

மேலும், குவார்ட்ஸ், அகேட், கண்ணாடி மற்றும் சுடுமண் மணிகள் கண்டெடுக்கப்பட்டுள்ளன. இவை வணிகப் பொருட்களாக உற்பத்தி செய்யப்பட்டு ஏற்றுமதி செய்யப்பட்டிருக்கலாம். காஞ்சிபுரத்தின் புகழ்பெற்ற பட்டு துணிகள், இந்த துறைமுகம் வழியாக வெளிநாடுகளுக்கு சென்றிருக்கலாம் எனவும் கருதப்படுகிறது.

வசவசமுத்திரம், மாமல்லபுரம் மற்றும் சதுரங்கப்பட்டினம் போன்ற துறைமுகங்களுடன் இணைந்து, பாலாறு வழியாக உள்நாட்டு நகரங்களுடன் தொடர்பு கொண்ட கடல்சார் வணிக மையமாக

இருந்தது. அருகிலுள்ள வயலூரில் கண்டெடுக்கப்பட்ட கல்வெட்டுகள், இப்பகுதியின் அரசியல் முக்கியத்துவத்தையும் வெளிப்படுத்துகின்றன.

வசவசமுத்திரம் ஒரு சாதாரண கடற்கரை கிராமம் அல்ல; அது தமிழர் கடல்சார் வணிக திறன், தொழில்நுட்ப வளர்ச்சி மற்றும் உலகத் தொடர்புகளை பிரதிபலிக்கும் முக்கியமான தொல்லியல் தளமாகும். மேலும் விரிவான ஆய்வுகள் மேற்கொள்ளப்பட்டால், இதன் மறைந்த வரலாறு இன்னும் தெளிவாக வெளிவரும்.

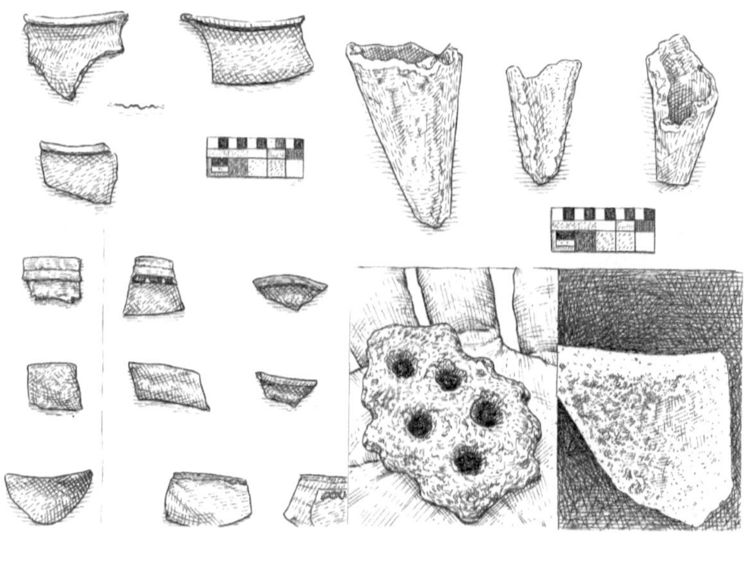

100

பொருநை

தாமிரபரணி (பொருநை) நதிக்கரையை ஒட்டி கிடைத்த தொல்லியல் சான்றுகள், தமிழர் நாகரிகத்தின் தொன்மையை புதிய கோணத்தில் விளக்குகின்றன. இந்த நதிக்கரையில் அமைந்துள்ள ஆதிச்சநல்லூர், கொற்கை, சிவகளை போன்ற தளங்களில் மேற்கொள்ளப்பட்ட அகழாய்வுகள், தமிழர் வரலாறு ஆயிரக்கணக்கான ஆண்டுகளுக்கு முன்பே செழித்து வளர்ந்திருந்ததை உறுதிப்படுத்துகின்றன. வடஇந்திய நூல்களிலும், கொற்கை பகுதியில் முத்து மற்றும் சங்கு ஆபரணங்கள் தயாரிக்கும் தொழிற்சாலைகள் இருந்ததாக குறிப்பிடப்படுவது, தமிழர்களின் தொழில்நுட்ப திறனை வெளிப்படுத்துகிறது.

வைகை நதிக்கரையில் நடைபெற்ற கீழடி அகழாய்வு, சுமார் *2,500* ஆண்டுகளுக்கு முன்பே நகர நாகரிகம் இருந்ததை நிரூபித்தது. அதனைத் தொடர்ந்து, சிவகளையில் கண்டுபிடிக்கப்பட்ட நெல் மாதிரிகள் கி.மு. *1155*ஆம் ஆண்டைச் சேர்ந்தவை என அறிவியல் ஆய்வுகள் காட்டியதால், தமிழர் வரலாறு மேலும் *3,000* ஆண்டுகளுக்கு முன்பே தொடங்கியிருக்கலாம்

என்பது உறுதியாகிறது. இது தமிழர்களின் வேளாண்மை மரபு மிகப் பழமையானது என்பதை வெளிப்படுத்துகிறது.

ஆதிச்சநல்லூரில் 19ஆம் நூற்றாண்டிலேயே அகழாய்வுகள் மேற்கொள்ளப்பட்டு, முதுமக்கள் தாழிகள், எலும்புக்கூடுகள், இரும்பு ஆயுதங்கள், வெண்கலப் பொருட்கள், தங்க நெற்றிப்பட்டங்கள் போன்றவை கண்டுபிடிக்கப்பட்டன. 2004ஆம் ஆண்டு ஆய்வுகளில், 2,800 ஆண்டுகளுக்கு மேற்பட்ட பழமையான ஈமத் தாழிகள் கண்டறியப்பட்டன. பின்னர் மேற்கொண்ட ஆய்வுகளில், நூற்றுக்கணக்கான குறியீடுகள் கொண்ட பானை ஓடுகள் கிடைத்தது, எழுத்து அல்லது அடையாள முறை பரவலாக இருந்ததை காட்டுகிறது.

கொற்கை அகழாய்வுகள், அது ஒரு முக்கிய கடல்சார் வணிக மையமாக இருந்ததை உறுதிப்படுத்துகின்றன. சங்குகள் அறுக்கும் தொழிற்சாலைகள், முத்து வணிகம், செங்கல் கட்டிடங்கள் போன்றவை கண்டுபிடிக்கப்பட்டுள்ளன. சிவகளையில் கிடைத்த தமிழ்பிராமி எழுத்துப் பொறிப்புகள் மற்றும் இரும்பு சான்றுகள், தொழில்நுட்ப வளர்ச்சியையும் காட்டுகின்றன.

இந்த தளங்களை ஒருங்கிணைத்து பார்க்கும்போது, தாமிரபரணி நாகரிகம் தொடர்ச்சியான வளர்ச்சியைக் கொண்டதாக இருந்தது தெளிவாகிறது. வேட்டை வாழ்க்கையிலிருந்து விவசாயம், தொழில் மற்றும் வணிகம் வரை தமிழர் சமூகம் முன்னேறியதை இவை வெளிப்படுத்துகின்றன. கங்கைச் சமவெளி நாகரிகத்துடன்

ஒப்பிடத்தக்க அளவுக்கு தமிழகத்திலும் நாகரிக வளர்ச்சி இருந்தது என்பதும் இவ்வாய்வுகள் மூலம் தெரியவந்துள்ளது.

இந்த வரலாற்றுப் பெருமையைப் பாதுகாக்க, “பொருநை அருங்காட்சியகம்” அமைக்கும் முயற்சிகளும் மேற்கொள்ளப்பட்டுள்ளன. மொத்தத்தில், தாமிரபரணி நாகரிகச் சான்றுகள் தமிழர் நாகரிகத்தின் தொன்மை, அறிவியல் முன்னேற்றம் மற்றும் உலகத் தொடர்புகளை வலியுறுத்தும் முக்கிய ஆதாரங்களாக விளங்குகின்றன.

முடிவுரை

"பழமையின் சுவடுகள் — தமிழகத்தின் 100 வரலாற்று இடங்கள்" என்ற இந்நூல், தமிழகத்தின் மண்ணில் பதிந்துள்ள காலத்தின் அடையாளங்களை நம் முன் உயிர்ப்புடன் நிறுத்துகிறது. இந்த மண் வெறும் நிலப்பரப்பு அல்ல; அது நாகரிகத்தின் நிழலும், நினைவுகளின் களஞ்சியமும், தலைமுறைகள் கடந்து வந்த வரலாற்றின் சாட்சியுமாகும். இங்கு காணப்படும் ஒவ்வொரு கல்லும், சிற்பமும், கல்வெட்டும் ஒரு கதையைச் சொல்கிறது. அந்தக் கதைகள் வெறும் கடந்தகாலச் சம்பவங்களாக இல்லாமல், நம் அடையாளத்தின் அடிப்படையாக திகழ்கின்றன.

இந்த நூல், குடைவரைக் கோவில்கள், பாறை ஓவியங்கள், அகழாய்வுச் சான்றுகள், கல்வெட்டுகள் போன்ற பல்வேறு வரலாற்று கூறுகளை ஒருங்கிணைத்து, வாசகனை ஒரு ஆழமான வரலாற்றுப் பயணத்திற்கு அழைத்துச் செல்கிறது. இதில் இடம்பெறும் ஒவ்வொரு இடமும், ஒரு தனித்துவமான மனிதக் கதையை வெளிப்படுத்துகிறது. தொழிலாளியின் உழைப்பும், சிற்பியின் கலைநயமும், மனிதனின் ஆன்மீக தேடலும் இவற்றில் ஒன்றிணைந்து காணப்படுகின்றன.

பாண்டியர், சோழர், சேரர், பல்லவர் போன்ற அரச வம்சங்களின் ஆட்சி மட்டுமன்றி, இந்த மண் ஒரு முழுமையான நாகரிகத்தின் வளர்ச்சியையும் வெளிப்படுத்துகிறது. கற்கால மனிதனின் கருவியிலிருந்து கீழடி போன்ற அகழாய்வுகள் வரை நீளும் இந்த வரலாற்றுப் பாதை, தமிழர் அறிவு, திறமை, மற்றும் சமூக வாழ்க்கையின் நுட்பங்களை தெளிவாக எடுத்துக்காட்டுகிறது.

வரலாறு என்பது கடந்தகாலத்தைப் பற்றிய பதிவு மட்டுமல்ல; அது இன்றும் நம் வாழ்வில் தொடர்ந்து வாழும் ஒரு மரபாகும். அந்த மரபை பாதுகாப்பது நம் பொறுப்பாக மட்டும் இல்லாமல், நம் தலைமுறையின் கடமையாகவும் அமைகிறது. ஒவ்வொரு கல்வெட்டும் ஒரு பாடமாகவும், ஒவ்வொரு குகையும் ஒரு மௌன ஆசிரியராகவும், ஒவ்வொரு கோட்டையும் நம் அடையாளத்தின் சின்னமாகவும் திகழ்கின்றன.

இந்த நூல், கடந்த காலத்தையும் எதிர்காலத்தையும் இணைக்கும் ஒரு கலாச்சாரப் பாலமாக செயல்படுகிறது. இது நமக்கு ஒரு முக்கியமான செய்தியை வழங்குகிறது: "நம்மை அறிந்துகொள்; உன் மரபை மதிக்கக் கற்று." நவீன உலகில் நாம் எவ்வளவு முன்னேறினாலும், நமது வேர்கள் இந்த மண்ணில்தான் இருப்பதை இது நினைவூட்டுகிறது.

இந்நூல் புதிய தலைமுறைக்கு வரலாற்றை அறிவியல் பார்வையுடன் அணுகவும், கலாச்சாரத்தை உணரவும் வழிகாட்டுகிறது. மண் பேசுகிறது; அதை உணர்ந்தால்

வரலாறு உயிர் பெறும். அந்தக் குரலை நாம் கேட்டு, கற்று, காப்போம். இவ்வாறு, இந்த நூல் ஒரு நிலையான பண்பாட்டு ஆவணமாக விளங்கட்டும்.

– சீனிவாசன்

துணை நின்ற ஆதாரங்கள்

தமிழ்நாடு அரசு தொல் பொருள் ஆய்வுத்துறை வெளியீடுகள் (1-8)

1. தமிழகச் செப்பேடுகள் – தொகுதி 1
2. தமிழ்நாட்டு கல்வெட்டுகள்
3. தமிழக அகழாய்வுகள்
4. தமிழ்நாட்டு ஓவியங்கள்
5. பூம்புகார் ஆழ்கடல் அகழ் வைப்பகம் கையேடு
6. பல்லவர் செப்பேடுகள்
7. பாண்டியர் செப்பேடுகள்
8. கீழடி
9. *tamilheritage.org*
10. *kotravainews.com*
11. *tholliyal.com*
12. *kizhakkutoday.in*
13. *tamildigitallibrary.in*

14. *tagavalaatryppadai.in*

15. *tamilvu.org*

16. *tamilnation.org*

17. *tnarch.gov.in*

18. *tamilheritage.in*

19. *varalaaru.com*

20. *telibrary.com*

www.ingramcontent.com/pod-product-compliance
Lightning Source LLC
LaVergne TN
LVHW100253210926
848480LV00003B/913